ജൈവായുധങ്ങളും
രാസായുധങ്ങളും

jaivayudhangalum rasayudhangalum

•

n s arunkumar

•

first edition
december 2010

•

typesetting
sajinth g

•

published
chintha publishers, thiruvananthapuram

•

printed
akshara offset, thiruvananthapuram

•

cover
ambeesh kumar

വിതരണം

ദേശാഭിമാനി ബുക്ക് ഹൗസ്
H O തിരുവനന്തപുരം-695 001

ബ്രാഞ്ചുകൾ

ഓവർബ്രിഡ്ജ് തിരുവനന്തപുരം • കെ എസ് ആർ ടി സി ബസ് സ്റ്റേഷൻ ആലപ്പുഴ • കെ എസ് ആർ ടി സി ബസ് സ്റ്റേഷൻ എറണാകുളം • കലൂർ കൊച്ചി • ഐ ജി റോഡ് കോഴിക്കോട് • മാവൂർ റോഡ് കോഴിക്കോട് • എൻ ജി ഒ യൂണിയൻ ബിൽഡിങ് കണ്ണൂർ • സെൻട്രൽ ബസ് ടെർമിനൽ കോംപ്ലക്സ് താവക്കര കണ്ണൂർ • മച്ചിങ്ങൽ ലെയ്ൻ തൃശൂർ

CO - VV.85 / 1527 / 2605

ജൈവായുധങ്ങളും
രാസായുധങ്ങളും

എൻ എസ് അരുൺകുമാർ

ചിന്ത പബ്ലിഷേഴ്സ്
തിരുവനന്തപുരം-695 001
വില: ₹ 90

എൻ എസ് അരുൺകുമാർ

തിരുവനന്തപുരം യൂണിവേഴ്സിറ്റി കോളേജിൽനിന്നും സസ്യശാസ്ത്രത്തിൽ ബിരുദാനന്തരബിരുദം. ജീവശാസ്ത്രത്തിൽ ബിഎഡും ലഖ്നൗവിലെ ഇന്ത്യൻ സയൻസ് കമ്യൂണിക്കേഷൻ സൊസൈറ്റിയിൽനിന്ന് സയൻസ് ജേണലിസത്തിൽ ഡിപ്ലോമയും. ന്യൂഡൽഹി ആസ്ഥാനമായുള്ള കൗൺസിൽ ഫോർ സയന്റിഫിക് ആന്റ് ഇൻഡസ്ട്രിയൽ റിസർച്ചിൽനിന്നും ലെക്ചർഷിപ്പ് നേടിയിട്ടുണ്ട്. ഇന്ത്യൻ അസോസിയേഷൻ ഓഫ് സയൻസ് റൈറ്റേഴ്സ്, യൂറോപ്യൻ സയൻസ് ജേണലിസ്റ്റ് റിസോഴ്സ് ഗ്രൂപ്പ് (ആൽഫാ ഗലീലിയോ) എന്നിവയിൽ അംഗത്വം. ആനുകാലികങ്ങളിലും മറ്റും ശാസ്ത്രസംബന്ധമായ ലേഖനങ്ങൾ എഴുതുന്നു.

ബ്ലോഗ്: aknscience.blogspot.com

ഉള്ളടക്കം

ലോകയുദ്ധങ്ങളിലും അധിനിവേശങ്ങളിലും നിർണായകസ്വാധീനം ചെലുത്തിയിട്ടുള്ളവയാണ് രാസായുധങ്ങളും ജൈവായുധങ്ങളും. നമുക്കേവർക്കും ഒരിക്കലും സങ്കൽപ്പിക്കാനാവാത്ത ആക്രമണസാധ്യതകളാണ് അവ പകരുന്നത്. മനുഷ്യസംസ്കൃതിയോളം പഴക്കമുണ്ടെങ്കിലും 2001 സെപ്തംബർ 11-ലെ ന്യൂയോർക്ക് ആക്രമണത്തോടനുബന്ധിച്ചുണ്ടായ 'ആന്ത്രാക്സ് കത്തു'കളാണ് ജൈവായുധങ്ങളിലേക്ക് ലോകശ്രദ്ധ തിരിച്ചത്. ഭീകരവാദികളുടെ അവസാനആയുധമായി അറിയപ്പെടുമ്പോഴും സാമ്രാജ്യത്വത്തിന്റെ ഉന്മൂലനരാഷ്ട്രീയത്തിന്റെ മുഖമുദ്രയുമായാണ് ഇന്നും ജൈവ-രാസായുധങ്ങൾ നിലനിൽക്കുന്നത്. വിയറ്റ്നാമിലെ കൃഷിയിടങ്ങൾക്കുനേരെ അമേരിക്ക നടത്തിയ രാസയുദ്ധം ലോകചരിത്രത്തിലെതന്നെ കറുത്ത ഏടുകളിലൊന്നാണ്. ഒന്നും രണ്ടും ലോകമഹായുദ്ധങ്ങളിൽ പുഴുക്കളെപ്പോലെ മനുഷ്യർ പിടഞ്ഞുമരിച്ചത് ജൈവായുധങ്ങൾക്കും രാസായുധങ്ങൾക്കും പിന്നിലെ അധീശമോഹങ്ങൾ കാരണമായിരുന്നു. പഴമയിൽനിന്ന് പുതുമയിലേക്കെത്തുമ്പോൾ പതിന്മടങ്ങ് നാശകാരികളായി മാറുന്ന ജൈവ-രാസായുധങ്ങളുടെ ചരിത്രവും ശാസ്ത്രവുമാണ് ഈ പുസ്തകത്തിന്റെ ഉള്ളടക്കം. സാങ്കേതികമായ സങ്കീർണതകൾ കഴിവതും ഒഴിവാക്കി, സമകാലീന സംഭവങ്ങൾ പശ്ചാത്തലമാക്കി ലളിതമായി അത് പറയാനാണ് ശ്രമം. പുതുതലമുറയിലെ വായനക്കാർക്കായി സവിനയം ഇത് സമർപ്പിക്കട്ടെ.

1

രാസായുധങ്ങൾ- ചരിത്രവും ശാസ്ത്രവും

ആയിരത്തി തൊള്ളായിരത്തി അൻപതുകളുടെ അവസാനത്തിൽ അമേരിക്കയിലെ ടെലിവിഷനുകളിൽ ഒരു പരസ്യചിത്രം സ്ഥാനം പിടിച്ചിരുന്നു. ഇത്തിരിപ്പോന്ന ഒരു എലിയെക്കണ്ട് പൂച്ച പേടിച്ചുവിറയ്ക്കുന്നതായിരുന്നു ഇതിലെ മുഖ്യദൃശ്യം. അമേരിക്കൻ സൈനിക ഗവേഷണ സ്ഥാപനങ്ങൾ പുതുതായി വികസിപ്പിച്ചെടുത്ത ഉൽപ്പന്നങ്ങൾ പരിചയപ്പെടുത്തുന്നതായിരുന്നു ഈ പരസ്യചിത്രം. എലിയെക്കണ്ടാൽ ജീവനോടെ വിടാത്ത പൂച്ച അതിനെ ഒരു ഭീകരനായി കാണാൻ കാരണമായത് പുതിയൊരുതരം രാസസംയുക്തത്തിന്റെ പ്രഭാവത്താലാണെന്നാണ് ടെലിവിഷൻ പരിപാടി സമർത്ഥിക്കാൻ ശ്രമിച്ചത്. സൈക്കോ-ആക്ടീവ് കെമിക്കൽസ് (Psycho- active Chemicals) എന്നതരം രാസായുധങ്ങളിലൊന്നാണ് പൂച്ചയിൽ പ്രയോഗിക്കപ്പെട്ടിരുന്നത്. രാസായുധം കൈവശമുണ്ടെങ്കിൽ ഏതുവമ്പനെയും അടിയറവുപറയിക്കാം എന്നതായിരുന്നു പ്രമേയം. ഇതിന്റെ പ്രതിഫലനമായല്ല പിൽക്കാലത്തെ ലോകക്രമം രൂപപ്പെട്ടതെങ്കിലും ഏറ്റവും നീതിരഹിതമായ ആയുധങ്ങളെ (*Black weapon*) ന്ന് പേരുകേട്ട രാസായുധങ്ങളെയും അതിന്റെ തുടർച്ചയായി വന്ന ജൈവായുധങ്ങളെയും (Chemical/Biological Weapons) കുന്നുകൂട്ടാൻ അമേരിക്ക ഉൾപ്പെടെയുള്ള സാമ്രാജ്യത്വശക്തികളുടെ ഒരു ന്യായീകരണമായിരുന്നു ഇത്. ആണവശക്തിയായി വളർന്ന അമേരിക്കയ്ക്കും സഖ്യകക്ഷികൾക്കുമെതിരെ, സാങ്കേതികവും സാമ്പത്തികവുമായ ദാരിദ്ര്യമനുഭവിക്കുന്ന ചെറുരാജ്യങ്ങൾ രാസായുധങ്ങൾ പ്രയോഗിച്ചേക്കാം എന്ന സാധ്യതയിലേക്കുമാണ് ഇത് വിരൽചൂണ്ടിയത്. അതിന്റെ അടിസ്ഥാനത്തിൽ, രാസായുധങ്ങളെയും ജൈവായുധങ്ങളെയും ഉപയോഗിച്ച് ഏറ്റവുമധികം പാതകങ്ങൾ ചെയ്തുകൂട്ടിയ രാജ്യവുമാണ് അമേരിക്ക. എങ്കിലും 'രാസയുദ്ധ'ത്തെക്കുറിച്ച് നാമറിയുന്നത്

2001 സെപ്തംബർ 11- ലെ ന്യൂയോർക്ക് ആക്രമണങ്ങൾക്കുശേഷം അവിടേക്ക് കടന്നെത്തിയ ആന്ത്രാക്സ് അണുക്കൾ നിറച്ച കത്തുകളിലൂടെയാണ്. അതേത്തുടർന്ന് രാസായുധങ്ങളുടെ പേരിൽ ഇറാക്ക് ആക്രമിക്കപ്പെടുന്നതുംനമ്മൾ കണ്ടു.ഏറ്റവും അപകടകരമായ ആറ്റംബോംബിൽനിന്നു മാറി, ലോകസുരക്ഷയ്ക്കുള്ള മുഖ്യഭീഷണിയെന്ന നിലയിൽ ജൈവരാസായുധങ്ങൾ ഇവ്വിധം പ്രസക്തമാകാൻ എന്താണ് കാരണം? പരമ്പരാഗതമായ മറ്റ് ആയുധങ്ങൾ പരാജയപ്പെടുന്ന ഇടങ്ങളിൽ വിജയിക്കാനിടയാക്കുന്ന അവയുടെ സവിശേഷതകളെന്താണ്? അന്താരാഷ്ട്ര ഉടമ്പടികളെ കാറ്റിൽ പറത്തിക്കൊണ്ട് ലോകരാഷ്ട്രങ്ങൾ ഒന്നൊഴിയാതെ അതിനുപിന്നാലെ പായുന്നത് എന്തുകൊണ്ടാണ്? രാസായുധങ്ങളും ജൈവായുധങ്ങളും എങ്ങനെയാണ് വ്യത്യാസപ്പെടുന്നത്? ഇവയുടെയെല്ലാം ഉത്തരം തേടുന്നതിനുമുമ്പ് രാസായുധങ്ങളേയും ജൈവായുധങ്ങളേയും അടിസ്ഥാനപരമായി മനസിലാക്കാൻ ശ്രമിക്കാം.

സെപ്റ്റംബർ 11-ലെ ന്യൂയോർക്ക് ആക്രമണം

രാസായുധങ്ങളുടെ നിർവചനം

രാസവസ്തുക്കളെ ആയുധമായി ഉപയോഗിക്കുന്നതാണ് രാസായുധം. മനുഷ്യരുൾപ്പെടെയുള്ള ജീവികളുടെ മരണമോ രോഗാവസ്ഥയോ അടിച്ചമർത്തലോ ആണ് ഇത് ലക്ഷ്യമാക്കുന്നത്. 1993 ൽ നിലവിൽവന്ന രാസായുധ ഉടമ്പടി (Chemical Weapons Convention) യാണ് രാസായുധങ്ങളെ ഇങ്ങനെ നിർവചിക്കുന്നത്. രാസവസ്തുക്കളുടെ സ്ഥാനത്ത് രോഗകാരികളായ സൂക്ഷ്മജീവികളെ ഉപയോഗിക്കുകയാണെങ്കിൽ അവ 'ജൈവായുധങ്ങൾ' എന്ന പേരിലാണ് അറിയപ്പെടുക. ഇതിലൂടെ രാസായുധങ്ങളും ജൈവായുധങ്ങളും രണ്ട് വ്യത്യസ്ത വിഭാഗങ്ങളിൽ ഉൾപ്പെടുന്നതായാണല്ലോ മനസിലാക്കാനാവുക. എന്നാൽ, രോഗാണുക്കളായ ബാക്ടീരിയകൾ, ഫംഗസുകൾ തുടങ്ങിയവ ഉൽപ്പാദിപ്പിക്കുന്ന വിഷപദാർഥങ്ങൾ (Toxins) ആയുധരൂപത്തിൽ ഉപയോഗപ്പെടുത്തിയാൽ അവ

നിർജീവ വസ്തുക്കളാകയാൽ, ഒരേസമയം രാസായുധങ്ങളായും ജൈവായുധങ്ങളായും കണക്കാക്കേണ്ടിവരും. ഇക്കാരണത്താൽ, ഇത്തരം പദാർഥങ്ങളെ 'മധ്യപ്രകൃത ആയുധങ്ങൾ' (Mid Spectrum Agents) എന്ന വിഭാഗത്തിലാണ് ഉൾപ്പെടുത്തിയിരിക്കുന്നത്. എങ്കിലും, രാസായുധ ഉടമ്പടിയുടെ പരിധിയിൽ വരത്തക്കവിധം പരാമർശിക്കപ്പെട്ടിരിക്കുന്നതു കാരണം ഐക്യരാഷ്ട്രസംഘടന ഇവയുടെ ഉൽപ്പാദനവും വിതരണവും സംഭരണവും മറ്റ് രാസായുധങ്ങളോടൊപ്പം നിരോധിച്ചിട്ടുണ്ട്. 'വ്യാപകമായ നാശം വരുത്തുന്ന ആയുധങ്ങൾ' (Weapons of Mass Destruction) എന്ന വിഭാഗത്തിലാണ് രാസായുധങ്ങളെ ഉൾപ്പെടുത്തിയിരിക്കുന്നത്. ജൈവായുധങ്ങളും ഉൾപ്പെടുന്ന ഈ വിഭാഗത്തിൽതന്നെയാണ് ആണവായുധങ്ങളും ഉൾപ്പെടുത്തപ്പെട്ടിരിക്കുന്നത് എന്നതിലൂടെ ഇവയുടെ 'പ്രഹരശേഷി' ഊഹിക്കാമല്ലോ.

രാസായുധങ്ങളുടെ വർഗീകരണം

രാസായുധങ്ങളുടെയും അവയ്ക്ക് അടിസ്ഥാനമാവുന്ന രാസവസ്തുക്കളുടെയും പലതരത്തിലുള്ള വർഗീകരണങ്ങൾ നിലവിലുണ്ട്. എന്തിനുവേണ്ടി ഉപയോഗിക്കുന്നു എന്നതിനെ അടിസ്ഥാനമാക്കി രാസായുധ ഉടമ്പടി ഇത്തരം രാസവസ്തുക്കളെ ഷെഡ്യൂൾ 1,2,3 എന്നിങ്ങനെ വേർതിരിച്ചിട്ടുണ്ട്. ഇതേതരം രാസവസ്തുക്കളുടെ തന്നെ വ്യാവസായികമായതോ മറ്റ് ദോഷരഹിതമായ തരത്തിലോ ഉള്ളതായ ഉപയോഗത്തെ വേർതിരിക്കാനാണിത്. ഇതേക്കുറിച്ചുള്ള കൂടുതൽ കാര്യങ്ങൾ 'ജൈവരാസായുധങ്ങളുടെ നിയന്ത്രണം' എന്ന അധ്യായത്തിൽ വിവരിക്കുന്നതിനാൽ അവയുടെ യുദ്ധോപയോഗത്തെക്കുറിച്ചുമാത്രമേ ഇവിടെ ചർച്ച ചെയ്യുന്നുള്ളൂ. ഏകദേശം എഴുപതോളം രാസവസ്തുക്കൾ രാസായുധങ്ങളെന്ന നിലയിൽ സംഭരിക്കപ്പെട്ടിട്ടുണ്ട്. ഖരാവസ്ഥയിലും ദ്രാവകാവസ്ഥയിലും വാതകാവസ്ഥയിലുമുള്ളവ ഇവയ്ക്കിടയിലുണ്ട്. പുറത്തേക്കെത്തിക്കഴിഞ്ഞാൽ, അപകടകരമായ തരത്തിൽ എത്രനേരം ഇവ അന്തരീക്ഷത്തിൽ നിലനിൽക്കും എന്നതിനെ അടിസ്ഥാനമാക്കി ഇവയെ സ്ഥായിയായവ (Persistent), സ്ഥായിയല്ലാത്തവ (Non-persistent) എന്നിങ്ങനെയും വേർതിരിച്ചിട്ടുണ്ട്. ഇനിയുള്ളത് ആക്രമണത്തിന് വിധേയരാവുന്ന മനുഷ്യരിൽ അഥവാ ജീവികളിൽ അവ കാരണമുണ്ടാവുന്ന ഫലത്തെ അടിസ്ഥാനമാക്കിയുള്ളതാണ്. ഈ വർഗീകരണം തന്നെ രണ്ടുതലത്തിൽ നടത്താവുന്നതാണ്. പൊതുസ്വഭാവത്തെ അടിസ്ഥാനമാക്കി അവയെ, മരണകാരണമാവുന്നത് (Lethel), മരണകാരണമാവാത്തത് (Non-Lethel), നിശ്ചേഷ്ടമാക്കുന്നത് (Incapacitants) എന്നിങ്ങനെ വേർതിരിക്കപ്പെടുന്നുണ്ട്. പ്രയോഗംമൂലമുണ്ടാവുന്ന സൂക്ഷ്മപ്രതികരണങ്ങളെ മാനദണ്ഡമാക്കുന്നതാണ് ഏറ്റവും സാധാരണമായ വർഗീകരണം. അത് ഇനിപറയുന്ന തരത്തിൽ സംഗ്രഹിക്കാം.

1. ചോക്കിങ് ഏജന്റ് (Choking Agent):

ശ്വസന വ്യവസ്ഥയെ തകരാറിലാക്കുന്നതിലൂടെ പ്രവർത്തനക്ഷമമാവുന്ന ഇവ ശ്വാസംമുട്ടലിന് കാരണമാവുന്നതിനാൽ 'അസ്ഫിക്സിയന്റ്സ്' (Asphyxiants) എന്നും അറിയപ്പെടുന്നു. ശ്വാസകോശത്തിലെ ഈർപ്പവുമായി പ്രതിപ്രവർത്തിക്കുന്നതിലൂടെ അവിടെ ഹൈഡ്രോക്ലോറിക് അമ്ലം രൂപപ്പെടാൻ കാരണമാവുന്ന ക്ലോറിൻ വാതകം ഈ വിഭാഗത്തിലാണ് ഉൾപ്പെടുന്നത്. ഇതിനുള്ള പ്രതികരണമെന്ന നിലയിൽ, ശരീരം ശ്വാസകോശങ്ങളെ ദ്രവങ്ങൾകൊണ്ട് നിറയ്ക്കുകയും അതിന്റെ ഫലമായി വെള്ളത്തിൽ മുങ്ങിയാലെന്നതുപോലെയുള്ള മരണം സംഭവിക്കുകയും ചെയ്യുന്നു. ഇക്കാരണത്താൽ, മെഡിക്കൽരംഗത്ത് ഇതുമൂലമുള്ള മരണം 'കരയിലെ മുങ്ങിമരണം' (Dry-Land Drowning) എന്നാണ് അറിയപ്പെടുന്നത്. ഫോസ്ജീൻ (Phosgene) ഡൈഫോസ്ജീൻ (Diphosgene) എന്നിവ മറ്റ് ഉദാഹരണങ്ങളാണ്.

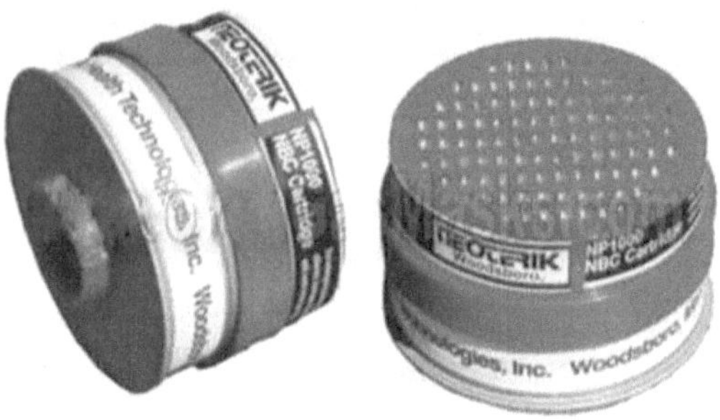

ചോക്കിങ് ഏജന്റ്

2. ബ്ലിസ്റ്റർ ഏജന്റ് (Blister Agent):

കണ്ണ്, ശ്വാസകോശം, ചർമഭാഗങ്ങൾ എന്നിവയിൽ ഗുരുതരമായ പൊള്ളലുകൾ (Blisters) ഉണ്ടാവാൻ കാരണമാകുന്നവയാണ് ബ്ലിസ്റ്റർ ഏജന്റുകൾ. സാധാരണയായി ഇവ മരണകാരണമാവാറില്ലെങ്കിലും അമിതമായ പ്രയോഗത്തിന് വിധേയമാവുന്നവർ മരണപ്പെടാൻ സാധ്യതയുമുണ്ട്. ഇതിന്റെ ഏറ്റവും കുപ്രസിദ്ധമായ ഉദാഹരണമാണ് 'മസ്റ്റാർഡ് ഏജന്റ്' (Mustard Agent) 'മസ്റ്റാർഡ് വാതകം (Mustard Gas) എന്നാണ് പൊതുവേ അറിയപ്പെട്ടിരുന്നതെങ്കിലും ഇത് ഒരു ദ്രാവകമായിരുന്നു. ജർമൻകാർ വികസിപ്പിച്ച ഈ രാസായുധം അമേരിക്കൻ പട്ടാളക്കാരെ ഏറ്റവുമധികം ബാധിച്ച ഒന്നായാണ് കണക്കാക്കപ്പെടുന്നത് (ഏറ്റവുമധികം മരണം സംഭവിച്ചത് ഫോസ്ജീൻ കാരണമായിരുന്നുവെങ്കിലും). ഇതിനുപകരമായി ബ്രിട്ടീഷുകാരും അമേരിക്കക്കാരും ചേർന്ന് നിർമിച്ചതാണ് 'ലെവിൻസ്റ്റെയിൻ മസ്റ്റാർഡ്' (Levinstein Mustard). ഒന്നാംലോക മഹായുദ്ധത്തിനുശേഷം വികസിപ്പിക്കപ്പെട്ട നൈട്രജൻ മസ്റ്റാർഡുകളും (Nitrogen Mustard) ഈ വിഭാഗത്തിൽ പെടുന്നു. സൾഫർ മസ്റ്റാർഡുകളാണ് മറ്റൊരു ഉദാഹരണം. വെസിക്കന്റുകൾ (Vesicants) എന്നും ബ്ലിസ്റ്റർ ഏജന്റുകൾ അറിയപ്പെടുന്നുണ്ട്.

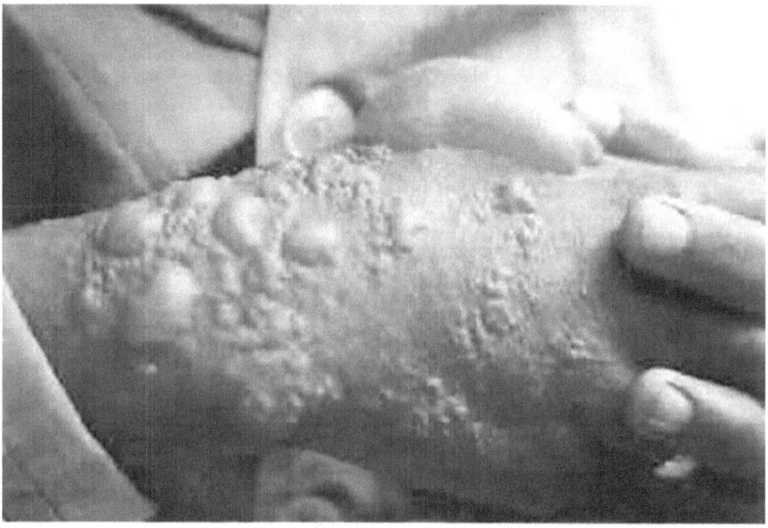

ബ്ലിസ്റ്റർ ഏജന്റ്

3. നെർവ് ഏജന്റ് (Nerve Agent):

ശരീരത്തിലെ നാഡീവ്യവസ്ഥയെ ബാധിക്കുന്നതിലൂടെ പേശികളുടെ പ്രവർത്തനം അനിയന്ത്രിതമാക്കുന്നതരം രാസായുധങ്ങളാണ് നെർവ് ഏജന്റുകൾ. നാഡീകോശങ്ങളിലൂടെയുള്ള നാഡീയ ആവേഗങ്ങളുടെ പ്രവേഗം സാധ്യമാകുന്ന അസെറ്റൈൽകോളിൻ (Acetylecholine) എന്ന ജീവതന്മാത്രയെ സ്വാഭാവികമായ രീതിയിൽ പ്രവർത്തിക്കാൻ അനുവദിക്കാതിരിക്കുന്നതിലൂടെയാണ് ഇത് സാധിക്കുന്നത്. ഇക്കാരണത്താൽ, പേശികളുടെ വികാസവും സങ്കോചവും നിയന്ത്രണാതീതമാവുകയും ചിലപ്പോൾ ഹൃദയസ്തംഭനമോ ശ്വാസതടസമോ സംഭവിക്കുകയും ചെയ്യുന്നു. ഇതിന്റെ പ്രാഥമികമായ സൂചനയെന്ന നിലയിൽ പ്രത്യക്ഷമാവുന്നതാണ് 'മയോസിസ്' (Miosis). പെട്ടെന്ന് ഇരുട്ടിൽ അകപ്പെട്ടുപോയ അവസ്ഥയാണ് ഇത് കാരണമുണ്ടാവുന്നത്. ബോധം നശിക്കുന്നത് സാധാരണയായുണ്ടാവുന്ന ഫലങ്ങളിലൊന്നാണ്. 1930-40 കാലയളവിൽ വികസിപ്പിക്കപ്പെട്ട നെർവ് ഏജന്റുകൾ 'ജി-സീരീസ്' (G-Series) എന്നാണ് അറിയപ്പെടുന്നത്. ഉദാ:- ടാബുൻ (Tabun), സാറിൻ (Sarin), സൈക്ലോസാറിൻ (Cyclo-sarin), സൊമാൻ (Soman) എന്നിവ. 1950-60 കാലഘട്ടങ്ങളിലേത് 'വി-സീരീസ്' (V- Series) എന്ന പേരിലും.

4. ബ്ലഡ് ഏജന്റ് (Blood Agent):

രക്തത്തിൽ ലയിക്കുന്നതിലൂടെ, ശരീരകോശങ്ങൾക്ക് ഓക്സിജൻ ലഭ്യമാകുന്നതിനെ തടയുന്നതരം രാസായുധങ്ങളാണ് ബ്ലഡ് ഏജന്റുകൾ.

സയനോജെൻ ക്ലോറൈഡ് (Cyanogen Chloride), ഹൈഡ്രജൻ സയനൈഡ് (Hydrogen Cyanide) എന്നിവയാണ് ഉദാഹരണങ്ങൾ. ശ്വസിക്കുന്നതിലൂടെയാണ് ഇവ ശരീരത്തിലേക്ക് കടക്കുന്നത്. എയ്റോസോൾ (Aerosol) രൂപത്തിൽ വായുവിലൂടെ പ്രയോഗിക്കപ്പെടുന്ന ഇവ ആർസെനിക് (Arsenic) അടിസ്ഥാനമായും നിർമിക്കപ്പെടാറുണ്ട്. സയനൈഡ് അടിസ്ഥാനമായുള്ളവയെ മണം കൊണ്ട് തിരിച്ചറിയാനാവുമെങ്കിലും ആർസെനിക് സംയുക്തങ്ങളെ അങ്ങനെയാവില്ല. മിനിട്ടുകൾക്കകമുള്ള മരണം ശ്വാസത്തിനായി പിടഞ്ഞുകൊണ്ടുള്ളതും വേദനാജനകവുമായിരിക്കും. ബ്ലിസ്റ്റർ ഏജന്റായി ഉപയോഗിക്കുന്ന വിനൈൽ ആർസിൻ (Vinyl Arsine), ചോക്കിങ് ഏജന്റായി ഉപയോഗിക്കുന്ന ഫോസ്ജീൻ (Phosgene) എന്നിവ ബ്ലഡ് ഏജന്റുകളായും പ്രവർത്തിക്കുന്നവയാണ്. കാർബൺമോണോക്സൈഡ് (Carbon monoxide) വാതകത്തെയും ബ്ലഡ് ഏജന്റിന്റെ പട്ടികയിൽ ഉൾപ്പെടുത്താവുന്നതാണ്.

നെർവ് ഏജന്റ് പ്രവർത്തിപ്പിക്കുന്നു

5. ഇറിറ്റന്റ് ഏജന്റ് (Irritant Agent):

മൂക്കിനും തൊണ്ടയ്ക്കും അസ്വാസ്ഥ്യമുണ്ടാക്കുന്നതും തുമ്മൽ, ഛർദി എന്നിവയ്ക്ക് കാരണമാവുന്നതുമാണ് ഇറിറ്റന്റ് ഏജന്റുകൾ. കണ്ണുനീരിനു കാരണമാവുന്ന ലാക്രിമേറ്ററുകളും (Lacrimators) ഈ വിഭാഗത്തിലാണ് ഉൾപ്പെടുന്നത്. സാധാരണയായി ഇവയെ പൊലീസ് നടപടികളിലാണ് ഉപയോഗിക്കുന്നതെങ്കിലും യുദ്ധരംഗത്ത് ഇവയ്ക്ക് തന്ത്രപരമായ പ്രാധാന്യമാണുള്ളത്. തുമ്മൽ, ഛർദി മുതലായവയുള്ളപ്പോൾ പട്ടാളക്കാർക്ക് രാസായുധങ്ങൾക്കെതിരായുള്ള സുരക്ഷാകവചം (Protective Mask) ധരിക്കാനാവില്ല. അല്ലെങ്കിൽ അതിനുള്ള സമയം ഏറെ വൈകും. ഇതിനിടയിൽ, കൂടുതൽ മാരകമായ രാസായുധങ്ങൾ പ്രയോഗിക്കപ്പെടുകയാണ് രീതി. സുരക്ഷാകവചം ധരിച്ച പട്ടാളക്കാരുടെ കാഴ്ച, ചലനം എന്നിവയ്ക്ക് പരിമിതികളുണ്ടാവും. ഇതിനായും ഇറിറ്റന്റ് ഏജന്റുകളെ ഉപയോഗപ്പെടുത്താറുണ്ട്. ട്രഞ്ചുകൾ മുതലായവയിൽനിന്ന് പട്ടാളക്കാരെ പുറത്തെത്തിക്കാനും ഇവ പ്രയോഗിച്ചുവരുന്നു. ആഡംസൈറ്റ്

(Adamsite), സൈലൈൽ ബ്രോമൈഡ് (Xylyl Bromide) എന്നിവ ഒന്നും രണ്ടും ലോകമഹായുദ്ധങ്ങളിൽ ഉപയോഗിക്കപ്പെട്ട ഇറിറ്റന്റ് ഏജന്റുകളിൽ ചിലതാണ്.

6. സൈക്കോകെമിക്കൽ ഏജന്റ് (Psychochemical Agent):

എതിരാളികളുടെ മാനസികനില തകരാറിലാക്കാനോ വിഭ്രമാത്മകമായ അവസ്ഥയിലെത്തിക്കാനോ സ്വാസ്ഥ്യം നശിപ്പിക്കാനോ ഉപയോഗിക്കുന്ന രാസവസ്തുക്കളാണ് ഈ വിഭാഗത്തിൽ ഉൾപ്പെടുന്നത്. ഇത്തരത്തിൽ ഏറ്റവുമധികം ഉപയോഗിക്കപ്പെട്ടതാണ് എൽ എസ് ഡി എന്ന 'ലൈസെർജിക് ആസിഡ് ഡൈ ഈതൈൽഅമൈഡ്' (Lysergicacid Diethylamide). അസ്വാഭാവികമായ മാനസികവ്യാപാരങ്ങൾക്ക് കാരണമാകുന്ന ഇത് അറിയപ്പെടുന്ന മയക്കുമരുന്നുമാണ്. 1950കളിൽ പട്ടാളക്കാരുടെ ചെറിയ സംഘങ്ങൾക്കിടയിൽ ആശയക്കുഴപ്പം സൃഷ്ടിച്ചുകൊണ്ടാണ് അവരുടെ മുന്നേറ്റം തടയുവാനായി ഇത് ഉപയോഗിച്ചിരുന്നു. മറ്റൊന്നാണ് 'എയ്ഞ്ചൽ ഡസ്റ്റ്' (Angel Dust) എന്ന അപരനാമത്തിൽ അറിയപ്പെട്ടിരുന്ന ഫെൻസൈക്ലിഡൈൻ (Phencyclidine). അതിഭയങ്കരമായ വികാരവിക്ഷോഭങ്ങൾക്ക് തിരികൊളുത്തുന്ന ഇതിന്റെ ഉപയോഗം പക്ഷേ, പിന്നീട് നിർത്തലാക്കപ്പെട്ടു. മനുഷ്യരിൽ നടത്തിയ പരീക്ഷണങ്ങളിലൂടെയും കുപ്രസിദ്ധമായവയാണ് സൈക്കോകെമിക്കൽ ഏജന്റുകൾ. 1956 നും 1975 നുമിടയ്ക്ക് ഏതാണ്ട് ആയിരത്തോളം തടവുകാരിലും 6720 പട്ടാളക്കാരിലും ഇവ പരീക്ഷിച്ചിരുന്നതായി രേഖകളുണ്ട്. ഏകദേശം 254 രാസവസ്തുക്കൾ ഇതിനായി പഠനവിധേയമാക്കിയതായി കരുതുന്നു.

കുപ്രസിദ്ധമായ 'ബി ഇസഡ്'

കെന്നഡി ഭരണത്തിൻകീഴിൽ, അമേരിക്കയിലെ ജൈവരാസായുധഗവേഷണം ഊർജിതപ്പെടുത്തിയപ്പോൾ ഏറ്റവുമധികം പ്രചാരംസിദ്ധിച്ച സൈക്കോകെമിക്കൽ ഏജന്റുകളിലൊന്നാണ് ബി ഇസഡ് (BZ) എന്ന ചുരുക്കപ്പേരിലറിയുന്ന '3-ക്വിൻയൂക്ലിഡിനൈൽ ബെൻസിലേറ്റ്' (3-Quinuclidinyl Benzilate). 1958 മുതൽ വികസിപ്പിക്കപ്പെട്ടിരുന്ന ഇതിന് 1961 മാർച്ചിലാണ് ഔദ്യോഗികമായ അംഗീകാരം ലഭിക്കുന്നത്. 'പ്രോജക്ട് 112' എന്ന ഗവേഷണപരിപാടിയിലുൾപ്പെടുത്തി വൻതോതിൽ നിർമിക്കപ്പെട്ട ഇതിനെ ആയുധരൂപത്തിൽ ഉപയോഗിക്കാൻപാകത്തിൽ സജ്ജമാക്കാനായി 12 മാസത്തെ സമയംമാത്രമാണ് അനുവദിക്കപ്പെട്ടിരുന്നത്. ഖരാവസ്ഥയിലുള്ള ഇത് പൊട്ടിത്തെറിയിലൂടെ ചെറുകണികകളായി വായു

വിൽ കലരുകയും ശ്വസിക്കുന്നതിലൂടെ ശരീരത്തിനുള്ളിൽ കടക്കുകയുമായിരുന്നു ചെയ്തിരുന്നത്. അരമണിക്കൂറിനുള്ളിൽ ഓർമ, ചിന്താശേഷി, കാഴ്ച മുതലായവയെ ബാധിക്കുന്നതടക്കം ശരീരത്തെ ആകമാനം കീഴ്പ്പെടുത്താൻ ഇതിനു കഴിഞ്ഞിരുന്നു. വിറയൽ, അബോധാവസ്ഥ തുടങ്ങിയവയിലൂടെ പൂർണമായ അടിച്ചമർത്തൽ സാധ്യമാക്കുന്നു എന്നതായിരുന്നു 'ബി ഇസഡി'ന്റെ മേന്മ. അർക്കൻസാസിലുള്ള പൈൻബ്ലഫ് ആർസനൽ (Pine Bluff Arsenal) ആയിരുന്നു ഇത് നിർമിച്ചിരുന്നത്. വിയറ്റ്നാമിലെ 'ബി ഇസഡ്'പ്രയോഗം ഇതിവൃത്തമാക്കുന്നതാണ് 1990-ൽ പുറത്തിറങ്ങിയ *ജേക്കബ്സ്‌ലാഡർ* (*Jacob's Ladder*) എന്ന ചലച്ചിത്രം.

7. ഡീഫോളിയേറ്റിങ് ഏജന്റ് (Defoliating Agent):

ചെടികളുടേയും മരങ്ങളുടേയും ഇലപൊഴിക്കാൻ സഹായിക്കുന്ന രാസവസ്തുക്കളാണ് ഈ പേരിൽ അറിയപ്പെടുന്നത്. അമേരിക്ക വിയറ്റ്നാമിൽ ഉപയോഗിച്ച 'ഏജന്റ് ഓറഞ്ച്' (Agent Orange) ഇതിന് ഉദാഹരണമാണ്. ക്യാൻസറിന് കാരണമാകുന്ന രാസവസ്തുക്കളാണ് 'ഏജന്റ് ഓറഞ്ചിന്റെ നിർമാണത്തിൽ ഉപയോഗിച്ചത്. അതോടൊപ്പം നിർമാണവേളയിൽ, ഇവയിൽ കലർന്നിരുന്ന 'ഡിയോക്സിനുകൾ' (Dioxins) തലമുറകളിലേക്ക് പടർന്ന് ജനിതകവൈകല്യങ്ങൾക്കും മറ്റും കാരണമായിരുന്നു. കൃഷിഭൂമികളെ നശിപ്പിക്കാനും ഇവ വ്യാപകമായി ഉപയോഗിച്ചിരുന്നു. ഇക്കാര്യങ്ങളെക്കുറിച്ചുള്ള കൂടുതൽ വിവരങ്ങൾ 'ആയുധങ്ങൾ കൃഷിക്കെതിരെ' എന്ന അധ്യായത്തിൽ വ്യക്തമാക്കിയിട്ടുണ്ട്. ഡീഫോളിയേറ്റിങ് ഏജന്റുകൾ രാസായുധ ഉടമ്പടിയുടെ പരിധിയിൽ ഉൾപ്പെടുന്നവയല്ല എന്നത് ഇവയുടെ ഉൽപ്പാദനവും ഉപയോഗവും നിർബാധം തുടരാൻ ഇന്നും കാരണമാവുന്നുണ്ട്.

രാസായുധങ്ങളുടെ പ്രയോഗരീതികൾ

രണ്ടുതരത്തിലാണ് രാസായുധങ്ങൾ പ്രയോഗിക്കപ്പെടുന്നത്. കേന്ദ്രീകൃതമായും (Point Attacks) രേഖീയമായും (Line Source Attacks). ബോംബുകൾ, മൈനുകൾ, ഗ്രനേഡുകൾ എന്നിവ ഉപയോഗിച്ച് നിശ്ചിത ഇടങ്ങളിൽ നടത്തുന്ന ആക്രമണമാണ് കേന്ദ്രീകൃത ആക്രമണം. ചിലപ്പോൾ, ഇതിനായി ബാലിസ്റ്റിക് മിസൈലുകൾ പോലും ഉപയോഗിച്ചെന്നുവരും. സാധാരണയായി സ്ഫോടകവസ്തുവിന് ചുറ്റിലുമായാണ് ബോംബുകളിൽ രാസായുധങ്ങൾ നിറയ്ക്കുന്നത്. സ്ഫോടകവസ്തു പൊട്ടുമ്പോൾ രാസായുധ പദാർഥങ്ങളും ചുറ്റിലായി ചിതറിത്തെറിക്കും.

ഡീഫോളിയേറ്റിങ് ഏജന്റ് വിതറുന്നു

പീരങ്കിയുണ്ടകളിലും ഈ രീതി ഉപയോഗിക്കാറുണ്ട്. എന്നാൽ, സ്ഫോടനത്തിന്റെ തീവ്രതയിൽ, രാസായുധപദാർഥങ്ങൾക്ക് കേടുസംഭവിക്കുക എന്നത് ഈ രീതിയുടെ ഒരു പരിമിതിയാണ്. വിമാനത്തിലോ ബോട്ടിലോ വാഹനത്തിലോ ഘടിപ്പിച്ചിട്ടുള്ള സ്പ്രേയറുകൾ (Spray Generators) വഴിയുള്ള ആക്രമണമാണ് 'ലൈൻസോഴ്സ്' എന്നറിയപ്പെടുന്നത്. കൂടുതൽ സ്ഥലം കുറഞ്ഞസമയംകൊണ്ട് കീഴ്പ്പെടുത്താൻ കഴിയുന്നു എന്നതാണ് ഇതിന്റെ ഗുണം. എന്നാൽ, ഇതിനായി വാഹനം അഥവാ വിമാനം വളരെ പതുക്കെ സഞ്ചരിക്കേണ്ടിവരുമെന്നതിനാൽ, ശത്രുക്കളുടെ തിരിച്ചടി നേരിടേണ്ടിവരുമെന്ന കാര്യം ഉറപ്പാണ്. ഇക്കാരണത്താൽ പലപ്പോഴും കേന്ദ്രീകൃത ആക്രമണരീതിയാണ് യുദ്ധരംഗങ്ങളിൽ ഉപയോഗിക്കുന്നത്. ശത്രുപക്ഷക്കാർ സുരക്ഷാകവചങ്ങൾ (Defensive Equipments) ഉപയോഗിക്കുന്നത് രാസായുധ ആക്രമണത്തിന്റെ ശേഷി കുറയ്ക്കുന്ന പ്രധാന ഘടകങ്ങളിലൊന്നായാണ്. കാറ്റിന്റെ ഗതിയിലുള്ള മാറ്റം, മഴത്തുള്ളികളുടെ സാന്നിധ്യം, പകൽ താപനിലയിലെ വർധന, ശൈത്യകാലാവസ്ഥയുടെ കാഠിന്യം എന്നിവയും രാസായുധങ്ങളുടെ ഫലപ്രാപ്തിയെ ബാധിക്കാറുണ്ട്. രാസവസ്തുക്കൾ ആവിയായി നഷ്ടപ്പെടുന്നതും ഉറഞ്ഞ് കട്ടയായിപ്പോവുന്നതും മഴയിൽ അലിഞ്ഞുപോവുന്നതും കാറ്റിൽ ലക്ഷ്യം തെറ്റുന്നതും ഇതിന് ഉദാഹരണങ്ങളാണ്.

രാസായുധങ്ങൾ ചരിത്രത്തിൽ

വിഷംപുരട്ടിയ അമ്പുകളിൽ തുടങ്ങുന്നതാണ് രാസായുധങ്ങളുടെ ചരിത്രം. ശിലായുഗത്തിന്റെ അവസാനഘട്ടങ്ങളിൽ ദക്ഷിണാഫ്രിക്കയിൽ ജീവിച്ചിരുന്ന നായാടികളായ മനുഷ്യർപോലും പ്രകൃതിയിൽനിന്നുള്ള വിഷങ്ങൾ അമ്പുകളിൽ ഉപയോഗിച്ചിരുന്നതായി കരുതുന്നു. അമ്പു കൊണ്ട മൃഗങ്ങൾ വിഷം ശരീരത്തിൽ വ്യാപിച്ച് തളർന്നുവീഴുന്നതുവരെ അവയെ പിന്തുടരുന്ന രീതിയായിരുന്നു 'സാൻ' (San) എന്നറിയപ്പെട്ടിരുന്ന ഈ സമൂഹങ്ങൾ തുടർന്നിരുന്നത്. ഗ്രീക്ക് പുരാണത്തിൽ ഹെർക്കുലിസ്, ഹൈഡ്ര എന്ന ഉഗ്രരൂപിണിയുടെ തലമുടിയിഴകളായിരുന്ന പാമ്പുകളിൽനിന്ന് തന്റെ അമ്പുകൾക്കായി വിഷം ശേഖരിച്ചതായി പറയുന്നുണ്ട്. ട്രോജൻയുദ്ധത്തിൽ ഇരുവിഭാഗക്കാരും വിഷംപുരട്ടിയ അമ്പെയ്ത്ത് നടത്തിയിരുന്നതായി ഹോമർ *ഇലിയഡി*ലും *ഒഡീസി*യിലും വിവരിക്കുന്നു. *മനുസ്മൃതി*യിൽ ഇത്തരത്തിലുള്ള അസ്ത്രപ്രയോഗം നിഷിദ്ധമായാണ് വിലയിരുത്തിയിട്ടുള്ളതെങ്കിലും വെള്ളത്തിലും മറ്റും വിഷം കലർത്തുന്നതിനെ വിലക്കുന്നില്ല. കൗടില്യന്റെ *അർഥശാസ്ത്ര*ത്തിൽ വിഷം അടിസ്ഥാനമാവുന്ന ആയുധങ്ങളെക്കുറിച്ച് വിപുലമായ വിശദീകരണമുണ്ട്. ആക്രമണത്തിനായി കിഴക്കോട്ടുതിരിച്ച അലക്സാണ്ടർക്ക് ഇന്നത്തെ പാകിസ്ഥാന്റെ ഭാഗമായിരുന്ന ദേശങ്ങളിൽവെച്ച് വിഷംപുരട്ടിയ അമ്പുകൾക്ക് വിധേയനാകേണ്ടിവന്നതായി ഗ്രീക്ക് ചരിത്രകാരന്മാർ രേഖപ്പെടുത്തുന്നു. യുദ്ധഭൂമിയിൽ വിഷപ്പുക ഉപയോഗിക്കുന്നത് സംബന്ധിച്ചുള്ള ഏറ്റവും പഴക്കം ചെന്ന വിവരണമുള്ളത് ചൈനീസ് രചനകളിലാണ്. ക്രിസ്തുവിനും ആയിരംവർഷം പഴക്കമുള്ള ചൈനീസ് രേഖകളിൽപോലും ഇതേക്കുറിച്ചുള്ള പരാമർശങ്ങളുണ്ട്. 1241-ലെ ലെഗ്നിക്കായുദ്ധ (Battle of Legnica) ത്തിൽ മംഗോൾസൈന്യം വിഷവാതകങ്ങൾ ഉപയോഗിച്ചതായി ചില ചരിത്രകാരന്മാർ സാക്ഷ്യപ്പെടുത്തുന്നു. ഹെൻറി മൂന്നാമന്റെ (Henry III) ഭരണകാലത്ത്, ഇംഗ്ലീഷ് നാവികസേന ഫ്രഞ്ച് കപ്പൽപ്പടയ്ക്കുനേരെ 'കാൽസ്യം ഓക്സൈഡ്' (Calcium Oxide) ഉപയോഗിച്ചതായി ഇംഗ്ലണ്ടിന്റെ ചരിത്രത്തിൽ കാണുന്നു.

ആധുനികലോകത്തിൽ രാസയുദ്ധത്തിന്റെ ആചാര്യന്മാരിലൊരാളായി അറിയപ്പെടുന്നത് ലിയോനാർഡോ ഡാവിഞ്ചിയാണ്. ആർസെനിക് അടങ്ങിയ പൊടി പടർത്തുന്നതിലൂടെ കപ്പൽപ്പടയെ എതിരിടാമെന്ന് പതിനഞ്ചാം നൂറ്റാണ്ടിൽനിന്നുള്ള അദ്ദേഹത്തിന്റെ രേഖപ്പെടുത്തലുകൾ പറയുന്നു. പതിനേഴാംനൂറ്റാണ്ടിലെ മിക്കവാറും ആക്രമണങ്ങളിൽ വിവിധ സ്രോതസുകളിൽനിന്നുള്ള വിഷപ്പുക പ്രയോഗിക്കപ്പെട്ടിരുന്നു. 1672-ലെ ഗ്രോനിൻജെൻ (Gron-ingen) നഗരത്തിനായുള്ള യുദ്ധത്തിൽ ബെല്ലഡോണ (Belldona) യിൽനിന്നുള്ള വിഷപ്പുക ഉപയോഗിച്ചതായി രേഖപ്പെടുത്തിയിട്ടുണ്ട്. ഇതേത്തുടർന്നാണ്, 1675 ഏപ്രിൽ 27-ലെ സ്ട്രാസ്ബെർഗ് ഉടമ്പടി (Stras-bourg Agreement) യിൽ ഫ്രഞ്ചുകാരും ജർമൻകാരും തമ്മിൽ യുദ്ധത്തിലെ വിഷപ്രയോഗം ഒഴിവാക്കുന്നതു സംബ

ലോഡ് പാമേഴ്സ്റ്റൺ

സ്ഥമായി ധാരണയിലെത്തിയത്. 1854-ൽ ലെയൊൺ പ്ലേഫെയർ (Lyon Playfair) എന്ന ഇംഗ്ലീഷ് രസതന്ത്രജ്ഞൻ, ശത്രുക്കൾക്കു നേരെ 'കാകോഡിൽ സയനൈഡ്' (Cacodyl Cyanide) എന്ന ഉഗ്രവിഷം പ്രയോഗിക്കാൻ ബ്രിട്ടീഷ് നാവികസേനയെ ഉപദേശിച്ചതായും സൈനിക നേതൃത്വത്തിന്റെ ശുപാർശയുണ്ടായിട്ടും പ്രധാനമന്ത്രിയായിരുന്ന ലോഡ് പാമേഴ്സ്റ്റൺ (Lord Palmerston) അത് നിരസിച്ചുവെന്നും ആധുനിക ചരിത്രം പറയുന്നു. അമേരിക്കൻ ആഭ്യന്തര യുദ്ധത്തിലും സമാനമായ നിർദേശങ്ങൾ നടപ്പിലാക്കപ്പെട്ടിട്ടില്ല എന്നാണ് ചരിത്രകാരന്മാർ രേഖപ്പെടുത്തുന്നത്. എങ്കിലും, ശ്വാസം മുട്ടിക്കുന്ന വാതകങ്ങൾ നിറച്ച പീരങ്കിയുണ്ടകൾ നിരോധിക്കാനുള്ള 1899-ലെ ഹേഗ് സമ്മേളന നിർദേശത്തിനെതിരെ വോട്ടുചെയ്ത ഒരേയൊരു രാജ്യം അമേരിക്കയായിരുന്നു. രാസായുധങ്ങൾ ഏറ്റവും വ്യാപകമായി ഉപയോഗിക്കപ്പെട്ട കാലങ്ങളായിരുന്നു ഒന്നും രണ്ടും ലോകമഹായുദ്ധങ്ങളും അതിനുശേഷമുള്ള ശീതയുദ്ധ (Cold War) ത്തിന്റെ ദശാബ്ദങ്ങളും. രണ്ടാംലോകമഹായുദ്ധത്തിനുശേഷമുള്ള രാസായുധങ്ങളുടെ ചരിത്രം മറ്റൊരധ്യായമായി ഉൾക്കൊള്ളിച്ചിട്ടുള്ളതിനാൽ ('ഗവേഷണം വിവിധരാജ്യങ്ങളിൽ') അക്കാര്യങ്ങളിൽ ഇവിടെ ആവർത്തിക്കുന്നില്ല. യുദ്ധകാലത്തെ രാസായുധപ്രയോഗങ്ങൾ മാത്രമാണ് ഇവിടെ വിവരിക്കുന്നത്.

മഹായുദ്ധങ്ങളിലെ രാസായുധങ്ങൾ

ഒന്നാംലോകമഹായുദ്ധത്തിൽ ഉപയോഗിക്കപ്പെട്ട രാസായുധങ്ങളുടെ മൊത്തം അളവ് ഏതാണ്ട് 1,24,000 ടൺ ആയാണ് കണക്കാക്കപ്പെടുന്നത്. ഇവയിൽ പലതും വ്യാവസായികപ്രാധാന്യമുള്ള രാസവസ്തുക്കളെന്ന നിലയിൽ 1900-ന്റെ തുടക്കത്തിൽ വികസിപ്പിക്കപ്പെട്ടവയായിരുന്നു. വ്യാവസായികമായി വൻതോതിൽ ഉൽപ്പാദിപ്പിക്കപ്പെട്ട രാസവസ്തുക്കളിൽനിന്നും ഏറ്റവും മാരകമായവയേയും യുദ്ധരംഗത്ത് ഉപയോഗിക്കാൻ യോഗ്യമായവയേയും തെരഞ്ഞെടുക്കുകവഴി ഇതിനായി പ്രയോജനപ്പെടുത്തുകയായിരുന്നു. ഈയർഥത്തിൽ, വ്യവസായവിപ്ലവത്തിന്റെ ഒരു

ഉപോൽപ്പന്നമായിരുന്നു ഒന്നാം ലോകമഹായുദ്ധത്തിലെ ആയുധപ്പുരകൾ എന്ന് കണക്കാക്കാം. സാങ്കേതികമായി അത്ര പരിഷ്കരിക്കപ്പെട്ടിട്ടില്ലാത്ത ആയുധങ്ങളായിരുന്നു ഒന്നാംലോകമഹായുദ്ധത്തിലെ രാസായുധങ്ങളിലധികവും. ഇക്കാരണത്താൽ ഇവ 'ഒന്നാംതലമുറ രാസായുധങ്ങൾ' (First Generation Chemical Weapons) എന്നാണ് അറിയപ്പെടുന്നത്. യുദ്ധവേളയിൽ, ആദ്യം ഇവ പ്രയോഗിച്ചത് ഫ്രഞ്ചുകാരായിരുന്നുവെങ്കിലും (കണ്ണീർവാതകം - Tear Gas) ഏറ്റവും ക്രൂരമായ തരത്തിൽ അവ പ്രയോഗിക്കുന്നതിലൂടെ കുപ്രസിദ്ധി നേടിയത് ജർമൻകാരായിരുന്നു. പോളണ്ടിലെ ബോളിമോവ് (Bollimow) നഗരത്തിൽ യുദ്ധംചെയ്തിരുന്ന റഷ്യക്കാർക്കുനേരെ 1915 ജനുവരിയിലാണ് ആദ്യത്തെ രാസാക്രമണമുണ്ടാവുന്നത്. സൈലൈൽ ബ്രോമൈഡാണ് (Xylyl Bromide) അവർക്കെതിരെ ജർമൻകാർ ഉപയോഗിച്ചത്. കണ്ണീർവാതകത്തിന്റെ ഗണത്തിൽപ്പെടുന്നതായിരുന്നുവെങ്കിലും ഇതിന്റെ ശാരീരിക പ്രതിപ്രവർത്തനങ്ങൾ ഭീകരമായിരുന്നു. പ്രത്യേകിച്ചും സുരക്ഷാകവചങ്ങളില്ലാതെയുള്ള പട്ടാളക്കാരിലേക്കുള്ള പ്രയോഗം. എന്നാൽ, ഏറ്റവും ശക്തമായ ആക്രമണമുണ്ടായത് വയ്പ്രസിലെ രണ്ടാംയുദ്ധ (Second Battle of Ypres) ത്തിലായിരുന്നു. സഖ്യകക്ഷിയുടെ സൈനികർക്കുനേരെ ക്ലോറിൻവാതകമാണ് ജർമൻകാർ പ്രയോഗിച്ചത്. 168 ടൺ ക്ലോറിൻ വാതകമാണ് വയ്പ്രസിലെ ഈ യുദ്ധത്തിൽ മാത്രമായി ജർമൻകാർ ഉപയോഗിച്ചത്. 1915 ഏപ്രിൽ മുതൽ മെയ്വരെയുള്ള സമയത്തിനിടയിൽ അഞ്ചുതവണ ജർമൻകാർ ഇതാവർത്തിച്ചു. സെപ്തംബർ 15-ലെ ലൂസി (Loos) ലെ ആക്രമണവേളയിൽ 150 ടൺ ക്ലോറിൻവാതകം ഉപയോഗിച്ചുകൊണ്ടാണ് ബ്രിട്ടീഷുകാർ തിരിച്ചടിച്ചത്. എന്നാൽ, വർഷാവസാനത്തിൽ വയ്പ്രസിൽ തന്നെ മറ്റൊരു രാസായുധവുമായി കടന്നെത്തുന്നതിലൂടെ ജർമൻകാർ കരുത്തു തെളിയിച്ചു. ഫോസ്ജീൻ (Phosgene) ആയിരുന്നു അത്. അടുത്തവർഷം ജൂണിൽ സോമ്മെ (Somme) യിൽ ഫോസ്ജീൻ ഉപയോഗിച്ചുകൊണ്ട് ബ്രിട്ടീഷുകാരും പകരംവീട്ടി. അപ്പോഴേക്കും ജർമൻകാർ കുറേക്കൂടി മാരകമായ 'ഡൈഫോസ്ജീൻ' (Diphosgene) മായി രംഗത്തെത്തിയിരുന്നു. ഫ്രഞ്ചുകാർ പുതിയതന്ത്രം മെനഞ്ഞു. വിവിധ രാസായുധപദാർഥങ്ങൾ മിശ്രണം ചെയ്തുപയോഗിക്കാനുള്ള പദ്ധതികൾക്ക് അവർ തുടക്കമിട്ടു. ഹൈഡ്രജൻ സയനൈഡ് (Hydrogen Cyanide), സയനോജൻ ക്ലോറൈഡ് (Cyanogen Chloride) തുടങ്ങിയ പുതിയ രാസായുധങ്ങൾ പരീക്ഷിച്ചതും അവരായിരുന്നു. 1917 ജൂലൈ 12-ന്, ചരിത്രത്തിലെ ഏറ്റവും കുപ്രസിദ്ധമായ രാസായുധവുമായി ജർമൻകാർ വീണ്ടും വയ്പ്രസിലെത്തി. ഒന്നാം ലോകമഹായുദ്ധത്തിനുശേഷമേ ഇതിന്റെ രാസഘടന എന്താണെന്ന് കൃത്യമായി മനസിലാക്കാൻ സഖ്യകക്ഷികൾക്ക് കഴിഞ്ഞുള്ളൂ. അമേരിക്കയിലെ മെരിലാൻഡിൽ 'എഡ്ജ്വുഡ് ആർസെനൽ' (Edgewood Arsenal) എന്ന പേരിൽ ഒരു രാസായുധഗവേഷണശാല സ്ഥാപിക്കപ്പെടുന്നത് ഇതേ തുടർന്നാണ്. രാസയുദ്ധത്തിന്റെ ഭീകരത

വെളിപ്പെടുത്തിയ ഒന്നാംലോകമഹായുദ്ധങ്ങളിലെ ആക്രമണങ്ങളിൽ ബുദ്ധികേന്ദ്രമായി പ്രവർത്തിച്ചത് ഫ്രാൻസിലെ ഫ്രാങ്കോയിസ് അഗസ്റ്റെ (Francois Auguste) യും ബ്രിട്ടണിലെ വില്യം ജാക്സൺ പോപ്പും (William Jackson Pope) ജർമനിയിലെ ഫ്രിറ്റ്സ് ഹേബറു (Fritz Haber) മായിരുന്നു.

ഫ്രിറ്റ്സ് ഹേബർ- രാസയുദ്ധത്തിന്റെ പിതാവ്

രാസയുദ്ധത്തിന്റെ പ്രാധാന്യവും അതുപോലെ ഭീകരതയും ലോകത്തെ ബോധ്യപ്പെടുത്തിയ ശാസ്ത്രജ്ഞനായിരുന്നു ഫ്രിറ്റ്സ്ഹേബർ (Fritz Haber). ആദ്യത്തെ ലക്ഷണയുക്തമായ രാസായുധമെന്ന നിലയിൽ, വയ്പ്രസിൽ ജർമൻ സൈന്യം ക്ലോറിൻവാതകം ഉപയോഗിക്കുന്നതിന്റെ സൂത്രധാരനായത് ഫ്രിറ്റ്സ്ഹേബറായിരുന്നു. ഇതിന്റെ പ്രയോഗം നേരിട്ട്കാണാൻ വയ്പ്രസിലെ യുദ്ധഭൂമിയിൽ ഹേബറും സന്നിഹിതനായിരുന്നു. രാസായുധങ്ങൾ സംബന്ധിച്ച പരീക്ഷണങ്ങൾക്ക് നേരെത്തേതന്നെ തന്റെ പരീക്ഷണശാലയിൽ അദ്ദേഹം തുടക്കം കുറിച്ചിരുന്നു. അതിനെ നിരന്തരം എതിർത്തിരുന്ന ഒരു വ്യക്തിയായിരുന്നു അദ്ദേഹത്തിന്റെ പ്രിയപത്നി. വയ്പ്രസിലെ ക്ലോറിൻപ്രയോഗത്തിന്റെ ദിവസംതന്നെ, ഈ ക്രൂരതകളിൽ മനം നൊന്ത് അവർ ആത്മഹത്യചെയ്തു. അതൊന്നും വകവെക്കാതെയാണ് ഹേബർ അന്ന് വയ്പ്രസിലെത്തിയത്. ബ്രിട്ടീഷുകാരുടെ അധീനതയിലായിരുന്ന ചിലിയിൽനിന്നും 'വെടിയുപ്പ്' കിട്ടാതെവന്ന ജർമൻകാർക്ക് അതിനുപകരം അമോണിയ നിർമിക്കുന്നതിലൂടെ നൈട്രേറ്റുകൾ നൽകിയത് ഹേബറായിരുന്നു. 'ഹേബർ പ്രവർത്തനം' (Haber Process) എന്നാണ് അമോണിയ നിർമാണം ഇന്നും അറിയപ്പെടുന്നത്. ജർമനിയുടെ രാസായുധ ഗവേഷണങ്ങളിലെ മുഖ്യ പങ്കാളിയായിരുന്നു ഹേബർ. എന്നാൽ, അദ്ദേഹം സൃഷ്ടിച്ച വിഷവസ്തുക്കൾ പിന്നീട് ഹിറ്റ്ലറുടെ നിർദേശപ്രകാരം അദ്ദേഹത്തിന്റെ തന്നെ ബന്ധുക്കൾക്കെതിരെ (ജൂതവംശജനായിരുന്നു ഹേബർ) പ്രയോഗിക്കപ്പെടുകയായിരുന്നു എന്നത് ചരിത്രത്തിലെ വിരോധാഭാസവുമാകാം.

ഫ്രിറ്റ്സ്ഹേബർ

ജർമനി അടിയറവു പറഞ്ഞതിനെത്തുടർന്ന്, വെർസെയിലെസ് സന്ധി (Treaty of Versailles) യിലൂടെ ഒന്നാംലോകമഹായുദ്ധത്തിന് അവസാനമായി. ഔദ്യോഗിക കണക്കുകളനുസരിച്ച് 85000 പേർ രാസായുധപ്രയോഗങ്ങളിൽപെട്ട് മരിച്ചതായി കരുതപ്പെടുന്നു. എന്നാൽ, ജീവച്ഛവങ്ങളായി ജീവിക്കേണ്ടിവന്നവരുടെ എണ്ണം അതിലുമേറെയാണ്- പത്തുലക്ഷത്തിലധികംപേർ (11,76,500). യുദ്ധത്തിൽ ഉപയോഗിക്കാതെവന്ന രാസായുധങ്ങളെല്ലാം ജർമനി വെർസെയിലെസ് സന്ധിയെത്തുടർന്ന് ബാൾട്ടിക് കടലിൽ (Baltic Sea) നിക്ഷേപിക്കുകയായിരുന്നു. ലോഹപ്പെട്ടികൾക്കുള്ളിൽ നിറച്ചിരിക്കുന്ന ഇവയിൽനിന്നും, സമുദ്രജലത്തിന്റെ ദ്രവീകരണസ്വഭാവം കാരണം രാസായുധ പദാർഥങ്ങൾ കടലിൽ കലരുകയും തീരത്തടിയുകയും ചെയ്യുന്നുണ്ട്. ഗുരുതരമായ പാരിസ്ഥിതിക പ്രത്യാഘാതങ്ങൾക്കും അപകടങ്ങൾക്കും ഇന്നും ഇത് വഴി തെളിക്കുന്നുണ്ട്. അതുപോലെതന്നെയാണ് മൈനുകളായി നിക്ഷേപിക്കപ്പെട്ട രാസായുധങ്ങളുടെ കാര്യം. ബെൽജിയവും ഫ്രാൻസുമാണ് ഇത്തരം ഭീഷണി നേരിടുന്ന പ്രധാന രാജ്യങ്ങൾ. സാധാരണ ജനങ്ങൾക്ക് പലപ്പോഴും ജീവഹാനിക്കുതന്നെ കാരണമാകുന്ന ഇവയെ നേരിടാനായി ഈ രാജ്യങ്ങൾ ഇന്ന് പ്രത്യേകപദ്ധതികൾ ആവിഷ്കരിച്ച് നടപ്പിലാക്കിവരുന്നുണ്ട്.

ഒന്നാംലോകമഹായുദ്ധത്തിലെ രാസായുധ ക്രൂരതകൾക്കുനേരെയുള്ള ആദ്യപ്രതികരണമായിരുന്നു ജനീവ ഉടമ്പടി (Ganeva Protocol). 1925-ൽ, നിലവിൽവരികയും പതിനാറു രാജ്യങ്ങൾ ഒപ്പുവയ്ക്കുകയും ചെയ്ത ഈ ഉടമ്പടി, യുദ്ധത്തിൽ രാസായുധങ്ങൾ ഉപയോഗിക്കുന്നതിനെ വിലക്കുന്നതായിരുന്നു. അമേരിക്ക ഇതിൽ ഒപ്പുവെക്കാൻ തയാറാവുകയുണ്ടായില്ല. (വളരെ വൈകി, 1975 ലാണ് അമേരിക്കൻ സെനറ്റ് ഇതിന് അനുമതി നൽകിയത്). എന്നാൽ, ഒന്നാം ലോകമഹായുദ്ധത്തിനും ജനീവാ കരാറിനുമിടയിലുള്ള കാലം 'ഫലപ്രദമായി' പ്രയോജനപ്പെടുത്തിയ രാജ്യം ബ്രിട്ടണായിരുന്നു. ഒട്ടോമാൻ സാമ്രാജ്യ (Otto-man Empire) ത്തിന്റെ പതനത്തെ തുടർന്ന് ബ്രിട്ടന്റെ കൊളോണിയൽ ഭരണത്തിനു കീഴിലായ മെസപ്പൊട്ടോമിയയിലെ അറബ്-കുർദ് വംശജർ സ്വാതന്ത്ര്യത്തിനായി പ്രക്ഷോഭം ആരംഭിച്ചിരുന്നു. ഈ വിപ്ലവങ്ങളെ എങ്ങനെയും അടിച്ചമർത്താൻ തീരുമാനിച്ച ബ്രിട്ടൺ, അന്നത്തെ സ്റ്റേറ്റ് സെക്രട്ടറിയായിരുന്ന വിൻസ്റ്റൻ ചർച്ചിലി (Winston Churchill) ന്റെ നിർദേശപ്രകാരം മെസപ്പൊട്ടോമിയൻ നഗരങ്ങൾക്കുനേരെ രാസായുധ പ്രയോഗം നടത്തിയിരുന്നു. യുദ്ധവിമാനങ്ങൾ ഉപയോഗിച്ചുള്ളതായിരുന്നു ആക്രമണം. 1920-ലായിരുന്നു ഇത്. 1921 മുതൽ 27 വരെ നീണ്ടുനിന്ന റിഫ്‌യുദ്ധ (Rif- War) ത്തിലും സ്പെയിനിന്റെയും ഫ്രാൻസിന്റെയും സേനകൾ സംയുക്തമായി മസ്റ്റാർഡ് ബോംബുകൾ പ്രയോഗിച്ചിരുന്നു. 1935ലെ എത്യോപ്യൻ അധിനിവേശകാലത്ത്, ഇറ്റാലിയൻ സൈന്യം വിമാനമാർഗത്തിലൂടെയും അല്ലാതെയും മസ്റ്റാർഡ് ആയുധം ഉപയോഗിക്കു

കയുണ്ടായി. പൊടിരൂപത്തിൽ മണ്ണിൽ വിതറുകകൂടി ചെയ്ത മസ്റ്റാർഡ് പ്രയോഗത്തിലൂടെ 1,50,000 പേർ മരിച്ചതായാണ് കണക്ക്. അതിനിടെ, സോവിയറ്റ്യൂണിയനുമായി ചേർന്നുകൊണ്ട് ജർമനി തങ്ങളുടെ രാസായുധ ഗവേഷണങ്ങൾ പുനരുജ്ജീവിപ്പിക്കാനുള്ള ശ്രമങ്ങൾക്ക് തുടക്കമിട്ടുകഴിഞ്ഞിരുന്നു. ഡോ. ഹ്യൂഗോ സ്റ്റോൾസെൻബെർഗ് (Dr. Hugo Stolzenberg) എന്ന രാസായുധവിദഗ്ധന്റെ മധ്യസ്ഥതയിൽ വോൾഗാതീരത്തെ ട്രോട്സ്കി (Trotsk) ൽ ഒരു രാസായുധ നിർമാണ പ്ലാന്റ് സ്ഥാപിക്കുന്നതിൽ ജർമൻകാർ വിജയിച്ചിരുന്നു. ഒന്നാംലോകമഹായുദ്ധത്തിൽ ജർമനിക്കുവേണ്ട രാസായുധങ്ങൾ നിർമിച്ചത് 'ഐജി ഫാർബെൻ' (IG Farben) എന്ന ഗവേഷണശാലയിലായിരുന്നു. ഇവിടെയുള്ള ജെർഹാർഡ് ഷ്റാഡെർ (Gerhard Schrader) എന്ന ശാസ്ത്രജ്ഞന്റെ നേതൃത്വത്തിലുള്ള സംഘം 1937-39 കാലയളവിൽതന്നെ ടാബുൻ (Tabun), സാറിൻ (Sarin) എന്നീ 'നെർവ് ഏജന്റുകൾ' നിർമിച്ചിരുന്നു. ഇവയുമായാണ്, ജർമനി രണ്ടാംലോകമഹായുദ്ധത്തിലേക്ക് കടക്കുന്നത്.

രണ്ടാംലോകമഹായുദ്ധത്തിന്റെ തുടക്കത്തിൽ പക്ഷേ, ആദ്യമായി രാസായുധങ്ങൾ ഉപയോഗിച്ചത് ജർമനിയായിരുന്നില്ല. യുദ്ധസങ്കേതങ്ങളിലും പ്രതിരോധത്തിലും പിന്നോക്കമായിരുന്ന ചൈനീസ് സേനയ്ക്കു നേരെ ജപ്പാൻ സൈന്യമാണ് അവ പ്രയോഗിച്ചത്. നിലവിലുള്ള എല്ലാ കരാറുകൾക്കും വിരുദ്ധമായ ഈ നടപടിക്കെതിരെ ചൈന 'ലീഗ് ഓഫ് നേഷൻസി' (ഐക്യരാഷ്ട്രസഭയുടെ പഴയ രൂപം- League of Nations) നെ സമീപിച്ചുവെങ്കിലും പ്രതികരണമൊന്നുമുണ്ടായില്ല. മസ്റ്റാർഡ് ആയുധവും പുതുതായി വികസിപ്പിച്ച 'ലെവിസൈറ്റ്' (Lewisite) എന്ന 'ബ്ലിസ്റ്റർ ഏജന്റും' ഉപയോഗിച്ചായിരുന്നു ജപ്പാന്റെ ആക്രമണം. ഇതോടൊപ്പം, തടവുകാരായി പിടിച്ച പട്ടാളക്കാരിൽ രാസായുധങ്ങൾ ഉപയോഗിച്ചുള്ള മനുഷ്യത്വരഹിതമായ പരീക്ഷണങ്ങൾക്കും ജപ്പാൻ തയാറാവുകയുണ്ടായി. ജപ്പാൻ സൈന്യത്തിന്റെ '516'-ഉം '731'-ഉം യൂണിറ്റുകളാണ് ഇതിനായി സജ്ജമാക്കപ്പെട്ടത്. വടക്കു-കിഴക്കേ ഏഷ്യയിലൂടെ ഓസ്ട്രേലിയ ലക്ഷ്യമാക്കി പടയോട്ടം തുടർന്ന ജപ്പാൻ രാസായുധങ്ങളുടെ വൻശേഖരവും ഒപ്പം കരുതിയിരുന്നു. ഇതിനെതിരെയുള്ള പ്രതിരോധമെന്ന നിലയിൽ ഓസ്ട്രേലിയ ബ്രിട്ടണിൽനിന്നും പത്തുലക്ഷത്തോളം വിവിധയിനം രാസായുധങ്ങൾ രഹസ്യമായി വാങ്ങുകയും സംഭരിക്കുകയും ചെയ്യുകയുണ്ടായി. 1942-മുതൽക്കായിരുന്നു ഇത്. 1944-ൽ, ജർമൻ ശാസ്ത്രജ്ഞർ 'സൊമാൻ' (Soman) എന്ന പേരിൽ പുതിയൊരുതരം നെർവ് ഏജന്റിനെ കണ്ടെത്തുകയും അതടക്കമുള്ള രാസായുധങ്ങൾ വൻതോതിൽ നിർമിക്കാനാരംഭിക്കുകയും ചെയ്തു. എന്നാൽ യുദ്ധരംഗത്ത് അവ ഒരിക്കലും ഉപയോഗിക്കപ്പെട്ടില്ല. ഇതിനുള്ള കാരണം വിചിത്രമായിരുന്നു. അമേരിക്കയുൾപ്പെടെയുള്ള സഖ്യകക്ഷികൾക്ക് ഇതിലും മികച്ച രാസായുധങ്ങൾ കൈവശമുണ്ടെന്നും അവർ അത് പ്രയോഗിച്ചേ

ക്കുമെന്നും ജർമൻകാർ ഭയപ്പെട്ടിരുന്നു. അത്തരം തിരിച്ചടി ഭയന്നായിരുന്നു അവർ 'രാസയുദ്ധം' തൽക്കാലം വേണ്ടെന്നുവച്ചത്.

"ലിറ്റിൽ പേൾഹാർബർ"

രണ്ടാംലോഹമഹായുദ്ധത്തിൽ, ആദ്യം നിഷ്പക്ഷത പാലിച്ചിരുന്ന അമേരിക്ക അതിൽ പങ്കുകൊള്ളാനിടയാക്കിയത് പേൾഹാർബർ (Pearl Harbor) ആക്രമണമായിരുന്നല്ലോ. രണ്ടായിരത്തിനാനൂറോളം അമേരിക്കക്കാർ കൊല്ലപ്പെടുകയും പതിനെട്ടോളം യുദ്ധക്കപ്പലുകൾ നശിപ്പിക്കപ്പെടുകയും ചെയ്ത ഈ സംഭവം നടന്നതിന്റെ തൊട്ടടുത്ത ദിവസമാണ്- 1941 ഡിസംബർ 7-ന് അമേരിക്ക യുദ്ധത്തിൽ കക്ഷിചേരുന്നതായി പ്രഖ്യാപിക്കുന്നത്. ജപ്പാനായിരുന്നു പേൾഹാർബർ ആക്രമണത്തിനു പിന്നിൽ. അതിനുശേഷം ഒരിക്കൽക്കൂടിയും അമേരിക്ക അത്തരമൊരു അപ്രതീക്ഷിത ആക്രമണത്തിന് വിധേയമായിരുന്നു. 1943 ഡിസംബർ 2-ന് ഇറ്റലിയുടെ തെക്കൻ തീരത്തുള്ള പോർട്ട് ബാരി (Port of Bari) യിൽ നങ്കൂരമിട്ടിരുന്ന അനവധി അമേരിക്കൻ യുദ്ധക്കപ്പലുകൾ ജർമനിയുടെ 'ജൂ-88' (Ju-88) യുദ്ധവിമാനങ്ങൾ തകർക്കുകയുണ്ടായി. സഖ്യകക്ഷിസേനകൾക്ക് മൊത്തമായി ഉപയോഗിക്കാനുള്ള വൻ രാസായുധ ശേഖരവുമായി വന്ന 'എസ് എസ് ജോൺഹാർവി' (SS John Harvey) എന്ന അമേരിക്കൻ പടക്കപ്പലും ഇക്കൂട്ടത്തിലുണ്ടായിരുന്നു. ഇതിൽനിന്നും പടർന്ന മസ്റ്റാർഡ് ആയുധത്തിൽനിന്നും ഏതാണ്ട് അറുനൂറോളം പട്ടാളക്കാരും സാധാരണജനങ്ങളും കൊല്ലപ്പെടുകയുണ്ടായി. മാത്രവുമല്ല, മൂന്നാഴ്ചയോളം തുറമുഖം അടയ്ക്കേണ്ടിവരികയും ചെയ്തു. അമേരിക്കയുടെ അഭിമാനത്തിനേറ്റ രണ്ടാം തിരിച്ചടി എന്ന നിലയ്ക്കാണ് ഇത് 'ലിറ്റിൽ പേൾഹാർബർ സംഭവം' എന്ന പേരിൽ അറിയപ്പെടുന്നത്.

1943-ലെ 'ലിറ്റിൽ പേൾഹാർബർ' മാതൃകയിൽ ജപ്പാനിൽ നിന്നും തിരിച്ചടി പ്രതീക്ഷിച്ച അമേരിക്ക രാസായുധങ്ങളുടെ വമ്പൻ ശേഖരം പസഫിക് തീരങ്ങളിലേക്ക് തുടർച്ചയായെത്തിക്കാനും ജപ്പാനെതിരെ കരയുദ്ധം നടത്താനും പരിപാടിയിട്ടു. ജർമനി നാമാവശേഷമായിട്ടും പിടിച്ചുനിന്നത് ജപ്പാൻ മാത്രമായിരുന്നു. എന്നാൽ, ഹാരി എസ് ട്രൂമാന്റെ (Harry S. Truman) നിർദേശപ്രകാരം ഹിരോഷിമയിലും നാഗസാക്കിയിലുമായി രണ്ട് ആറ്റംബോംബുകൾ അമേരിക്ക നിക്ഷേപിച്ചതോടെ

പേൾഹാർബർ

ജപ്പാനും ഉപാധിരഹിതമായ കീഴടങ്ങലിനൊരുങ്ങി. യുദ്ധം അവസാനിച്ചതിനുശേഷം ജർമനിയിൽനിന്നും കണ്ടെടുത്ത ആയുധശേഖരത്തിൽ നിന്നും അമേരിക്ക സ്വന്തമായി 'നെർവ് ഏജന്റുകൾ' വികസിപ്പിക്കുകയും അവയ്ക്കെതിരായുള്ള പ്രതിരോധ കവചങ്ങൾ നിർമിക്കുകയും ചെയ്തിരുന്നു. 1952-ൽ ബ്രിട്ടണിലെ പോർട്ട് ഡൗൺ (Port Down) സൈനികഗവേഷണ കേന്ദ്രം 'വി എക്സ്' (VX) എന്ന പേരിലുള്ള 'നെർവ് ഏജന്റുകൾ' നിർമിക്കുകയും 1958-ൽ പ്രാവർത്തികമാക്കിയ ഒരു ധാരണയിലൂടെ അവ അമേരിക്കയ്ക്ക് കൈമാറുകയും ചെയ്തു. ആണവവിദ്യ (Thermonuclear Technology) യുടെ കൈമാറ്റത്തിന് പകരമായിട്ടായിരുന്നു ഇത്. അമേരിക്കയിലെ ഗവേഷകർ 'വി എക്സി'ന്റെ മാതൃകയിൽ പുതിയൊരുതരം 'നെർവ് ഏജന്റു'കളുടെ പരമ്പരതന്നെ രൂപപ്പെടുത്തുകയുണ്ടായി. ഇതാണ് 'വി-സീരീസ്' (V-Series) എന്ന പേരിൽ അറിയപ്പെടുന്നത്. 1960 കളിലാണ് അമേരിക്കൻ ഗവേഷകർ കുപ്രസിദ്ധമായ 'സൈക്കോ ആക്ടീവ് ഏജന്റ്'കളുടെ നിർമാണത്തിലേക്ക് ശ്രദ്ധ പതിപ്പിക്കുന്നത്. 'ബി ഇസഡ്' എന്ന ചുരുക്കപ്പേരിലറിയുന്നതായിരുന്നു ഇവയിൽ പ്രധാനപ്പെട്ടത്. ഇതോടൊപ്പം ചെടികളുടെ വളർച്ചയെ നിയന്ത്രിക്കുന്ന രാസഘടകങ്ങളും അമേരിക്കൻ ഗവേഷകർ വികസിപ്പിക്കുകയുണ്ടായി. 'ഏജന്റ് ഓറഞ്ച്' (Agent Orange) എന്ന പേരിലറിയപ്പെടുന്ന

ഇത് അനുബന്ധ ചേരുവകളുമടക്കം ഏകദേശം 12 ദശലക്ഷം ഗ്യാലൻ വിഷവസ്തുക്കൾ വിയറ്റ്നാമിലെ കൃഷിപ്പാടങ്ങൾക്കും കർഷകർക്കുമെതിരെ അമേരിക്ക ഉപയോഗിക്കുകയുണ്ടായി. ഏതാണ്ട് നാലുദശലക്ഷം ഏക്കറിലെ കൃഷി നശിപ്പിക്കാനും 13,000 വളർത്തുമൃഗങ്ങൾ കൊല്ലപ്പെടാനും ഇത് കാരണമായി. മനുഷ്യരുടെ കാര്യത്തിൽ, മരിച്ചവരുടെ എണ്ണത്തെക്കാൾ ഗുരുതരമായ ജനിതകവൈകല്യങ്ങളായിരുന്നു ഫലം. അരദശലക്ഷത്തോളം മനുഷ്യർ ഈ ദുരന്തത്തിന് വിധേയരാവുകയുണ്ടായി

ഹിരോഷിമയിൽ അമേരിക്കയുടെ ആറ്റം ബോംബ് പരീക്ഷണം

ഇറാൻ- ഇറാക്ക് യുദ്ധം

മധ്യപൗരസ്ത്യദേശത്തെ രാസായുധവേദിയാക്കിയത് 1980-ൽ ആരംഭിച്ച ഇറാൻ-ഇറാക്ക് യുദ്ധമായിരുന്നു. സദ്ദാംഹുസൈന്റെ നേതൃത്വത്തിലുള്ള, ഇറാക്ക് ഭരണകൂടം നെതർലാൻഡിലും ജർമനിയിലും ഫ്രാൻസിലും അമേരിക്കയിലുമുള്ള രാസായുധ നിർമാണശാലകളിൽനിന്നും മസ്റ്റാർഡ് ഏജന്റ്, സാരിൻ, ടാബുൻ, വി എക്സ് നെർവ് ഏജന്റുകൾ എന്നിവ സംഭരിച്ചിരുന്നു. ഇവയിൽ ഏറ്റവുമധികം ഉപയോഗിക്കപ്പെട്ടത് മസ്റ്റാർഡ് ഏജന്റായിരുന്നു. ഏതാണ്ട് ഒരുലക്ഷത്തിലധികം ഇറാനിയൻ പട്ടാളക്കാർ മസ്റ്റാർഡ് ഏജന്റ് ഉപയോഗിച്ചുള്ള ആക്രമണങ്ങൾക്ക് വിധേയരാക്കപ്പെട്ടു. അതോടൊപ്പം, ഇറാൻ- ഇറാക്ക് അതിർത്തിയിലെ സാധാരണ ജനങ്ങളും. ഇരുപതിനായിരത്തോളം ഇറാനിയൻ സൈനികർ നെർവ് ഏജന്റ് ഉപയോഗിച്ചുള്ള ആക്രമണത്തിനും ഇരയാക്കപ്പെട്ടു. എൺപതിനായിരത്തോളംപേർ ഇതിന്റെ ദൂഷ്യഫലങ്ങൾക്കടിപ്പെട്ട് ആശുപത്രിയിലായി. ഇവരിൽ ആയിരത്തോളംപേർ മാത്രമേ ഭാഗികമായിട്ടെങ്കിലും ഇതിൽനിന്നും മുക്തരാക്കപ്പെട്ടുള്ളൂ. “ഇറാന്റെ ചാരന്മാർ” എന്ന് ആരോപിച്ചുകൊണ്ട് ഇറാക്കിലെ കുർദ് വംശജർക്കുനേരെയും രാസായുധങ്ങൾ പ്രയോഗിക്കപ്പെട്ടു. ഹലാബ്ജ (Halabja) എന്ന കുർദ് ഗ്രാമത്തിനെതിരായ ആക്രമണമാണ് ഇതിൽ ഏറ്റവും കുപ്രസി

ഇറാൻ-ഇറാക്ക് യുദ്ധം

ദ്ധമായത്. സാരിൻ, ടാബുൻ, വി എക്സ് നെർവ് ഏജന്റ് എന്നിവ ഉപയോഗിച്ചുള്ള ആക്രമണത്തിൽ ഏതാണ്ട് അൻപതിനായിരത്തോളംപേർ കൊല്ലപ്പെട്ടുവെന്നാണ് കണക്ക്. 1988 അവസാനത്തോടെ ഏകദേശം 1,80,000 കുർദുകൾ കൊല്ലപ്പെടുകയും വിവിധ ഗ്രാമങ്ങളിൽനിന്ന് അരദശലക്ഷത്തിലധികം കുർദ് വംശജർ നാടുകടത്തപ്പെടുകയും ചെയ്തു. രാസായുധങ്ങൾ ഉപയോഗിച്ചുള്ള ആക്രമണത്തിലൂടെയാണ് ഇത് നടപ്പിലാക്കിയത്. എന്നാൽ, 1991-ലെ ഗൾഫ് യുദ്ധത്തിൽ സഖ്യസേന (Coalition Forces) ക്കുനേരെ ഇറാക്ക് രാസായുധങ്ങളൊന്നും പ്രയോഗിക്കുകയുണ്ടായില്ല. അണുവായുധം ഉപയോഗിച്ചുള്ള പ്രത്യാക്രമണം ഭയന്നാവാം ഇറാക്ക് ഇതിനു മുതിരാതിരുന്നതെന്നാണ് നിരീക്ഷകർ കരുതുന്നത്.

"കെമിക്കൽ അലി"

ഇറാക്കിന്റെ സർവാധികാരിയായിരുന്ന സദ്ദാംഹുസൈന്റെ അനന്തരവനും ബാത്ത് പാർട്ടിയുടെ നിയന്ത്രണത്തിലായിരുന്ന ഇറാക്ക് രഹസ്യാന്വേഷണ വിഭാഗത്തിന്റെ തലവനും പട്ടാളമേധാവിയുമായിരുന്നു 'കെമിക്കൽ അലി' എന്ന അപരനാമധേയത്തിലറിയുന്ന അലിഹസൻ അബ്ദ് അൽ-മജിദ്

അൽ-തിക്രിതി (Ali Hassan, Abd Al Majid Al-Tikriti). ഇറാക്കിലെ കുർദ് വംശജരുടെ കുടിയൊഴിപ്പിക്കലിനും കൂട്ടക്കൊലയ്ക്കും കാരണമാവുന്ന തരത്തിൽ രാസായുധങ്ങൾ ഉപയോഗിച്ചതിൽനിന്നാണ് അൽഹസന് ഈ പേര് ലഭിക്കുന്നത്. സദ്ദാംഹുസൈന്റെ ഏറ്റവുമടുത്ത രാഷ്ട്രീയ ഉപദേശകരിലൊരാളായിരുന്ന അലിഹസൻ, ഇങ്ങനെയൊരു പേര് ലഭിച്ചതിൽ സ്വയം അഭിമാനിക്കുകയും അത് ആവർത്തിക്കുന്നതിൽ ആനന്ദം കണ്ടെത്തുകയും ചെയ്തിരുന്നയാളായിരുന്നു. മസ്റ്റാർഡ് ഏജന്റും, നെർവ് ഏജന്റുമടക്കമുള്ള രാസായുധങ്ങൾ ദയാരഹിതമായി ഉപയോഗിക്കുന്നതിലൂടെ ഏതാണ്ട് ഒരുലക്ഷത്തിലേറെ കുർദുകളെ വകവരുത്തുകയും അരദശലക്ഷത്തിലേറെപ്പേരെ നാടുകടത്തുകയും ചെയ്യപ്പെടാൻ അലിഹസന്റെ 'ഭരണ നൈപുണ്യം' കാരണമാവുകയുണ്ടായി. 2003-ആഗസ്റ്റ് 17-ന് അമേരിക്കൻസേനയുടെ പിടിയിലായ അലിഹസൻ 2010 ജനുവരി 25-ന് തൂക്കിലേറ്റപ്പെട്ടു.

രാസായുധങ്ങൾ ആധുനികലോകത്തിൽ

ആധുനികകാലഘട്ടത്തിലെ രാസായുധപ്രയോഗങ്ങൾ മുഖ്യമായും ഭീകരവാദവുമായി ബന്ധപ്പെട്ടവയാണ്. 2001 സെപ്തംബർ 11-ലെ ന്യൂയോർക്ക് ആക്രമണത്തിനുശേഷം തങ്ങൾ രാസായുധങ്ങളും ജൈവായുധങ്ങളും ഉപയോഗിച്ചുള്ള ആക്രമണത്തിന് തയാറെടുക്കുന്നതായി അൽക്വയിദ പ്രഖ്യാപിക്കുകയുണ്ടായി. അമേരിക്കൻ കേബിൾ ശൃംഖലയായ സി എൻ എൻ (C N N), അന്വേഷണത്തിലൂടെ കണ്ടെടുത്ത ഒരു കൂട്ടം അൽക്വയിദ ടേപ്പുകളിൽ, രാസായുധപ്രയോഗത്തിലൂടെ മൂന്ന് നായ്ക്കളെ കൊല്ലുന്ന ദൃശ്യം അടങ്ങിയിരുന്നു. 2001 ഒക്ടോബർ, നവംബർ മാസങ്ങളിലായി അമേരിക്കൻ പത്രമാധ്യമങ്ങളുടെ ഓഫീസുകളിൽ ലഭിച്ച "ആന്ത്രാക്സ് കത്തുകൾ" അൽക്വയിദയുടെ പ്രവചനം ശരിവയ്ക്കുന്നതുമായി. 2007-ന്റെ തുടക്കത്തിൽ, ക്ലോറിൻവാതകം നിറച്ച ബോംബുകൾ ഉപയോഗിച്ചുകൊണ്ട് ഇറാക്കിൽ അൽക്വയിദ നടത്തിയ ആക്രമണമാണ് ഇതിൽ ഒടുവിലത്തേത്. ഇതോടെ രാസായുധങ്ങളെ അടിസ്ഥാനമാക്കുന്ന ആക്രമണസങ്കേതങ്ങൾ പൂർണമായും ഭീകരസംഘടനകളുടെ കുത്തകയായി മാറുകയാണ്. ലോകരാജ്യങ്ങളിൽ മിക്കവയും ജൈവ-രാസായുധനിയന്ത്രണ ഉടമ്പടികളിൽ ഒപ്പുവയ്ക്കുകയും അവയുടെ പ്രവർത്തനങ്ങൾക്ക് നിയന്ത്രണമേർപ്പെടുത്തുകയും ചെയ്തുകഴിഞ്ഞ സാഹചര്യത്തിൽ, ഭീകരസംഘടനകളാണ് ഇത്തരം ഭീഷണികളിലൂടെ ലോകത്തെ മുൾമുനയിൽ നിർത്തുന്നത്. യുദ്ധമേഖലയിൽ ഉപയോഗി

ക്കുന്നതിനേക്കാൾ, ഭീകരവാദികൾ നടത്തുന്നതുപോലെയുള്ള ഒറ്റപ്പെട്ട ആക്രമണങ്ങൾക്ക് യോജിച്ചവയാണ് ജൈവ-രാസായുധങ്ങൾ എന്നത് ഈ ഭീഷണിയുടെ തീവ്രത വർധിപ്പിക്കുകയും ചെയ്യുന്നു. അതോടൊപ്പം, പ്രതിരോധപ്രവർത്തനങ്ങളുടെ ഭാഗമായും ചികിത്സാപരമായ ആവശ്യങ്ങൾക്കായും ജൈവ-രാസായുധഗവേഷണം ഉപേക്ഷിക്കപ്പെടാതിരിക്കാനും ഇവ കാരണമാവുന്നു. 'കറുത്ത ശാസ്ത്ര' (Black Science) ത്തിന്റെ ഈ സന്തതികൾ ഇനിയും ഈ ലോകം അടക്കിവാഴുമെന്ന സൂചനതന്നെയാണ് ഏറെ അസ്വസ്ഥതാജനകമാവുംവിധം ഇത് പകരുന്നത്.

2

ജൈവായുധങ്ങളുടെ വികാസം

വില്യംകോഹൻ

രണ്ടാംലോകമഹായുദ്ധത്തിന്റെ ഓർമകളും പേറി ഇന്നു ജീവിക്കുന്ന ഏതൊരു സൈനികനും ഏറ്റവും ഭീകരമായി കരുതുന്നത് വടക്കൻ കൊറിയയിലും വിയറ്റ്നാമിലും ജപ്പാനിലുമായി അമേരിക്ക വർഷിച്ച നാപ്പാം (Napalm) ബോംബുകളെയാണ്. അഗ്നിഗോളങ്ങൾ പോലെ വന്നു പതിച്ചിരുന്ന അവ കത്തുന്ന റബർപോലെ ഒട്ടിപ്പിടിക്കുന്നവയും ദീർഘനേരം ആളിക്കത്തുന്നവയുമായിരുന്നു. ഏറ്റവും മാരകമായ പൊള്ളലേൽപ്പിക്കുന്ന ഇവയുടെ പ്രത്യേകത അഗ്നിശമനമാർഗങ്ങൾക്ക് എളുപ്പത്തിൽ കീഴടങ്ങാത്തതായിരുന്നു. ഒരുവട്ടം ബോംബിട്ടുമടങ്ങുന്ന വൈമാനികർപോലും അവശേഷിക്കുന്ന ശത്രുപട്ടാളക്കാർ വെളുത്തകൊടി വീശി കീഴടങ്ങാൻ സന്നദ്ധരാകുന്ന ദയനീയമായ കാഴ്ചയ്ക്ക് സാക്ഷിയാകേണ്ടിവന്നിരുന്നു. ഇന്നും അമേരിക്കൻസേനയുടെ ഏറ്റവും മികച്ച ആയുധങ്ങളിലൊന്നായാണ് നാപ്പാംബോംബിന്റെ ആധുനികവകഭേദങ്ങൾ അറിയപ്പെടുന്നത്. അതുകൊണ്ടുതന്നെയാണ് 1997 നവംബർ 17ന് തന്റെ ഒരു കയ്യിൽ രണ്ടരകിലോഗ്രാമോളം വരുന്ന പഞ്ചസാരയുടെ ഒരു പായ്ക്കറ്റുമായി അമേരിക്കൻ പ്രതിരോധസെക്രട്ടറി വില്യംകോഹൻ (William Cohen), അമേരിക്കൻ ജനതയ്ക്ക് നൽകിയ മുന്നറിയിപ്പ് അധികമാരും കാര്യമായെടുക്കാത്തത്. ആ പായ്ക്കറ്റിൽ

കൊള്ളുന്ന അത്രയും ജൈവായുധം കൈവശമുണ്ടെങ്കിൽ, വാഷിങ്ടൺ നഗരം നാളെയുണ്ടാവില്ല എന്നാണ് അദ്ദേഹം പ്രസ്താവിച്ചത്. ജനങ്ങൾക്ക് പരിചയമില്ലാത്ത ഒരു അപായസാധ്യതയെ പരിചയപ്പെടുത്തുകയായിരുന്നു അദ്ദേഹം. യാഥാർഥ്യങ്ങളെ പർവതീകരിക്കുകയാണ് അദ്ദേഹമെന്നായിരുന്നു ഉടനെയുള്ള പ്രതികരണം. അതിന്റെ അപ്രായോഗികതയെക്കുറിച്ച് ചർച്ച ചെയ്യാനായിരുന്നു ശാസ്ത്രസമൂഹംപോലും തയാറായതും. എന്നാൽ, പത്തുദശലക്ഷം ആളുകളെ വകവരുത്താൻ ഒരു ഗ്രാം ബോട്ടുലിനം (Botulinum) വിഷം മതിയാവും എന്നത് ഏവരും അംഗീകരിക്കുന്ന സത്യമാണ്. അതായത് തത്തുല്യമായ രാസായുധഘടകത്തെക്കാൾ മൂന്ന് ദശലക്ഷം മടങ്ങ് അധികമായ നശീകരണശേഷി. എങ്കിലും രാജ്യങ്ങൾ തമ്മിലുള്ള ഇടപെടലുകളിൽ ജൈവയുദ്ധം ഒരു വിദൂരസാധ്യതയായി മാത്രമേ ഇന്നും വിലയിരുത്തപ്പെടുന്നുള്ളൂ. ജൈവായുധങ്ങളുടെ ചില തനതു സവിശേഷതകളാണ് ഇതിന് കാരണമാവുന്നത്.

ജൈവായുധങ്ങളുടെ നിർവചനം

രാസായുധങ്ങളെക്കാൾ മുമ്പായി നിയമംമൂലം നിരോധിക്കപ്പെട്ടവയാണ് ജൈവായുധങ്ങൾ (Biological Weapons). 1972-ലെ ജൈവായുധ ഉടമ്പടി (Biological Weapons Convention) യാണ് അന്തർദേശീയതലത്തിൽ ഇത് വിലക്കിയത്. സാമ്പത്തികസ്രോതസുകളെ മാത്രമല്ല സംസ്കാരങ്ങളെത്തന്നെ തുടച്ചുമാറ്റാൻ തക്കവണ്ണമുള്ള ജൈവായുധങ്ങളുടെ സംഹാരശേഷി മുന്നിൽകണ്ടുകൊണ്ടാണ് നൂറോളം രാജ്യങ്ങൾ ഇതിൽ ഒപ്പുവയ്ക്കാനും തയാറായത്. അതേസമയം, ഒരു ആക്രമണോപാധി (Offensive Weapon) യായി ജൈവായുധങ്ങളെ ഉപയോഗിക്കുന്നത് മാത്രമെ ഇതിലൂടെ നിരോധിക്കപ്പെടുന്നുള്ളൂ. വാക്സിൻ നിർമാണമടക്കമുള്ള പ്രതിരോധപ്രവർത്തനങ്ങൾക്കായി ജൈവായുധഘടകങ്ങൾ കൈവശം വയ്ക്കുന്നതിൽ ഉടമ്പടിയുടേതായ നിയന്ത്രണം ഇപ്പോഴുമില്ല. ജീവശാസ്ത്രത്തിൽ അടിസ്ഥാനജ്ഞാനമുള്ള ഏതൊരാൾക്കും ജൈവായുധഘടകങ്ങൾ നിഷ്പ്രയാസം നിർമിക്കാനാവും എന്നതാണ് ഇതിന്റെ മറ്റൊരു സവിശേഷത. എന്നാൽ, ഒരു ജനസമൂഹത്തിനെതിരെ പ്രയോഗിക്കപ്പെടാൻ തക്കവണ്ണം അതിനെ ആയുധരൂപത്തിൽ സജ്ജമാക്കുക ഇന്നും സൈനികേതരമായി അറിയപ്പെടാത്ത അതീവരഹസ്യമാണ്. അപൂർവം ചില ഭീകരസംഘടനകൾക്കൊഴികെ ഇത്തരം സങ്കേതങ്ങൾ പകർത്തുന്നതിൽ വിജയിക്കാനായിട്ടുമില്ല. ഇതെല്ലാം കണക്കിലെടുത്തുകൊണ്ട് ജൈവായുധ ഉടമ്പടിപ്രകാരം ജൈവായുധങ്ങൾ ഇങ്ങനെ നിർവചിക്കപ്പെടുന്ന "രോഗപ്രതിരോധ നടപടികളുടെയോ പ്രതിരോധ പ്രവർത്തനങ്ങളുടെയോ സമാധാന ലക്ഷ്യങ്ങളുടെയോ ഭാഗമല്ലാതെ ഏതൊരു മാർഗത്തിലൂടെയും നിർമിക്കപ്പെടുന്നതോ സംഭരിക്കപ്പെടുന്നതോ ആയ സൂക്ഷ്മാണുക്കളോ ജീവീയഘടകങ്ങളോ അവയിൽ

നിന്നുള്ള വിഷപദാർഥങ്ങളോ" ജൈവായുധങ്ങളായി കണക്കാക്കാവുന്നതാണ്. അമേരിക്കൻ സൈനിക രേഖകളിൽ വ്യത്യസ്തമായ മറ്റൊരു നിർ വചനമാണ് കാണപ്പെടുന്നത് - 'മനുഷ്യരുടെയോ മൃഗങ്ങളുടെയോ സസ്യങ്ങളുടെയോ രോഗബാധയ്ക്കോ നാശത്തിനോ കാരണമാവുന്നതോ മറ്റുതരത്തിലുള്ള നശീകരണങ്ങൾക്ക് ഹേതുവാകുന്നതോ

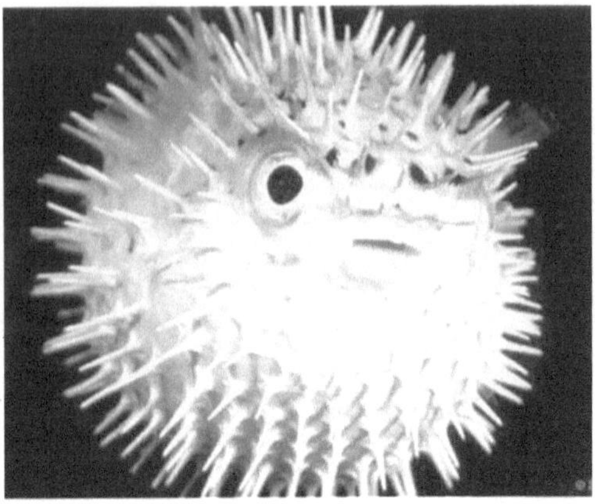

പഫർ ഫിഷ്

ആയ ജീവീയ ഘടകങ്ങളോ അവയിൽനിന്നുള്ള വിഷവസ്തുക്കളോ സൈനിക നടപടികളുടെ ഭാഗമായി ഉപയോഗിക്കപ്പെടുമ്പോൾ മാത്രമേ അവ ജൈവായുധങ്ങളായി മാറുന്നുള്ളൂ." സാങ്കേതികമായ ഇത്തരം നിഷ്കർഷകൾ മാറ്റിനിർത്തിയാൽ ജൈവായുധങ്ങൾ പ്രധാനമായും നാലുതരത്തിലാണുള്ളത്- ബാക്ടീരിയകൾ, വൈറസുകൾ, പൂപ്പലുകൾ (Fungus), ഇവയിൽനിന്നുള്ള വിഷപദാർഥങ്ങൾ (Toxins). അപൂർവമായി പാമ്പ്, തവള, ചിലയിനം മത്സ്യങ്ങൾ (Puffer Fish) എന്നിവയിൽനിന്നുള്ള വിഷങ്ങളും ജൈവായുധങ്ങളായി ഉപയോഗിക്കാറുണ്ട്. എങ്കിലും സൈനികമായ ഉപയോഗങ്ങളെക്കുറിച്ച് മാത്രമാണ് നമ്മൾ ഇവിടെ ചർച്ച ചെയ്യുന്നത് എന്നതിനാൽ ഇത്തരം വിഷങ്ങൾ അത്ര പ്രസക്തമല്ല.

ജൈവായുധങ്ങളുടെ വർഗീകരണം

വ്യത്യസ്ത മാനദണ്ഡങ്ങളുടെ അടിസ്ഥാനത്തിൽ, ജൈവായുധഘടകങ്ങളെ വേർതിരിക്കാവുന്നതാണ്. ഇതിലൊന്ന് അവ എന്തിനെതിരെ ഉപയോഗിക്കപ്പെടുന്നു എന്നതിനെ അടിസ്ഥാനമാക്കിയുള്ളതാണ്. മനുഷ്യർക്കെതിരെ ഉപയോഗിക്കപ്പെടുന്നവ "ആന്റിപേഴ്സണൽ ഏജന്റുകൾ" (Anti-personnel Agents) എന്ന വിഭാഗത്തിലാണുൾപ്പെടുന്നത്. മിക്കവാറും എല്ലാ വൈറസുകളും ബാക്ടീരിയകളും 'ആന്റിപേഴ്സണ'ലുകളായാണ് ഉപയോഗിക്കപ്പെടുന്നത്. കാർഷികവിളകൾക്കെതിരെ ഉപയോഗിക്കപ്പെടുന്നവയിൽ മിക്കവയും ഫംഗസുകളും ബാക്ടീരിയകളുമാണ്. ഇവ "ആന്റി-ക്രോപ്പ് ഏജന്റു"കൾ (Anti-Crop Agents) എന്ന പേരിലാണറിയപ്പെടുന്നത്. മൃഗങ്ങൾക്കെതിരെ ഉപയോഗിക്കപ്പെടുന്നവ "ആന്റി അനിമൽ ഏജന്റുകൾ" (Anti-Animal Agents) എന്ന പേരിലും. ഇവയിൽത്തന്നെ പെട്ടെന്ന് പടർന്നുപിടിക്കുന്നവയും സവിശേഷമാർഗങ്ങളി

ലൂടെ മാത്രം പടരുന്നവയുമാണ്. പെട്ടെന്ന് പടരുന്നവ 'ഇൻഫെക്ഷിയസ് ഏജന്റുകൾ' (Infectious Agents) എന്നാണറിയുന്നത്. മറ്റുള്ളവ 'നോൺ ഇൻഫെക്ഷിയസ്' (Non- Infectious) എന്ന പേരിലും. യുദ്ധമേഖലയിലെ പ്രയോഗത്തിൽ ഈ സ്വഭാവത്തിന് സവിശേഷ പ്രാധാന്യമുണ്ട്. പ്രയോഗശേഷമുള്ള പ്രതികരണത്തെ അടിസ്ഥാനമാക്കിയുള്ളതാണ് ഇനിയുള്ള വർഗീകരണം. മരണകാരണമാവുന്നവ 'ലീതൽ ഏജന്റുകൾ' (Lethal Agents) എന്ന വിഭാഗത്തിലാണുൾപ്പെടുന്നത്. താൽക്കാലികമായ നിശ്ചേഷ്ടാവസ്ഥയ്ക്കോ ചികിത്സാർഹമായ രോഗാവസ്ഥയ്ക്കോ കാരണമാവുന്നവയെ 'നോൺ ലീതൽ ഏജന്റുകൾ' (Non-Lethel Agents) എന്നും വേർതിരിച്ചിരിക്കുന്നു. മേൽപ്പറഞ്ഞ വിഭാഗങ്ങളിലേതായി ഏതാണ്ട് 1200-ഓളം വ്യത്യസ്ത ജൈവായുധഘടകങ്ങൾ ക്രോഡീകരിക്കപ്പെട്ടിട്ടുണ്ട്. അവയിൽ തെരഞ്ഞെടുത്തവമാത്രം പട്ടികരൂപത്തിൽ ചേർക്കുന്നു.

പ്രധാന ജൈവായുധഘടകങ്ങൾ		
ഇനം	**രോഗം**	**രോഗാണു**
ബാക്ടീരിയ	ആന്ത്രാക്സ് (Anthrax)	ബാസിലസ് ആന്ത്രാസിസ് (*Bacillus anthracis*)
	ബ്രൂസെല്ലോസിസ്	ബ്രൂസെല്ലാ അബോർട്ടസ് (*Brucella abortus*)
		ബ്രൂസെല്ലാ മെലിറ്റെൻസിസ് (*Brucella melitensis*)
		ബ്രൂസെല്ലാ സൂയിസ് (*Brucella suis*)
	കോളറ (Cholera)	വിബ്രിയോ കോളറെ (*Vibrio Cholerae*)
	ഡിഫ്തീരിയ (Diphtheria)	കോറിനെബാക്ടീരിയം ഡിഫ്തീരിയെ (*Corynebacterium diphtheriae*)
	ഡിസെൻട്രി (Dysentry)	ഷിഗെല്ലാ ഡിസെൻട്രിയെ (*Shigella dysenteriac*)
		ഇകോളൈ (E. coli)
	ഗ്ലാൻഡേഴ്സ് (Glanders)	ബർക്കോൽഡേറിയ മാല്ലൈ (*Burkholderia, mallei*)
	ലിസ്റ്റേറിയോസിസ് (Listeriosis)	ലിസ്റ്റേറിയ മോണോസൈറ്റോജെൻസ് (*Listeria monocytogenes*)
	മെലിയോയിഡോസിസ് (Melioidosis)	ബർക്കോൽഡേറിയ സ്യൂഡോമാല്ലൈ (*Burkholderia psedomallei*)
	പ്ലേഗ് (Plague)	യെർസിനിയ പെസ്റ്റിസ് (*Yersinia pestis*)

	ടുലാറേമിയ (Tularemia)	ഫ്രാൻസിസെല്ലാ ടുലാറെൻസിസ് (*Francisella tularensis*)
	സിറ്റാകോസിസ് (Psittacosis)	ക്ലാമിഡോഫിലാ സിറ്റാസി (*Chlamydophila psittaci*)
	ക്യൂ ഫീവർ (Q Fever)	കോക്സിയെല്ലാ ബുർനേറ്റി (*Coxiella burnetii*)
	റോക്കി മൗണ്ടൻ ഫീവർ (Rocky Mountain fever)	റിക്കെറ്റിസിയാ റിക്കറ്റ്സി (*Rickettsia rickettssi*)
	ടൈഫസ് (Typhus)	റിക്കറ്റ്സിയാ പ്രോവ്സാക്കി (*Rickettsia prowazekii*) റിക്കറ്റ്സിയാ ടൈഫി (*Rickettsia typhi*)
വൈറസ്	ഇക്വൈൻ എൻസെഫ-ലൈറ്റിസ് (Equine Encephalitis)	ഇക്വൈൻ എൻസെഫലൈറ്റിസ് വൈറസ്
	ഈസ്റ്റേൺ ഇക്വൈൻ എൻസെഫലൈറ്റിസ്	ഈസ്റ്റേൺ ഇക്വൈൻ എൻസെഫലൈറ്റിസ് വൈറസ്
	വെനിസുലെൻ ഇക്വൈൻ എൻസെഫലൈറ്റിസ് (Venizuelan Equine Encephalitis)	വെനിസുലെൻ ഇക്വൈൻ എൻസെഫലൈറ്റിസ്
വെസ്റ്റേൺ	വെസ്റ്റേൺ ഇക്വൈൻ എൻസെഫലൈറ്റിസ് (Western Equine Encephalitis)	ഇക്വൈൻ എൻസെഫലൈറ്റിസ്
	ജപ്പാനീസ് എ എൻസെഫലൈറ്റിസ് (Japanese B Encephalitis)	ജപ്പാനീസ് എൻസെഫലൈറ്റിസ് വൈറസ്
	റിഫ്റ്റ് വാലി ഫീവർ (Rift Valley Fever)	റിഫ്റ്റ് വാലി ഫീവർ വൈറസ്
	സ്മാൾപോക്സ് (Small pox)	വരിയോള വൈറസ് (Variola virus)
	യെലോ ഫീവർ (Yellow Fever)	യെലോ ഫീവർ വൈറസ് (Yellow Fever Virus)
ഫംഗസ്	കോക്സിഡിയോ മൈകോസിസ് (Coccidiomycosis)	കോക്സിഡിയോയ്ഡസ് ഇമിറ്റിസ് (Coccidioides immitis)
വിഷ	ബോട്ടുലിനം	*ക്ലോസ്ട്രിഡിയം ബോട്ടുലിനം*

വസ്തുക്കൾ (Toxins)	(Botulinum) റിസിൻ (Ricin) സാക്സിടോക്സിൻ (Saxitoxin) ടെട്രഡോടോക്സിൻ (Tetrodotoxin) ട്രൈക്കോതെസീൻ (Trichothecene)	(Clostridium botulinum) *റിസിനസ് കമ്യൂണിസ്* (*Ricinus communis*) ഡിനോഫ്ലജെല്ലേറ്റുകൾ (Dinoflagellates) വിബ്രിയോ അൾജിനോലിറ്റിക്കസ് (*Vibrio alginolyticus*) സ്യൂഡോആൾട്ടെറോമോണസ് ടെട്രാ ഓഡോണിസ് (Psedoalteromonas tetraodonis) ഫ്യൂസേറിയം (Fusarium) ട്രൈക്കോഡെർമ (Trichoderma) സ്റ്റാക്കിബോട്രിസ്(Stachybotrys)
രോഗവാഹകർ (Vectors)	ഈഡിസ് കൊതുക് (Aedes aegypti) എലിച്ചെള്ള് (Xenopsylla cheopsis)	മലേറിയ (Malaria), ഡെങ്കിപ്പനി (Dengue Fever), യെലോ ഫീവർ (Yellow Fever) പ്ലേഗ് (Plague), മ്യൂറിൻ ടൈഫസ് (Murine Typhus)

ജൈവായുധങ്ങളുടെ സവിശേഷതകൾ

പരമ്പരാഗത മാതൃകയിലുള്ള ആയുധങ്ങളെയും ജൈവായുധങ്ങളെയും അപേക്ഷിച്ച് പല സവിശേഷതകളുമുള്ളതാണ് ജൈവായുധങ്ങൾ. ഒന്നാമതായി, പരീക്ഷണശാലയിൽ നന്നായി വളരുകയും ആക്രമണസ്വഭാവം പ്രകടിപ്പിക്കുകയും ചെയ്യുന്ന ഒരു രോഗാണു, ജൈവായുധം എന്ന നിലയിൽ പുതിയൊരു പരിതഃസ്ഥിതിയിലെത്തുമ്പോൾ പ്രവർത്തനക്ഷമമാകണമെന്നില്ല. അതുപോലെ, ബോംബുകളിലൂടെ പ്രയോഗിക്കപ്പെടുന്ന ജൈവായുധഘടകങ്ങൾ, സ്ഫോടകവസ്തുവിന്റെ പ്രഭാവത്താൽ നശിച്ചുപോയെന്നുംവരാം. ഇക്കാരണങ്ങളാൽ തുടർച്ചയായ പരീക്ഷണങ്ങൾക്കും അവയുടെ അടിസ്ഥാനത്തിലുള്ള പരിഷ്കരണങ്ങൾക്കും ശേഷംമാത്രമേ ഒരു ജൈവായുധം യുദ്ധരംഗത്തേക്ക് യോജിച്ചതാവുകയുള്ളൂ. അതുപോലെ മറ്റൊന്നാണ് രോഗാണുവിന്റെ പ്രവർത്തനത്താൽ രോഗാവസ്ഥ സംജാതമാകാനെടുക്കുന്ന സമയപരിധി. 'ഇൻകുബേഷൻ പീരീഡ്' (*Incubation Period*) എന്നാണ് ഇതറിയപ്പെടുന്നത്. പലപ്പോഴും ഇതിന് തന്ത്രപരമായ പ്രാധാന്യമുണ്ട്. എങ്കിലും ഏറ്റവും കുറഞ്ഞ സമയത്തിനുള്ളിൽ രോഗം പടർത്തുന്ന രോഗകാരികളാണ് സാധാരണയായി ജൈവായുധങ്ങളായി തെരഞ്ഞെടുക്കപ്പെടുന്നത്. അതോടൊപ്പം 'ഇൻക്യുബേഷൻ പീരീഡ്' എത്രയായിരിക്കും എന്നതിനെക്കുറിച്ച് വ്യക്തമായ ധാരണയുമുണ്ടാവണം. മറ്റൊരു പ്രധാന സംഗതി,

സ്വന്തം ജനങ്ങളുടെയും പട്ടാളക്കാരുടെയും സുരക്ഷയാണ്. ഇവരെല്ലാം തന്നെ, പ്രയോഗിക്കപ്പെടുന്ന രോഗാണുക്കൾക്കെതിരെ വാക്സിൻ പ്രയോഗത്തിലൂടെയും മറ്റും പ്രതിരോധശേഷി നേടിയിരിക്കണം. കാറ്റിന്റെ സ്വാധീനത്താൽ ചിലപ്പോൾ രോഗാണുക്കൾ പ്രയോഗിക്കപ്പെട്ട ലക്ഷ്യത്തിൽനിന്നും വ്യതിചലിക്കാൻ സാധ്യതയുണ്ട്. ഇതും കണക്കിലെടുക്കേണ്ടിവരും. ഏറ്റവും കുറഞ്ഞ ചെലവിൽ ഉൽപ്പാദിപ്പിക്കാൻ സാധിക്കുക, സുരക്ഷിതമായ തരത്തിൽ ഒരിടത്തുനിന്നും മറ്റൊരിടത്തേക്ക് കൊണ്ടുപോകുവാൻ കഴിയുക, ഇത്തരം യാത്രകളിലും സംഭരണസമയങ്ങളിലും ആക്രമണശേഷി നിലനിർത്തുക എന്നിവയും ജൈവായുധങ്ങൾക്ക് അവശ്യം വേണ്ട സവിശേഷതകളാണ്. എളുപ്പത്തിൽ കണ്ടുപിടിക്കപ്പെടാൻ കഴിയാതിരിക്കുക എന്നതും ഒരു മികച്ച ജൈവായുധത്തിന് ഉണ്ടായിരിക്കേണ്ട പ്രധാന ഗുണങ്ങളിലൊന്നാണ്. ഇന്ന് നിലവിലുള്ള മിക്കവാറും ജൈവായുധങ്ങൾ ഇക്കാര്യത്തിൽ മുൻപന്തിയിലാണെന്ന കാര്യം ശ്രദ്ധേയമാണ്. അതേസമയം രാസായുധഘടകങ്ങളുടെ സാന്നിധ്യം സെക്കന്റുകൾക്കകം തിരിച്ചറിയാനുള്ള സാങ്കേതിക സംവിധാനങ്ങൾ ഇന്ന് നിലവിലുണ്ട്. രാസായുധങ്ങളും ജൈവായുധങ്ങളും തമ്മിലുള്ള വ്യത്യാസങ്ങൾ താഴെക്കാണുന്നതരത്തിൽ സംഗ്രഹിക്കാവുന്നതാണ്.

	രാസായുധങ്ങൾ	ജൈവായുധങ്ങൾ
1	പ്രധാനമായും രാസവസ്തുക്കളെ ഉപയോഗിക്കുന്നു	പ്രധാനമായും സൂക്ഷ്മാണുക്കളെയോ അവയിൽ നിന്നുള്ള ഉൽപ്പന്നങ്ങളെയോ ഉപയോഗിക്കുന്നു
2	ബോംബുകൾ, മൈനുകൾ, ഷെല്ലുകൾഎന്നിവയുപയോഗിച്ച് പ്രയോഗക്ഷമമാകുന്നു	വായുവിലോ ജലത്തിലോ ഭക്ഷണത്തിലോ കലർത്തുന്നതിലൂടെ പ്രയോഗക്ഷമമാകുന്നു
3	പ്രയോഗസ്ഥാനത്തുനിന്നും കൂടുതൽ ഇടങ്ങളിലേക്ക് പകരുവാൻ കഴിയുന്നില്ല	രോഗാണുക്കൾ സ്വയം പ്രവർധനം നടത്തുന്നതിലൂടെ, പ്രയോഗസ്ഥാനത്തുനിന്നും അകലങ്ങളിലേക്ക് പടരുന്നു
4	പ്രയോഗക്ഷമവും പ്രവർത്തനവും തമ്മിൽ ഇൻകുബേഷൻ പീരീഡ് എന്ന ഇടവേളയില്ല	കൃത്യമായ 'ഇൻകുബേഷൻ സമയം' തന്ത്രപരമായ ആസൂത്രണങ്ങൾക്ക് അവസരം നൽകുന്നു.
5	വാക്സിനേഷൻ മൂലമുള്ള പ്രതിരോധം അസാധ്യമാകുന്നു സംരക്ഷിക്കുന്നു	വാക്സിനേഷൻ മൂലം സ്വന്തം ജനതയെയും സൈന്യത്തെയും
6	എളുപ്പത്തിൽ കണ്ടെത്തപ്പെടുന്ന കാരണം പ്രയോഗക്ഷമത കുറയാനിടയാവുന്നു	വളരെ വൈകിമാത്രം കണ്ടെത്താനാവുന്നു

7	കൃത്രിമമാർഗങ്ങളിലൂടെ മാത്രം പ്രയോഗിക്കാനാവുന്നു	രോഗവാഹകരായ ജീവികളെ ഉപയോഗിച്ചുള്ള പ്രയോഗം സാധ്യമാവുന്നു
8	നിശ്ചിതമായ ലക്ഷ്യങ്ങൾക്കു നേരെയുള്ള ആക്രമണം അസാധ്യമാവുന്നു	മനുഷ്യർ, ജന്തുക്കൾ, സസ്യങ്ങൾ എന്നിവക്കെതിരെ പ്രത്യേകവും നിശ്ചിതവുമായ ആക്രമണ സംവിധാനങ്ങൾ രൂപപ്പെടുത്താൻ ആവുന്നു (മറ്റൊന്നിന് ദോഷകര മല്ലാത്ത തരത്തിൽ)
9	പ്രധാനമായും 1997-ലെ രാസായുധ ഉടമ്പടി പ്രകാരം (Chemical Weapons Convention) നിയന്ത്രിക്കപ്പെടുന്നു	പ്രധാനമായും 1975 ലെ ജൈവ-രാസായുധ ഉടമ്പടി (Biological and Toxin Weapons Convention) പ്രകാരം നിയന്ത്രിക്കപ്പെടുന്നു
10	രാസായുധഘടകങ്ങൾ കൈവശം സൂക്ഷിക്കുന്നതും സംഭരിക്കു ന്നതും ഉടമ്പടി പ്രകാരം നിരോധിക്കപ്പെട്ടിരിക്കുന്നു	രോഗപ്രതിരോധ പ്രവർത്തനങ്ങളു ടെ ഭാഗമായി ജൈവായുധ ഘടക ങ്ങളായ രോഗാണുക്കൾപോലും സംഭരിക്കപ്പെടുന്നതിന് നിയന്ത്രണമില്ല

ജൈവായുധങ്ങളുടെ പ്രയോഗം

1991-ലെ ഗൾഫ് യുദ്ധത്തിൽ, ഇറാക്ക് ഇറ്റലിയിൽനിന്നും വാങ്ങിയ കാർഷിക സ്പ്രേയറുകൾ (Agricultural Sprayers) ജൈവായുധ പ്രയോഗത്തിനായി ഉപയോഗിച്ചുവെന്ന് റിപ്പോർട്ടുകളുണ്ടായിരുന്നു. ഇതിന് സ്ഥിരീകരണമൊന്നുമില്ലെങ്കിലും കൊതുകുനശീകരണത്തിനായി ഉപയോഗിക്കുന്നതരത്തിലുള്ളതും കൊണ്ടുനടക്കാവുന്നതുമായ ചെറിയ സ്പ്രേയറുകൾ ഉപയോഗിച്ച് രോഗാണുക്കളെ 'സ്പ്രേ' ചെയ്യുന്ന രീതി ഒളിപ്പോരുകളിൽ മുമ്പേ പ്രചാരത്തിലുള്ളതാണ്. കാറ്റിന്റെ ഗതിയനുസ രിച്ചാണ് ഇവ പ്രയോഗിക്കപ്പെടുന്നത്. ഇതിന്റെ തന്നെ വിപുലമായ രൂപ മാണ് താഴ്ന്നുപറക്കുന്ന ഒരു വിമാനം ഉപയോഗിച്ചുള്ള സ്പ്രേയിങ് രീതി. പൈലറ്റില്ലാത്ത വിമാനങ്ങൾ (Unmanned Aerial Vehicles) ഉപയോഗിച്ച് നിഷ്പ്രയാസം ഇതു സാധിക്കാവുന്നതാണ്. വിമാനത്തിന്റെ ചിറകുകൾക്ക ടിയിൽ ഘടിപ്പിക്കുന്ന ഒരു "സ്പ്രേ ജെനറേറ്റർ" (Spray Generator) ഉപ യോഗിച്ചാണ് ഇത് സാധിക്കുന്നത്. ഒരു കിലോമീറ്റർ ചതുരശ്ര വിസ്തൃ തിയുള്ള ഇടത്തിൽപ്പോലും രണ്ടുമുതൽ എട്ടുകിലോഗ്രാംവരെ ജൈവാ യുധഘടകങ്ങൾ പടർത്താൻ ഇതിനുകഴിയും. രോഗാണുക്കളുടെ കാര്യ ത്തിലാണിത്. വിഷപദാർഥ (Toxins) ങ്ങളാണ് സ്പ്രേ ചെയ്യപ്പെടുന്നതെ ങ്കിൽ ഇത് ഒരു ചതുരശ്രകിലോമീറ്ററിന് നൂറുകിലോഗ്രാം എന്ന കണ ക്കിൽ ഉയർത്താനുമാവും. സ്ഫോടകവസ്തുക്കൾ ഉപയോഗിച്ചുള്ള പടർത്തൽരീതികൾ സാധാരണയായി ജൈവായുധങ്ങൾക്കായി ഉപയോ ഗപ്പെടുത്താറില്ല. രോഗാണുക്കൾ ചത്തുപോവുന്നതിനാലാണിത്. രോഗകാ

രികളായ ജീവികളെ ഒരു ദ്രാവക മാധ്യമത്തിലേക്ക് കടത്തി, അത് 'സ്പ്രേ' ചെയ്യുന്നതാണ് പൊതുവേയുള്ള രീതി. കൃത്രിമമായ വായുപ്രവാഹം സൃഷ്ടിച്ച്, അതിലൂടെ രോഗാണുക്കളടങ്ങിയ നേർത്ത പൊടി കടത്തിവിടുന്ന രീതിയും അനുവർത്തിക്കപ്പെടുന്നുണ്ട്. അമേരിക്കൻ സേന പൊതുവായി ഇത്തരം പടർത്തൽ മാർഗമാണ് സ്വീകരിച്ചു കാണപ്പെടുന്നത്. ജൈവായുധഘടകങ്ങളുടെ വലുപ്പവും ശ്രദ്ധിക്കേണ്ട സംഗതിയാണ്. ഇവയുടെ വലുപ്പം ഒരു മൈക്രോണിൽ (1 Micron = ഒരു മില്ലീമീറ്ററിന്റെ ആയിരത്തിൽ ഒരംശം) താഴെയാണെങ്കിൽ ശ്വാസകോശത്തിൽ അവ തങ്ങിനിൽക്കുകയില്ല. അഞ്ച് മൈക്രോണിൽ കൂടുതലായാൽ അവ അന്തരീക്ഷത്തിൽ തങ്ങിനിൽക്കാതെ താഴേക്കടിയുകയും ചെയ്യും. ഇക്കാരണത്താൽ ഒരു മൈക്രോണിനും അഞ്ചു മൈക്രോണിനും ഇടയ്ക്ക് വലുപ്പമുള്ള ജൈവായുധഘടകങ്ങളെയാണ് വിക്ഷേപണത്തിനായി തയാറാക്കുന്നത്. ഇത്തരം സാങ്കേതികപരിമിതികളാണ് ജൈവായുധങ്ങളുടെ പ്രയോഗം ഇപ്പോഴും സൈനികമേഖലയിൽ ഒതുങ്ങി നിൽക്കാനിടയാക്കുന്നത്.

ഹെല്ലേബോർ എന്ന വിഷസസ്യം

ചരിത്രത്തിലെ ജൈവായുധങ്ങൾ

ക്രിസ്തുവിനും അനേകായിരം വർഷം മുമ്പുള്ള ലിഖിതരേഖകളിൽപ്പോലും ജൈവയുദ്ധത്തെക്കുറിച്ച് പരാമർശമുള്ളത് ആരെയും അതിശയിപ്പിക്കുന്നതാണ്. 1500-1200 ബി സി കാലഘട്ടത്തിലെ ഹിറ്റൈറ്റ് (Hittite) രേഖകളിൽ ജൈവായുധങ്ങളെപ്പറ്റി പ്രതിപാദിക്കുന്നുണ്ട്. വിഷം പുരട്ടിയ അമ്പുകൾ ഉപയോഗിച്ചുള്ള യുദ്ധം *ഇലിയഡി*ലും *ഒഡീസി*യിലും ഹോമർ വിവരിക്കുന്നു. ഒന്നാം വിശുദ്ധയുദ്ധ (First Sacred War) കാലത്ത്, ഗ്രീക്കുകാർ പിടിച്ചെടുക്കപ്പെട്ട കിർഹാ (Kirrha) നഗരത്തിലെ ജലസ്രോതസുകൾ 'ഹെല്ലേബോർ' (Hellebore) എന്ന വിഷസസ്യത്തെ ഉപയോഗിച്ച് മലിനപ്പെടുത്തിയതായി കാണാം. ബി സി നാലാം നൂറ്റാണ്ടിലെ സൈത്തിയൻ (Scythian) പോരാളികൾ അമ്പിന്റെ അറ്റത്തിൽ മൃഗങ്ങളുടെ വിസർജ്യം പുരട്ടി ഉപയോഗിച്ചിരുന്നു. മുറിവുകൾ പെട്ടെന്ന് പഴുക്കാനും വേഗത്തിൽ ഉണങ്ങാതിരിക്കാനുമാണ് ഇങ്ങനെ ചെയ്തിരുന്നത്. പാമ്പ്, തവള മുതലായവയുടെ വിഷം അമ്പുകളിൽ പുരട്ടുന്ന രീതിക്കും നൂറ്റാണ്ടുകളോളം പഴക്കമുണ്ട്. പാമ്പുകളെയും തേളുകളെയും നേരിട്ടു

പയോഗിക്കുന്ന യുദ്ധരീതിയും കാർത്തേജുകാരുടെയും റോമാക്കാരുടെയും ഏറ്റുമുട്ടലുകളിൽ കാണാം. 1346-ൽ, കാഫാ (Kaffa) തുറമുഖം ആക്രമിച്ച തത്താറുകൾ (Tartars) പ്ലേഗ് ബാധിച്ചു മരിച്ചവരുടെ ശവശരീരങ്ങൾ കോട്ടമതിലിനുള്ളിലേക്ക് വലിച്ചെറിഞ്ഞ ചരിത്രമുണ്ട്. യൂറോപ്പിനെയാകെ 'കറുത്തമരണ' (Black death) ത്തിൽ മുക്കിയ ബ്യൂബോണിക് പ്ലേഗ് (Bubonic plague) ഇങ്ങനെ പടർന്നതാണെന്ന് കരുതുന്നു. 1710-ൽ സ്വീഡുകളെ (Swedes) ആക്രമിച്ച റഷ്യൻ സൈന്യവും പ്ലേഗ് ബാധിച്ച് മരിച്ചവരുടെ ശവശരീരങ്ങൾ ഇത്തരത്തിൽ ഉപയോഗിച്ചതായി കാണുന്നു. അമേരിക്കൻ ആഭ്യന്തരയുദ്ധത്തിന്റെ (American Civil War) കാലത്ത് ജലസ്രോതസുകൾ ഉപയോഗരഹിതമാക്കാൻ അവയിലേക്ക് മൃഗങ്ങളുടെ ശവശരീരങ്ങൾ വലിച്ചെറിയുന്ന രീതി പിന്തുടരപ്പെട്ടിരുന്നു. ഒറ്റപ്പെട്ട ഇത്തരം ചരിത്രവിവരണങ്ങളുടെ വ്യക്തമായ ചിത്രം അനുബന്ധത്തിലെ "വർഷാനുചരിത'ത്തിൽ ഉൾപ്പെടുത്തിയിട്ടുള്ളതിനാൽ ഇരുപതാം നൂറ്റാണ്ടിലെ സംഭവവികാസങ്ങൾ മാത്രമേ ഇവിടെ വിവരിക്കുന്നുള്ളൂ.

ഒന്നാം ലോകമഹായുദ്ധം ജൈവായുധങ്ങളുടെ ആദ്യ പരീക്ഷണവേദിയാവും എന്നതിന്റെ സൂചനകൾ നേരത്തേതന്നെ ഏറെക്കുറെ സാർവത്രികമായിരുന്നു. രോഗകാരികളായ സൂക്ഷ്മജീവികളെക്കുറിച്ചും അവയിൽനിന്നുള്ള വിഷപദാർഥങ്ങളെക്കുറിച്ചും പത്തൊമ്പതാം നൂറ്റാണ്ടിന്റെ തുടക്കംമുതൽക്കേ ശാസ്ത്രലോകം മനസിലാക്കിയിരുന്നു. മുറിവുകളിൽ രോഗാണുക്കൾ കടക്കുന്നത് തടഞ്ഞുകൊണ്ടുള്ള ശസ്ത്രക്രിയാമാർഗങ്ങൾ (Antiseptic Surgery) ജോസഫ് ലിസ്റ്റർ (Joseph Lister) കണ്ടെത്തിയത് മറ്റൊരുതരത്തിൽ അവയുടെ പ്രാധാന്യം വിളിച്ചോതുന്നതായിരുന്നു. ദൈവകോപംകൊണ്ടോ മുൻജന്മപാപങ്ങൾകൊണ്ടോ അല്ല രോഗങ്ങളുണ്ടാവുന്നതെന്ന് തെളിയിക്കാൻ റോബർട്ട് കോച്ചി (Robert Koch)ന്റെയും ലൂയിപാസ്ചറുടെയും (Louis Pasteur) ഗവേഷണങ്ങൾ സഹായകമായി. പേപ്പട്ടി വിഷത്തിനെതിരെ വാക്സിൻ നിർമിക്കപ്പെട്ടത് മറ്റ് രോഗങ്ങൾക്കെതിരെയും അത് പരീക്ഷിക്കപ്പെടുന്നതിന്റെ സാധ്യതയേറി. ലൂയി പാസ്ചറായിരുന്നു വിപ്ലവകരമായ ഈ നേട്ടത്തിനുപിന്നിൽ. ആന്ത്രാക്സിലെ ഗവേഷണങ്ങളായിരുന്നു റോബർട്ട് കോച്ചിനെ ശ്രദ്ധേയനാക്കിയത്. ബാസിലസ് ആന്ത്രാസിസ് (*Bacillus anthracis*) സ്പോറു

റോബർട്ട് കോച്ച്

കളെ കൃത്രിമമായി വളർത്തിയെടുത്തുകൊണ്ട് ആരോഗ്യമുള്ള ജീവികളിൽ രോഗബാധയുണ്ടാക്കാൻ അദ്ദേഹത്തിന് കഴിഞ്ഞു. ഇതൊടൊപ്പം ഒട്ടനവധി രോഗകാരികൾ പുതുതായി കണ്ടെത്താനും സൂക്ഷ്മാണുപഠന മേഖലയിലെ ഈ ഉണർവ് സാഹചര്യമൊരുക്കി. അത്തരം ചില കണ്ടെത്തലുകൾ പട്ടികയിൽ വായിക്കാവുന്നതാണ്.

ചരിത്രപരമായ ചില കണ്ടെത്തലുകൾ*

വർഷം	രോഗം	രോഗാണു	കണ്ടുപിടിച്ചയാൾ
1876	ആന്ത്രാക്സ് (Anthrax)	ബാസിലസ് ആന്ത്രാസിസ് (*Bacillus anthracis*)	റോബർട്ട് കോച്ച് (Robert Koch)
1880	ടൈഫോയ്ഡ് (Typhoid)	സാൽമൊണെല്ല ടൈഫി (*Salmonella Typhi*)	എബേർത്ത് (Eberth)
1882	ഗ്ലാൻഡേഴ്സ് (Glanders)	സ്യൂഡോമോണസ് മല്ലൈ (*Psedomonas mallei*)	ലോഫ്ളറും ഷൂട്സും (Loeffler & Schutz)
1883	കോളറ (Cholera)	വിബ്രിയോ കോളറെ (*Vibrio cholerae*)	റോബർട്ട് കോച്ച് (Robert Koch)
1887	അൻഡുലന്റ് ഫീവർ (Undulent Fever)	ബ്രൂസെല്ലാസ്പീഷിസ് (*Brucella sp*)	ബ്രൂസ് (Bruce)
1892	ഗ്യാസ്ഗാംഗ്റീൻ (Gas gangrene)	ക്ലോസ്ട്രിഡിയം പെർഫ്രിൻജെൻസ് (*Clostridium perfringens*)	വെൽചും നൂറ്റലും (Welch & Nuttal)
1894	പ്ലേഗ് (Plague)	യെർസിനിയ പെസ്റ്റിസ് (*Yersinia pestis*)	കിട്ടാസാട്ടോയും യെർസിനും (Kitasato & Yersin)
1896	ബോട്ടുലിസം (Botulism)	ക്ലോസ്ട്രിഡിയം ബോട്ടുലിനം (*Clostridium botulinum*)	വോൺഏർമെൻജെം (Von Ermengem)
1906	വൂപ്പിങ് കഫ് (Whooping cough)	ബോർഡെടെല്ലാ പെർടൂസിസ് (*Bordetella pertussis*)	ബോർഡെറ്റും ജെൻഗൗവും Bordet & Gengou)
1909	റോക്കി മൗണ്ടൻ ഫീവർ (Rocky Mountain Fever)	റിക്കെറ്റ്സിയ റിക്കെറ്റ്സി (*Rickettsia rickettsii*)	റിക്കെറ്റ്സ് (Rickets)
1912	ടുലാറേമിയ (Tularemia)	ഫ്രാൻസിസെല്ല ടുലാറെൻസിസ് (*Francisella tularensis*)	മക്കോയിയും ചാപിലും (McCoy& Chapin)

*കടപ്പാട് : *ബയോവാർ ആന്റ് ബയോവാർ ഫെയർ-മാൽക്കം ഡാൻഡോ*

ഒന്നാം ലോകമഹായുദ്ധത്തിന്റെ തുടക്കത്തിൽ, ബ്രിട്ടന്റെ കർശനമായ നാവിക ഉപരോധത്തിന് വിധേയമാക്കപ്പെട്ട രാജ്യമായിരുന്നു ജർമനി. അമേരിക്കയിൽ നിന്നുള്ള ഉൽപ്പന്നങ്ങൾ ഉപയോഗിക്കപ്പെടാനുള്ള

അന്റോൺ ഡിൽജെർ

സൗകര്യം അതുകൊണ്ടുതന്നെ ബ്രിട്ടണും സഖ്യകക്ഷികൾക്കും മാത്രമായിരുന്നു. ഇതിനെതിരായാണ് ജർമനി ആദ്യമായി ജൈവായുധഘടകങ്ങളെ ഉപയോഗിക്കുന്നത്. 1915 മുതൽ 16 വരെ നീണ്ടുനിന്ന ഈ രഹസ്യനീക്കത്തിൽ മുഖ്യപങ്കുവഹിച്ചത് അന്റോൺ ഡിൽജെർ (Anton Dilger) എന്ന ജർമൻ ചാരനായിരുന്നു. അമേരിക്കയിൽനിന്നും ജർമനിയിലേക്ക് കുടിയേറിയവരായിരുന്നു അന്റോണിന്റെ മാതാപിതാക്കൾ. അക്കാരണത്താൽ ഇരട്ടപാസ്പോർട്ടുകൾ കരസ്ഥമാക്കിയിരുന്ന അന്റോൺ യുദ്ധാവശ്യത്തിനായി അമേരിക്കയിൽ നിന്നും കയറ്റി അയയ്ക്കാൻ തയാറാക്കിയിരുന്ന കുതിരകളിൽ രോഗാണു പ്രയോഗം നടത്തുകയായിരുന്നു. അമേരിക്കയ്ക്കും ജർമനിക്കുമിടയിൽ യഥേഷ്ടം യാത്രചെയ്തിരുന്ന അന്റോണിന്റെ ഇത്തരം ശ്രമങ്ങൾ ആദ്യമൊന്നും ആരുടെയും ശ്രദ്ധയിൽപ്പെട്ടിരുന്നില്ല. യുദ്ധത്തിൽ നിഷ്പക്ഷത പാലിച്ചിരുന്ന റൊമാനിയ (Romania) ക്കെതിരെയും ജർമനി ഇത്തരം ആക്രമണങ്ങൾ നടത്തിയിരുന്നു. 1916 ആഗസ്റ്റിൽ റൊമാനിയ സഖ്യസേനയിൽ അംഗമായതോടെ ഇത്തരം നീക്കങ്ങൾക്ക് വിരാമമായി. ആന്ത്രാക്സ്, ഗ്ലാൻഡേഴ്സ് എന്നീ രോഗങ്ങൾക്ക് കാരണമാവുന്ന രോഗാണുക്കളെയാണ് ജർമനി ഇവ്വിധമുള്ള ശ്രമങ്ങളിലെല്ലാം വ്യാപകമായി ഉപയോഗിച്ചത്. ഇതുകൂടാതെ അർജന്റീന (Argentina), നോർവെ (Norway) എന്നിവയ്ക്കെതിരെയും ആന്ത്രാക്സ് ഉപയോഗിച്ചുള്ള ആക്രമണങ്ങൾ നടത്തുന്നതിൽ ജർമനി വിജയിച്ചിരുന്നു. മൃഗങ്ങൾക്ക് ഭക്ഷണമായി നൽകിയിരുന്ന പഞ്ചസാരക്കട്ടകൾക്കുള്ളിൽ ചെറിയ ട്യൂബുകൾ (Capillary Tubes) കടത്തി, അവയിലായിരുന്നു ആന്ത്രാക്സ് അണുക്കളെ നിറച്ചിരുന്നത്. പുതുതായി കണ്ടെത്തിയ ഒരു നിരീക്ഷണ സങ്കേത (PCR- Polymerase Chain Reaction) മാണ് ഇത് കണ്ടെത്താൻ നോർവീജിയൻ അധികൃതരെ സഹായിച്ചത്. ഓസ്ട്രിയൻ തുറമുഖമായ പോള (Port of Pola) യിൽനിന്നും ജർമനിയുടെ യുദ്ധക്കപ്പലുകളിൽ (U-Boats) സ്പെയിനിലെത്തിച്ചിരുന്ന ജൈവായുധങ്ങൾ ചാരന്മാർ മുഖേന ചരക്കുകപ്പലുകളിൽ അർജന്റീനയിലെത്തിക്കുകയായിരുന്നു പരിപാടി. ടെലഗ്രാഫ് മുഖേന അയയ്ക്കുന്ന രഹസ്യകോഡുകളുടെ അകമ്പടിയോടെയായിരുന്നു ഇവയുടെ സഞ്ചാരം. ഈ സന്ദേശങ്ങൾ ചോർത്തുന്നതിലൂടെയായിരുന്നു ഇത്തരം നീക്കങ്ങളെക്കുറിച്ച് ബ്രിട്ടീഷ് സേനയ്ക്ക് അറിവുലഭിച്ചത്.

ഒന്നാംലോകമഹായുദ്ധത്തിനുശേഷം നിലവിൽ വന്ന ജനീവ ഉടമ്പടി (Ganeva Protocol, 1925) ആദ്യം രാസായുധങ്ങളുടെ നിരോധനം മാത്രമാണ് ലക്ഷ്യമാക്കിയിരുന്നത്. പോളണ്ടിൽനിന്നുള്ള പ്രതിനിധി സംഘം നിർദേശിച്ചതിനെത്തുടർന്നാണ് "ബാക്ടീരിയകളെ ഉപയോഗിക്കുന്ന ആയുധങ്ങൾ" (Bacteriological Weapons) കൂടി ഉൾപ്പെടുത്താൻ ധാരണയാവുന്നത്. എന്നാൽ, ഇത് അംഗീകരിച്ച രാജ്യങ്ങൾപോലും ജൈവായുധങ്ങൾ നിർമിക്കുകയും സംഭരിക്കുകയും ചെയ്യുന്ന പ്രവൃത്തികളിൽ നിന്ന് പിന്നോട്ടുപോവാൻ തയാറായിരുന്നില്ല. ജൈവായുധങ്ങൾ ആദ്യം ഉപയോഗിക്കുന്നത് മാത്രമേ ജനീവ ഉടമ്പടി പ്രകാരം നിരോധിക്കപ്പെട്ടിരുന്നുള്ളൂ (No First Use). പ്രതിരോധ നടപടികളുടെ ഭാഗമായി ജൈവായുധങ്ങൾ തയാർ ചെയ്യുന്നതിൽ ഉടമ്പടിയുടെ വിലക്കില്ലായിരുന്നു. രണ്ടാംലോകമഹായുദ്ധത്തിനിടയിലും ഇത്തരത്തിൽ ഊർജിതമായ ജൈവായുധ ഗവേഷണങ്ങൾ തുടർന്ന രാജ്യമായിരുന്നു ഫ്രാൻസ്. ബോംബിങ്ങിലൂടെ രോഗാണുക്കളെ എങ്ങനെ പടർത്താം എന്നതായിരുന്നു ഫ്രാൻസിന്റെ പ്രധാന ഗവേഷണങ്ങളിലൊന്ന്. 1926 ൽ ഈ മാതൃകയിലുള്ള ഒരു ബോംബ് ഫ്രഞ്ചുകാർ പരീക്ഷിക്കുകയും ചെയ്തിരുന്നു. 1933-34 കാലഘട്ടത്തിൽ, യൂറോപ്യൻ രാജ്യങ്ങൾ തമ്മിലുള്ള ഭിന്നത കൂടുതൽ രൂക്ഷമായിത്തീർന്നപ്പോൾ, ഫ്രാൻസ് തങ്ങളുടെ ജൈവായുധ പരിപാടികൾ പുനരവലോകനം ചെയ്യുകയും ജർമനി ലണ്ടനിലെ ഭൂഗർഭ കേന്ദ്രങ്ങളിൽ നടത്തിയ ജൈവായുധ ആക്രമണം പാരീസിൽ പരീക്ഷണാടിസ്ഥാനത്തിൽ ആവർത്തിക്കുകയും ചെയ്തു. ജർമൻകാർ ജൈവായുധ പരീക്ഷണങ്ങൾ തകൃതിയായി നടത്തുന്നു എന്ന രഹസ്യറിപ്പോർട്ടുകളുടെ പശ്ചാത്തലത്തിലായിരുന്നു ഇത്. എന്നാൽ, ഹിറ്റ്ലർ വലുതായി താൽപ്പര്യമെടുക്കാത്തതുകാരണം ജർമനിയിലെ ജൈവായുധ ഗവേഷണങ്ങൾ അത്ര പ്രസക്തമായിരുന്നില്ല എന്നതായിരുന്നു യാഥാർഥ്യം.

1936 മുതൽ 44 വരെയുള്ള കാലത്ത്, ഫ്രാൻസിനെക്കൂടാതെ ജൈവായുധ പരീക്ഷണങ്ങളെ മുഖ്യമായി കരുതിയ മറ്റൊരു രാജ്യം ഹംഗറിയായിരുന്നു. കേണൽ ബർടോസ് (Colonel Bartos) ആയിരുന്നു ഇവയ്ക്ക് നേതൃത്വം നൽകിയിരുന്നത്. ജൈവായുധങ്ങളുടെ പ്രയോഗത്തിന്മേൽ കാലാവസ്ഥയ്ക്കുള്ള സ്വാധീനം, ഏറ്റവും യോജിച്ച രോഗകാരികൾ, അവയുടെ പ്രയോഗസാന്ദ്രത എന്നിവ ഹംഗറിയിലെ ഗവേഷകർ പഠനവിധേയമാക്കിയിരുന്നു. ബാസിലസ് ആന്ത്രാസിസ്, സാൽമൊണെല്ല, ഷിഗെല്ല തുടങ്ങിയവയെ ഉൾക്കൊള്ളുന്ന ജൈവായുധങ്ങൾ ഹംഗറി തയാറാക്കിയിരുന്നു. ഗവേഷണവിവരങ്ങൾ മറ്റു രാജ്യങ്ങളുമായി പങ്കുവെക്കാനും അവർ ശ്രദ്ധിക്കുകയുണ്ടായി. യൂറോപ്പിന് പുറത്ത്, ഏറ്റവും ആസൂത്രിതമായ ജൈവായുധ പരീക്ഷണത്തിലൂടെ ശ്രദ്ധേയമായത് ജപ്പാനാണ്. ഷിറോ ഇഷി (Shiro Ishii) എന്ന മിലിട്ടറി ഡോക്ടറായിരുന്നു ഇവയുടെ ബുദ്ധികേന്ദ്രം. ഭാവിയുദ്ധങ്ങളിൽ ജപ്പാന്റെ ഭാഗധേയത്വം നിശ്ചയിക്കാൻ ജൈവായുധങ്ങൾക്കേ കഴിയൂവെന്ന് ഭരണകർത്താക്കളെ ബോധ്യപ്പെടു

ത്താൻ അദ്ദേഹത്തിന് കഴിഞ്ഞു. പരമ്പരാഗതയുദ്ധരീതികൾക്കാവശ്യമായ ഇരുമ്പ് തുടങ്ങിയ അസംസ്കൃതവസ്തുക്കൾ ലഭ്യമാക്കാൻ ജപ്പാൻ ബുദ്ധിമുട്ട് നേരിടുന്ന സമയമായിരുന്നു അത്. ജൈവായുധങ്ങൾ കുറഞ്ഞ ചെലവിൽ എളുപ്പം നിർമിക്കാവുന്നവയാണെന്നും അതിനാൽ ജപ്പാന് ഏറ്റവും അനുയോജ്യം അവയാണെന്നും ഷിറോ സമർഥിച്ചു. തന്റെ ഗവേഷണത്തെ 'ടൈപ്പ് എ' എന്നും 'ടൈപ്പ് ബി' എന്നും വേർതിരിച്ച അദ്ദേഹം അവയ്ക്കായി മനുഷ്യനിലെ പരീക്ഷണങ്ങൾ അനിവാര്യമായി കരുതി. പ്രതിരോധ വാക്സിനുകൾ നിർമിക്കാനുള്ള ശ്രമങ്ങളായിരുന്നു 'ടൈപ്പ് ബി'യിൽ. 'ടൈപ്പ് എ' ജൈവായുധങ്ങൾക്കായും. ജപ്പാൻ അധിനിവേശ ചൈനയിൽ ഇതിനായി അദ്ദേഹം തുടങ്ങിയ പരീക്ഷണശാലകൾ കുപ്രസിദ്ധമാണ്. 1939 മെയ്മുതൽ സെപ്തംബർ വരെ സോവിയറ്റ് -മഞ്ചൂറിയൻ അതിർത്തികളിൽ നടന്ന യുദ്ധത്തിൽ പ്ലേഗും കോളറയും പടർത്താൻ ഇഷിയുടെ ജൈവായുധങ്ങൾക്ക് സാധിച്ചു. മധ്യചൈനയിലെ നാൻകിങ് (Nanking) മേഖലയിൽ പാരാടൈഫോയിഡും ആന്ത്രാക്സും പരത്തുന്നതിലും ഇഷിയുടെ ശ്രമങ്ങൾ വിജയിച്ചു. ഷേജിയാങ് (Zhejiang) പ്രവിശ്യയിലെ നിങ്ബൊ (Nigbo) മേഖലയിൽ പ്ലേഗ് പരത്തുന്ന എലികളെ തുറന്നുവിട്ടുകൊണ്ടും ഇഷി ഭീതിയുദ്ധം തുടർന്നു. ഇവ കൂടാതെ ജപ്പാന്റെ ഏറ്റവും പുതിയ പരീക്ഷണമായറിയപ്പെടുന്നത് 'ബലൂൺ ബോംബു' കളാണ്. പസഫിക് തീരങ്ങൾക്കുനേരെ, ഉയർന്നു പറന്ന ജറ്റുവിമാനങ്ങളിൽ നിന്ന് വിക്ഷേപിച്ച ഇവയിൽ കൃഷിനാശംവരുത്തുന്ന രോഗാണുക്കളാണ് ഉണ്ടായിരുന്നതെന്ന് കരുതുന്നു. 1944-45 കാലയളവിൽ ഇത്തരം 9300 ബലൂണുകൾ ജപ്പാൻകാർ വിക്ഷേപിച്ചതായാണ് കണക്ക്.

ഷിറോഇഷിയുടെ പരീക്ഷണങ്ങൾ

ടോക്കിയോയിലെ ആർമി മെഡിക്കൽ സ്കൂളിൽ പ്രൊഫസറായി നിയമിതനായതിനെത്തുടർന്നാണ് ഷിറോഇഷി ജൈവായുധ സംബന്ധമായ തന്റെ പരീക്ഷണങ്ങൾ ഊർജിതമായി നടപ്പിലാക്കുന്നത്. ആന്ത്രാക്സ്, ഗ്ലാൻഡേഴ്സ്, പ്ലേഗ് എന്നിവയിൽ പരീക്ഷണം നടത്തുന്നതിനായി 1932-ൽ ജപ്പാൻ അധിനിവേശ ചൈനയിൽ അദ്ദേഹം ഒരു ഗവേഷണശാല (Zhong Ma Prison Camp) സ്ഥാപിച്ചിരുന്നു. 1934 -35 കാലത്തെ ചില കുഴപ്പങ്ങൾ കാരണം ഇവിടം ഉപേക്ഷിക്കാനിടയായ ഷിറോഇഷി പകരം സ്ഥാപിച്ച

ഷിറോഇഷി

താണ് പിങ്ഫാനി (Ping Fan) ലുള്ള പരീക്ഷണശാല. രണ്ടാം ലോകമഹായുദ്ധത്തിനിടയിലും ചൈനയുമായുള്ള യുദ്ധത്തിനിടയിലും പിടിക്കപ്പെട്ട യുദ്ധത്തടവുകാരെ പാർപ്പിച്ചിരുന്ന 'യൂണിറ്റ് 731' ലായിരുന്നു ഇഷിയുടെ ക്രൂരതകൾ അരങ്ങേറിയത്. പുതിയതരം ജൈവായുധങ്ങൾ പരീക്ഷിക്കാനും ജീവനോടെ കീറിമുറിച്ചുള്ള പരീക്ഷണങ്ങൾ നടത്താനും ചൈനക്കാരും റഷ്യക്കാരും അമേരിക്കക്കാരുമടങ്ങുന്ന തടവുകാരെ ഉപയോഗപ്പെടുത്തുകയുണ്ടായി. ബന്ധനസ്ഥരായ തടവുകാർക്കുനേരെ വെടിയുണ്ട, ബോംബ് എന്നിവയുപയോഗിച്ച് ജൈവായുധങ്ങൾ പരീക്ഷിക്കാനും അദ്ദേഹം തയാറായിരുന്നു. ആയിരക്കണക്കിനുപേർ മനുഷ്യത്വരഹിതമായ ഇത്തരം പരീക്ഷണങ്ങൾക്ക് വിധേയരാക്കപ്പെട്ടു എന്നാണ് കരുതപ്പെടുന്നത്. രേഖകൾ നശിപ്പിക്കപ്പെട്ടകാരണം ഇവയുടെ യഥാർഥ ചിത്രം വ്യക്തമല്ല. നാസി ജർമനിയിൽ ഡോക്ടർ ജോസഫ് മെൻഗലെ (Joseph Mengele) നടത്തിയ പൈശാചികമായ പരീക്ഷണങ്ങളോട് കിടനിൽക്കുന്നവയായിരുന്നു ഇഷിയുടെ പരീക്ഷണങ്ങളും.

ജർമനി വൻതോതിൽ രാസായുധങ്ങളും ജൈവായുധങ്ങളും നിർമിക്കുന്നുണ്ടാവും എന്ന അഭ്യൂഹമാണ് അമേരിക്കയെയും ബ്രിട്ടനെയും മുഖ്യമായും പ്രതിരോധപ്രവർത്തനങ്ങളിലേക്ക് നയിച്ചത്. 1933-ൽ, ജർമനി, 'ലീഗ് ഓഫ് നേഷൻസ്' വിട്ടുപോയതുമുതൽ, ഹിറ്റ്ലറുടെ കർക്കശമായ ഭരണത്തിനുകീഴിൽ എന്തും സംഭവിക്കാമെന്ന ആശങ്കയിലായിരുന്നു യൂറോപ്യൻ രാജ്യങ്ങൾ. ആദ്യം സോവിയറ്റ് യൂണിയനുമായി സഹകരണം പുലർത്തിയിരുന്ന ജർമനി ഹിറ്റ്ലറുടെ നിർദേശപ്രകാരം അത് നിർത്തലാക്കിയതുമുതൽ സോവിയറ്റ് യൂണിയനും സംശയദൃഷ്ടിയോടെ ജർമനിയെ വീക്ഷിക്കാൻ തുടങ്ങി. അമേരിക്കയും ബ്രിട്ടനും സംയുക്തമായാണ് ജർമനിയെ നേരിടാനൊരുങ്ങിയത്. ഇതിനായുള്ള ആദ്യസംരംഭമായിരുന്നു ആന്ത്രാക്സ് അണുക്കളെ നിറച്ച കാലിത്തീറ്റയുടെ തയാറാക്കൽ. ലണ്ടനിലെ ഒരു സോപ്പുകമ്പനിയാണ് പ്രത്യേകനിർദേശത്തെത്തുടർന്ന് കാലിത്തീറ്റയുടെ 'കേക്കുകൾ' (Cattle Cakes) നിർമിച്ചത്. ഇത് പോർട്ടൺഡൗണിലുള്ള ജൈവായുധ ഗവേഷണകേന്ദ്രത്തിലെത്തിച്ച് ആന്ത്രാക്സ് അണുക്കളെ നിറച്ചു. കാർഡ്ബോർഡ് പെട്ടികളിൽ നിറച്ച ഇവ വിമാനമാർഗം നിക്ഷേപിക്കുകയായിരുന്നു രീതി. ചെറിയ പാരച്യൂട്ടുകൾ വഴി താഴേക്കിടുന്ന ഇവ പറക്കലിനിടയിലെ ഓരോ രണ്ടുമിനിട്ടിനിടയിലും താഴേക്കിടുകയായിരുന്നു. യുദ്ധം കഴിഞ്ഞതിനുശേഷം ഏതാണ്ട് അഞ്ച് ദശലക്ഷത്തിലധികം 'കേക്കുകൾ' ബാക്കിയായിരുന്നു. ഇവയിൽ മിക്കവയും പിന്നീട് നശിപ്പിക്കപ്പെട്ടുവെങ്കിലും 1952-ലെ 'കൾച്ചർ' പരീക്ഷണങ്ങളിൽ അവയിൽ പലതും അപ്പോഴും നശീകരണശേഷി നില

നിർത്തുന്നതായി കണ്ടെത്തിയിരുന്നു. 1972-ലാണ് ഇവ പൂർണമായും നശിപ്പിക്കപ്പെട്ടത്.

1945 ആഗസ്റ്റിൽ രണ്ടാംലോകമഹായുദ്ധം അവസാനിച്ചത് സുശക്തമായ ജൈവായുധ നിർമാണസംവിധാനങ്ങൾ നിലനിർത്തിക്കൊണ്ടായിരുന്നു. ഉദാഹരണമായി, പൂർണമായും പ്രവർത്തനസജ്ജമായിരുന്നില്ലെങ്കിൽപോലും ഒരുമാസത്തിനകം 5,00,000 ആന്ത്രാക്സ് ബോംബുകൾ നിർമിക്കാൻ കഴിയുന്ന അവസ്ഥയിലായിരുന്നു അമേരിക്കയിലെ 'വിഗോ' (Vigo) പ്ലാന്റ്. ഏറ്റവും അപകടകരമായ രണ്ട് ആന്ത്രാക്സ് ഇനങ്ങളും അമേരിക്കയിലെ ഗവേഷകർ കണ്ടെത്തിയിരുന്നു (M-36, N-99 ഇനങ്ങൾ). അഞ്ചുതരം ബോട്ടുലിനം വിഷങ്ങൾ കണ്ടെത്തപ്പെട്ടതിൽ രണ്ടെണ്ണം മാരകവിഷങ്ങളായി തിരിച്ചറിയപ്പെട്ടിരുന്നു. ജപ്പാന്റെ മുഖ്യഭക്ഷ്യവിളയായ നെല്ലിനെതിരെ പ്രയോഗിക്കാൻ കഴിയുന്ന 'ആന്റി-ക്രോപ്പ്' (Anti-crop) ജൈവായുധങ്ങൾ അമേരിക്ക തയാറാക്കിയിരുന്നു. ആണവായുധങ്ങൾ കാരണമാണ് അവയ്ക്ക് അവസരം നഷ്ടമായതും ജപ്പാൻ അടിയറവു പറഞ്ഞതും. എങ്കിലും ശീതയുദ്ധത്തിന്റെ കാലത്ത് അമേരിക്കയും ബ്രിട്ടനും ഒരു ഭാഗത്തും സോവിയറ്റ് യൂണിയൻ മറുഭാഗത്തുമായി ജൈവായുധഗവേഷണങ്ങൾ നിർബാധം തുടരുകയായിരുന്നു. അറുപതുകളിലെ ഈ രാഷ്ട്രീയവിരോധം അത്രയും ശക്തമായ തരത്തിൽ ഇന്ന് നിലവിലില്ലെങ്കിലും ആധുനിക ജീവശാസ്ത്രവുമായി കൈകോർക്കുന്നതിലൂടെ ജൈവായുധങ്ങളുടെ മൂർച്ച ഈ കാലയളവിനിടയിൽ പതിന്മടങ്ങായി വർധിച്ചിട്ടുണ്ട്. ഒന്നാം ഗൾഫ് യുദ്ധത്തിന്റെ സമയത്ത്, ജൈവ-രാസായുധങ്ങളുടെ പ്രയോഗം നിരീക്ഷിക്കാൻ ഐക്യരാഷ്ട്രസഭ 'ടാസ്ക് ഫോഴ്സ് സ്കോർപിയോ' (Task Force Scorpio) എന്ന പേരിൽ ഒരു കർമസമിതിയെ രൂപീകരിക്കാൻ നിർബന്ധിതമായത് ഇതിനാലാണ്. ജൈവായുധങ്ങൾ ഭീകരവാദികൾ ഏറ്റവും ആകർഷകമായ ആക്രമണോപാധിയായി കരുതുന്നതിനാൽ ജൈവാക്രമണങ്ങളുടെ പെട്ടെന്നുള്ള തിരിച്ചറിയലിനും പ്രസക്തിയേറുന്നു. ജൈവായുധങ്ങളുടെ സാന്നിധ്യം ഇരുപത് മിനിട്ടിനുള്ളിൽ തിരിച്ചറിയാൻ സഹായിക്കുന്ന 'ബയോപെൻ' (Biopen ഇസ്രായേലിലെ ബെൻഗുറിയോൺ സർവകലാശാലയിലെ ഗവേഷകർ വികസിപ്പിച്ചത്) തുടങ്ങിയ സങ്കേതങ്ങൾ ശാസ്ത്രസമൂഹം ആർജവത്തോടെ കണ്ടെത്താൻ ശ്രമിക്കുകയാണിന്ന്.

3

ഗവേഷണം വിവിധ രാജ്യങ്ങളിൽ

രണ്ടാംലോക മഹായുദ്ധത്തിനുശേഷമാണ് അമേരിക്കയും ബ്രിട്ടനുമടക്കമുള്ള രാജ്യങ്ങൾ ജൈവായുധങ്ങളെക്കുറിച്ച് ഗൗരവതരമായി ചിന്തിച്ചുതുടങ്ങുന്നത്. ഐക്യരാഷ്ട്രസഭയുടെ സെക്യൂരിറ്റി കൗൺസിൽ "ആളുകളെ കൂട്ടത്തോടെ വകവരുത്താൻ കഴിയുന്ന ആയുധ" (Weapons of Mass Destruction)ങ്ങളുടെ കൂട്ടത്തിൽ ജൈവായുധങ്ങളെയും ഉൾപ്പെടുത്തിയതാണ് പൊടുന്നനെയുള്ള ഈ വീണ്ടുവിചാരത്തിന് കാരണമായത്. 1950 കളുടെ അവസാനംവരെ, ഒരുപക്ഷേ ആണവായുധങ്ങൾക്ക് ലഭിച്ചിരുന്ന പരിഗണനയെക്കാൾ മുന്തിയ പരിഗണനയാണ് ഈ രാജ്യങ്ങൾക്കിടയിൽ ജൈവായുധങ്ങൾക്ക് ലഭിച്ചത്. 1925-ലെ ജനീവാ പ്രോട്ടോകോൾ (ജൈവരാസായുധങ്ങളുടെ നിയമനിയന്ത്രണം എന്ന അധ്യായം നോക്കുക) അമേരിക്ക ഒഴികെയുള്ള രാജ്യങ്ങൾ അംഗീകരിച്ചിരുന്നുവെങ്കിലും ജൈവായുധങ്ങൾ സംബന്ധിച്ച ഗവേഷണം തുടരുന്നകാര്യത്തിൽ അതൊരു തടസമായി കണക്കിലെടുക്കുകയുണ്ടായില്ല. അണുവായുധങ്ങൾപോലെയോ പരമ്പരാഗത മാതൃകയിലുള്ള മറ്റ് ആയുധങ്ങൾ പോലെയോ ജൈവായുധങ്ങൾ എളുപ്പത്തിൽ കണ്ടെത്താൻ കഴിയാത്തതും ഇത്തരം ശ്രമങ്ങൾക്ക് പ്രചോദനമായി. രോഗനിർമാർജനവുമായി ബന്ധപ്പെട്ട കാര്യങ്ങൾക്കായി രോഗാണുക്കളെ വളർത്തുന്നതോ പഠനവിധേയമാക്കുന്നതോ പരീക്ഷിക്കുന്നതോ 1972-ൽ നിലവിൽ വന്ന 'ജൈവായുധ ഉടമ്പടി' (മേൽപ്പറഞ്ഞ അധ്യായം നോക്കുക) പ്രകാരം തടയപ്പെടാതിരുന്നതും ഇവയുടെ ആക്കം കൂട്ടി. അതേസമയം, ദേശീയ സുരക്ഷയുമായി ബന്ധപ്പെട്ട കാര്യമായതിനാൽ ഇവയെക്കുറിച്ചുള്ള തെളിവുകളും രേഖകളും തുലോം തുച്ഛവുമാണ്. അക്കാരണത്താൽ തന്നെ, ഇവയുടെ യഥാർഥ രാഷ്ട്രീയലക്ഷ്യം പലപ്പോഴും ഊഹാപോഹങ്ങൾക്ക് വിധേയമാവുകയും ചെയ്തിട്ടുണ്ട്. ഇത്തരം പരിമിതികൾക്കു

ള്ളിൽ നിന്നുകൊണ്ട്, ലഭ്യമായ ആധികാരിക വിവരങ്ങളെ അടിസ്ഥാന മാക്കി വിവിധ രാഷ്ട്രങ്ങളുടെ ജൈവായുധ വികസനശ്രമങ്ങൾ വിവരി ക്കുകയാണ് ഈ അധ്യായത്തിന്റെ ലക്ഷ്യം.

അമേരിക്കയിലെ ജൈവായുധ ഗവേഷണം

1945-നുശേഷമുള്ള രണ്ട് ദശാബ്ദക്കാലം അമേരിക്ക ആർജവ ത്തോടെ ജൈവായുധഗവേഷണങ്ങളിൽ ഏർപ്പെടാൻ കാരണം സോവി യറ്റ് യൂണിയന്റെ സാന്നിധ്യമായിരുന്നു. ലോകമേധാവിത്വത്തിനായാണ് സോവിയറ്റ് യൂണിയന്റെ ശ്രമമെന്നും അതിനെ ചെറുക്കാനും ആക്രമി ക്കപ്പെടുകയാണെങ്കിൽ തിരിച്ചടിക്കാനും ജൈവായുധങ്ങൾ അനിവാര്യ മാണെന്ന് അമേരിക്കൻ ഭരണകൂടം ബലമായി വിശ്വസിച്ചു. ശീതയുദ്ധം തുടങ്ങിയ സോവിയറ്റ് യൂനിയന്റെ എല്ലാ പ്രവർത്തനങ്ങൾക്കും ഒരു രഹ സ്യസ്വഭാവമുണ്ടായിരുന്നു. ഇത് ഒരുതരം ഭീതി സൃഷ്ടിക്കപ്പെടാൻ കാര ണമായി. ഔദ്യോഗികമായി ഇത് സംബന്ധിച്ച ഒരു അഭിപ്രായപ്രകടനം ആദ്യമുയർത്തുന്നത് അമേരിക്കൻ ജൈവയുദ്ധസമിതി (US Biological Warfare Committee) യുടെ അധ്യക്ഷനായിരുന്ന ജോർജ് ഡബ്ല്യു മെർക്കാണ് (George W Merck). 1945 ഒക്ടോബർ 24-ന്, അമേരിക്കൻ യുദ്ധകാര്യ സെക്രട്ടറിയായ റോബർട്ട് എം പാറ്റേഴ്സണിനു (Robert M Patterson) സമർപ്പിച്ച റിപ്പോർട്ടിൽ ദേശീയ സുരക്ഷയ്ക്ക് ഏറ്റവും അത്യാ വശ്യമായ ഘടകങ്ങളിലൊന്നായാണ് അദ്ദേഹം ജൈവായുധങ്ങളെ വില യിരുത്തിയത്. അഞ്ചുമാസങ്ങൾക്കുള്ളിൽ, അമേരിക്കൻ കരസേനയുടെ രഹസ്യാന്വേഷണവിഭാഗവും ഇതേ നിർദേശം ആവർത്തിക്കുകയുണ്ടാ യി. ബാഹ്യതലത്തിൽ ഈ റിപ്പോർട്ടുകൾ കാര്യമായ പ്രതികരണം ഉള വാക്കിയില്ലെങ്കിലും പാരമ്പര്യേതരമായ ആയുധങ്ങളിൽ (Non- Conventional Weapons) ജൈവായുധങ്ങളാണ് ഏറ്റവും മികച്ചതെന്ന ധാരണ പരത്താൻ ഇത് സഹായകമായി. ഇതിന്റെ പ്രതിഫലനമായിരുന്നു 1948 മാർച്ച് 16ന് അമേരിക്കൻ പ്രതിരോധ സെക്രട്ടറിയായ ജെയിംസ് ഫോറെ സ്റ്റൽ (James Forrestal) പ്രസിഡന്റ് ട്രൂമാന് സമർപ്പിച്ച റിപ്പോർട്ട്. ബ്രിട്ട നുമായി സഹകരിച്ചുകൊണ്ട് ജൈവായുധങ്ങൾ ശേഖരിക്കാനും അവ ദീർഘദൂരവിക്ഷേപണ സംവിധാനങ്ങളിൽ ഘടിപ്പിക്കാനുമുള്ള ശ്രമ ങ്ങൾക്ക് വേഗം കൂടിയത് പ്രധാനമായും ഇതിനുശേഷമായിരുന്നു. 1949-ൽ അമേരിക്കയുടെ കൈവശമുണ്ടായിരുന്ന ജൈവായുധശേഖരത്തിന്റെ വിവ രങ്ങൾ പട്ടികയായി ചേർത്തിരിക്കുന്നത് ശ്രദ്ധിക്കുക. ഇവയിൽ മിക്കതും പരീക്ഷണാടിസ്ഥാനത്തിൽ ബ്രിട്ടീഷുകാർ നിർമിച്ചു നൽകിയ 'ബി- ഇ വൺ' (B-E1) ബോംബുകളിലാണ് പരീക്ഷിച്ചിരുന്നത്. അതോടൊപ്പം M 114, E 61, M 33 എന്നിവയെയും ഉപയോഗിച്ചു. ആന്ത്രാക്സ് അണു ക്കളെ പരത്താനായാണ് M 114 ബോംബുകൾ ഉപയോഗിച്ചിരുന്നത്. എന്നാൽ, പിന്നീട് E61 ബോംബുകളിലേക്ക് മാറ്റി. എന്നാൽ, ഈ മാതൃ കകളെല്ലാം പരാജയമായിരുന്നുവെന്നാണ് വ്യോമസേനയെ ഉപയോഗിച്ച്

നടത്തിയ പരീക്ഷണങ്ങൾ തെളിയിച്ചത്. ഇതിനിടയിൽ ഇത്തരം പരീക്ഷണങ്ങൾക്ക് ഒരു സുവർണാവസരമൊരുക്കിക്കൊണ്ടാണ് 1950-53 കാലഘട്ടത്തിലെ കൊറിയൻയുദ്ധം (Korean War) കടന്നുവരുന്നത്. യുദ്ധത്തിൽ അമേരിക്ക വ്യാപകമായി ജൈവ-രാസായുധങ്ങൾ ഉപയോഗിച്ചതായി വടക്കൻകൊറിയയും ചൈനയും പരാതിപ്പെട്ടിരുന്നു. ഏതൊക്കെ രോഗാണുക്കൾ ഉപയോഗിക്കപ്പെട്ടു എന്നതിന് വ്യക്തമായ തെളിവുകളില്ലെങ്കിലും മാധ്യമശ്രദ്ധ പിടിച്ചുപറ്റാത്ത തരത്തിലുള്ള ജൈവായുധങ്ങൾ ഈ യുദ്ധവേളയിൽ അമേരിക്ക പ്രയോഗിച്ചിട്ടുണ്ടാവാമെന്ന് നിരീക്ഷകർ കരുതുന്നു.

1945-1969 കാലത്തെ അമേരിക്കൻ ജൈവായുധങ്ങൾ

നം	ഇനം	ജൈവായുധം
1	മനുഷ്യർക്കെതിരെ ഉപയോഗിക്കാവുന്നത് (Anti-personnel)	ബ്രൂസെല്ലാ സൂയിസ് (*Brucella suis*) ബ്രൂസെല്ലോസിസ് (Brucellosis)
	ബാക്ടീരിയ (Bacteria)	ഫ്രാങ്കിസെല്ലാ ടുലെറൻസിസ് (*Francisella tularensis*) - ടുലറേമിയ (Tularemia)
		കോക്സിയെല്ലാ ബർണേറ്റി (*Coxiella burnetti*) - ക്യൂ-ഫീവർ (Q- Fever)
		ബർഖോൽഡേറിയമാലിയെ (*Burkholderia mallei*) - ഗ്ലാൻഡേഴ്സ് രോഗം (Glanders)
		യെർസിനിയ പെസ്റ്റിസ് (*Yersinia pestis*) - പ്ലേഗ് (Plague)
		ബാസിലസ് ആന്ത്രാസിസ് (*Bacillus anthracis*) - ആന്ത്രാക്സ് (Anthrax)
	വിഷങ്ങൾ (Toxins)	ക്ലോസ്ട്രിഡിയം ബോട്ടുലിനം (*Clostridium botulinum*) - ബോട്ടുലിൻ (Botulin)
2	ജന്തുക്കൾക്കെതിരെ (Anti animal) വൈറസുകൾ (Virus)	ഫൂട്ട് ആന്റ് മൗത് രോഗം (Foot and mouth disease) റിൻഡെർപെസ്റ്റ് (Rinderpest) കാറ്റിൽ ഡയറിയ (Cattle Diarrhea) ആഫ്രിക്കൻ പന്നിപ്പനി (African Swinefever) കോഴിപ്ലേഗ് (Fowl Plague) ന്യൂകാസ്റ്റിൽ രോഗം (New Castle Disease) കോഴിമലേറിയ (Fowl Malaria)
	ബാക്ടീരിയ (Bacteria)	ആന്ത്രാക്സ് (Anthrax)

3	കൃഷിവിളകൾക്കെതിരെ (Anti plant)	സസ്യരോഗാണുക്കൾ (Plant Pathogens) ഇലപൊഴിക്കുന്നവ (Defoliants) വളർച്ചയെ നിയന്ത്രിക്കുന്നവ (Growth Inhibitors)
4	മറ്റുള്ളവ വൈറസ് രോഗങ്ങൾ	വസൂരി (Small pox) യെലോഫീവർ (Yellow Fever) റിഫ്റ്റ് വാലി ഫീവർ (Rift Valley Fever) വി ഇ ഇ (Venezuelan Equine Encephalo myelitis VEE)
	ഫംഗസ് (Fungus)	കോക്സിഡിയോമൈക്കോസിസ് (Coccidomycosis)
	വിഷങ്ങൾ (Toxins)	റൈസിൻ (Ricin) ഷെൽഫിഷ് ടോക്സിൻ (Shellfish toxins) സ്റ്റെഫൈലോകോക്കൽ എന്ററോടോക്സിൻ (Staphylococcal Enterotoxin)

പ്രസിഡന്റായ ഐസനോവറിന്റെ കാലത്താണ് യുദ്ധത്തിൽ ജൈവായുധങ്ങൾ ഉപയോഗിക്കുന്നതു സംബന്ധിച്ച പരസ്യമായ പ്രഖ്യാപനത്തിന് അമേരിക്ക തയാറാവുന്നത്. അമേരിക്കയുടെ ദേശീയ സുരക്ഷാ സമിതി (National Security Council) 1956 -ലെ ഒരു പ്രസ്താവനയിലൂടെ ഈ നയവ്യതിയാനം അംഗീകരിക്കുകയും അന്തിമതീരുമാനം പ്രസിഡന്റിന്റെ അധികാരമായി നിജപ്പെടുത്തുകയും ചെയ്തു. എങ്കിലും, ജൈവായുധങ്ങൾ ആദ്യമുപയോഗിക്കുന്നത് അമേരിക്കയാവില്ല ("No first use") എന്ന തീരുമാനമായിരുന്നു ഐസനോവറിന്റേത്. ജൈവായുധ ഗവേഷണത്തിനായി മാത്രമുള്ള അനവധി സ്ഥാപനങ്ങൾക്കും അവയുടെ അനുബന്ധ പ്രവർത്തനങ്ങൾക്കും നയസമീപനത്തിലെ ഈ മാറ്റം ഊർജം പകരുന്നതായി. രണ്ടാംലോക മഹായുദ്ധത്തിന്റെ അവസാന കാലത്ത് തുടക്കമിട്ട 'ക്യാമ്പ് ഡെട്രിക് (Camp Detrik) ആയിരുന്നു ഇവയിൽ പ്രധാനപ്പെട്ടത്. ഇതിനുപുറമേ, മേരിലാൻഡിലുള്ള ആയുധങ്ങൾ പരീക്ഷിക്കുന്നതിനായി 'എഡ്ജ് വുഡ് ആർസെനൽ' (Edgewood Arsenal) എന്ന പരീക്ഷണവേദിയും സജ്ജമാക്കുകയുണ്ടായി. ജൈവായുധപരീക്ഷണങ്ങൾക്കും ഗവേഷണങ്ങൾക്കും വേണ്ടിമാത്രമായി നിർമിക്കപ്പെട്ടതായിരുന്നു അർക്കൻസാസിലുള്ള 'പൈൻബ്ലഫ് പ്ലാന്റ്' (Pine Bluff Plant, Arkansas). 1954-ലാണ്ഇത് സ്ഥാപിക്കപ്പെട്ടത്. രാസായുധപരീക്ഷണങ്ങൾ ലക്ഷ്യമാക്കുന്നതായിരുന്നു ഒട്ടാഹ് മരുപ്രദേശത്തെ 'ഡഗ്വേ പ്രൂവിങ് ഗ്രൗണ്ട്' (Dugway Proving Ground). ലോങ് ഐലൻഡിലെ 'പ്ലംഐലൻഡ്' (Plum Island) പ്രധാനമായും ജന്തുക്കൾക്കെതിരെയുള്ള ജൈവായുധ പരീക്ഷണങ്ങൾക്ക് വേണ്ടിയുള്ളതായിരുന്നു. അലബാമയിലുള്ള ഫോർട്ട് മക്ക്ലെല്ലനി (Fort Mc Clellan) ൽ ജൈവ-രാസായുധ

ങ്ങൾ സംബന്ധിച്ച് സൈനികർക്ക് പരിശീലനം നൽകുന്നതിനുള്ള ഒരു കേന്ദ്രവും ആരംഭിച്ചിരുന്നു. പ്രതിരോധവകുപ്പിന്റെ കീഴിലെ 'സ്പെഷ്യൽ ഓപ്പറേഷൻ ഡിവിഷനായിരുന്നു (Special Operations Division) ഇവയുടെയെല്ലാം മേൽനോട്ടച്ചുമതല.

ഓപ്പറേഷൻ വൈറ്റ്കോട്ട്

അമേരിക്കയുടെ ജൈവായുധ പരീക്ഷണചരിത്രത്തിലെ ഞെട്ടിപ്പിക്കുന്ന അധ്യായമാണ് 'ഓപ്പറേഷൻ വൈറ്റ്കോട്ട്' (Operation Whitecoat). 1955 മുതൽ 1973 വരെയുള്ള കാലങ്ങളിൽ ഫോർട്ട് ഡെട്രിക്കിലെയും ഒട്ടാഹ് മരുപ്രദേശത്തിലെ ഡഗ്വേ മേഖലയിലും മനുഷ്യർക്കുമേൽ നടത്തിയ പരീക്ഷണങ്ങളാണ് ഈ പേരിൽ അറിയപ്പെടുന്നത്. സ്വയം സന്നദ്ധരായിവന്ന ആൾക്കാരിലാണ് തങ്ങൾ പരീക്ഷണം നടത്തിയതെന്നാണ് അമേരിക്കൻ ഭരണകൂടം ഇന്ന് അവകാശപ്പെടുന്നതെങ്കിലും ഏതാണ്ട് 2,200-ഓളം പേർ മനുഷ്യത്വരഹിതമായ ഇത്തരം പരീക്ഷണങ്ങൾക്ക് വിധേയരാക്കപ്പെട്ടതായി കരുതുന്നു. അമേരിക്കൻ കരസേനയിലെ തിരഞ്ഞെടുക്കപ്പെട്ട യുവാക്കളും 'സെവന്ത്-ഡേ' (Seventh Day) സംഘാംഗങ്ങളുമാണ് ഇതിനായി ഉപയോഗിക്കപ്പെട്ടത്. ക്യൂ-ഫീവർ, ടുലാറേമിയ, ടൈഫോയ്ഡ്, സാൻഡ് ഫ്ളൈ ഫീവർ (Sand Fly Fever), റോക്കി മൗണ്ടൻ ഫീവർ (Rocky Mountain Fever), റിഫ്റ്റ് വാലി ഫീവർ (Rift Valley Fever), വി ഇ ഇ (Venezuelen Equine Encephalitis) എന്നിവ പരത്തുന്ന രോഗാണുക്കൾ ഇവരുടെ മേൽ പ്രയോഗിക്കപ്പെടുകയുണ്ടായി. വായുവിൽ കലർത്തിയും കുത്തിവെപ്പിലൂടെയും ഭക്ഷണത്തിലൂടെയുമാണ് രോഗാണുക്കളെ 'പരീക്ഷണമനുഷ്യരി'ലേക്കെത്തിച്ചത്. പെട്ടെന്ന് ആൾക്കാരെ വകവരുത്താൻ കഴിയുന്നത് വായുവിലൂടെയുള്ള പ്രയോഗത്തിലൂടെ (Spraying) യാണെന്ന പാഠമാണ് ഇതിലൂടെ സൈനികഗവേഷകർക്ക് ലഭിച്ചത്. ഇതിലൂടെ ആരും മരിക്കുകയുണ്ടായില്ല എന്ന ന്യായീകരണമാണ് ഗവൺമെന്റ് വൃത്തങ്ങൾ അന്നുമിന്നും ഉയർത്തുന്നത്.

ഏറ്റവും കൂടുതലാളുകളെ എങ്ങനെ എളുപ്പത്തിൽ കൊല്ലാം എന്നതായിരുന്നു ആദ്യകാലങ്ങളിലെ അമേരിക്കൻ ജൈവായുധപരീക്ഷണങ്ങൾ ലക്ഷ്യമാക്കിയിരുന്നത്. പ്ലേഗ്, വസൂരി ഇവയ്ക്ക് കാരണമാവുന്ന രോഗാണുക്കളെ ഉപയോഗിച്ചുകൊണ്ടുള്ള ആയുധങ്ങൾ നിർമിക്കപ്പെട്ടത് ഇതിനാലായിരുന്നു. ജന്തുക്കൾക്കും കൃഷിപ്പാടങ്ങൾക്കുമെതിരെ ഉപയോ

ഗിക്കാൻ പാകത്തിലുള്ളതും രോഗാണുക്കൾ സ്പ്രേ ചെയ്തതുമായ 'തൂവൽ ബോംബുകൾ' (Feather Bombs), 'ലഘുലേഖാ ബോംബുകൾ' (Pamphlet Bombs) തുടങ്ങിയവ വികസിപ്പിക്കപ്പെട്ടതും ഇക്കാലത്തായിരുന്നു. കൊതുകുകൾ, ചെള്ളുകൾ, ഈച്ചകൾ മുതലായവ ഉപയോഗിച്ചുകൊണ്ട് രോഗങ്ങൾ പരത്തുന്ന രീതിയും പരീക്ഷിക്കപ്പെടുകയുണ്ടായി. ഡെങ്കിപ്പനി, മലേറിയ, കോളറ, പ്ലേഗ്, ടുലറേമിയ തുടങ്ങിയ അസുഖങ്ങൾക്കായി ഇത്തരം ഷഡ്പദങ്ങളെ എങ്ങനെ പ്രയോജനപ്പെടുത്താമെന്നത് വിപുലമായ പരീക്ഷണങ്ങൾക്ക് വിധേയമാക്കുകയുണ്ടായി. കെന്നഡിയുടെ കാലത്താണ്, ഇവയിൽ നിന്നുമാറി, താൽക്കാലികമായ 'അടിച്ചൊതുക്കൽ' (Incapacitation) സാധ്യമാക്കുന്ന ആയുധങ്ങളിലേക്കുള്ള ചുവടുമാറ്റമുണ്ടാവുന്നത്. ജൈവായുധഗവേഷണത്തിന്റെ കാര്യത്തിൽ അമേരിക്കയും കാനഡ, ബ്രിട്ടൺ എന്നിവയുമായും വിവരവിനിമയം ശക്തമാവുന്നതും കെന്നഡിയുടെ കാലത്തായിരുന്നു. 'ഓപ്പറേഷൻ ഷാഡ്' (Operation SHAD "ആക്രമണം ജീവികളിലൂടെ" എന്ന അധ്യായം നോക്കുക) തുടങ്ങിയ സൈനിക നടപടികൾ ആസൂത്രണം ചെയ്യപ്പെട്ടതും കെന്നഡിയുടെ നേതൃത്വത്തിലായിരുന്നു. എന്നാൽ തുടർന്നുവന്ന നിക്സൻ ഭരണകൂടം പല കാരണങ്ങളാലും ജൈവായുധ ഗവേഷണങ്ങൾക്ക് നിരോധനമേർപ്പെടുത്താൻ നിർബന്ധിതമാവുകയാ

'സ്കൾ വാലി സംഭവം'

യിരുന്നു. ഇതിന്, ശക്തമായ ഒരു ആഭ്യന്തരകാരണമായത് 1968 മാർച്ചിലെ 'സ്കൾ വാലി സംഭവ' (Skull Valley Incident) മായിരുന്നു. ഒട്ടാഹ് മരുപ്രദേശത്തിൽ നടത്തിയ ഒരു ജൈവായുധ പരീക്ഷണത്തിലൂടെ തദ്ദേശീയവാസികളുടെ 3000-ത്തിലധികം ചെമ്മരിയാടുകൾ കൊല്ലപ്പെട്ടിരുന്നു. ശീതയുദ്ധത്തിന്റെ തീവ്രത അവസാനിച്ചതും പ്രസിഡന്റ് നിക്സണ് വ്യക്തിപരമായി ജൈവായുധങ്ങളിൽ താൽപ്പര്യമില്ലാതിരുന്നതും ഇതിന് ആക്കം കൂട്ടി. 1972-ൽ അമേരിക്ക ജൈവായുധ ഉടമ്പടി (Biological Weapons Convention) യിൽ ഒപ്പുവയ്ക്കുന്നതിലേക്കും 1975-ൽ 'ജനീവാ പ്രോട്ടോകോൾ' അംഗീകരിക്കുന്നതിലേക്കും ഇത് വഴിതെളിച്ചു. അമേരിക്കയുടെ ചരിത്രത്തിലെതന്നെ ഏറ്റവും നിർണായകമായ നയവ്യതിയാനമായിരുന്നു അത്. 1969 ആഗസ്റ്റിൽ തന്നെ സൈനിക ഗവേഷണവിഭാഗം ജൈവായുധ സംബന്ധമായ പരിപാടികൾ നിർത്തിയിരുന്നു. ആയുധ ശേഖരങ്ങൾ നശിപ്പിക്കപ്പെടാനുള്ള നിർദേശം വൈകാതെ തന്നെ നടപ്പിലാക്കുകയുമുണ്ടായി. പഴയ ജൈവായുധ ഗവേഷണസ്ഥാപനങ്ങളിൽ പലതും പുതിയ പേരുകളിൽ പ്രവർത്തനം വഴിമാറ്റി. ഫോർട്ട് ഡെറ്റ്രിക് (ക്യാംപ് ഡെറ്റ്രിക്) 'ഫ്രെഡെറിക് ക്യാൻസർ റിസർച്ച് സെന്റർ' (Frederick Cancer Research Centre) എന്നും 'പൈൻ ബ്ലഫ്' എന്നത് 'നാഷണൽ സെന്റർ ഫോർ ടോക്സിക്കോളജിക്കൽ റിസർച്ച്' (National Centre for Toxicological Research) എന്നുമായി മാറ്റപ്പെടുകയും ചെയ്തു. മറ്റു കേന്ദ്രങ്ങൾ ജൈവായുധഗവേഷണം ഒഴികെയുള്ള മറ്റ് മേഖലകളിലെ പഠനങ്ങൾക്കായി പ്രയോജനപ്പെടുത്തുന്നുവെന്നാണ് സൈനിക വൃത്തങ്ങളുടെ പക്ഷം.

ബ്രിട്ടന്റെ ശ്രമങ്ങൾ

ഇരുപതാംനൂറ്റാണ്ടിലെ ഏറ്റവും ശ്രദ്ധേയമായ ജൈവായുധ ഗവേഷണങ്ങൾക്ക് തുടക്കം കുറിച്ച രാജ്യങ്ങളാണ് ബ്രിട്ടനും കാനഡയും. അമേരിക്കയുമായി ചേർന്നുള്ള ത്രിതല സഹകരണ പരിപാടികൾ (Tripartite Alliance) നിലവിൽ വരുന്നതിനുമുമ്പുതന്നെ ബ്രിട്ടൻ രാസ-ജൈവായുധങ്ങളുടെ കാര്യത്തിൽ ബഹുദൂരം മുന്നോട്ടുപോയിരുന്നു. ജർമനിയുടെ നിർദേശാനുസരണം ലണ്ടൻ നഗരത്തിന്റെ വിവിധ ഭാഗങ്ങളിൽ ജൈവായുധങ്ങൾ പരീക്ഷിക്കാൻ രഹസ്യനീക്കം നടക്കുന്നു എന്ന സൂചനയെത്തുടർന്നാണ് ബ്രിട്ടൻ ഈ മേഖലയിലേക്ക് കടക്കുന്നത്. ജൈവയുദ്ധതന്ത്രപരമായ കാര്യങ്ങളിൽ ഉപദേശം നൽകാനുള്ള ഒരു വിദഗ്ധ സമിതിയെ നിയമിച്ചുകൊണ്ടായിരുന്നു ഇത്. 1936-ൽ നിലവിൽവന്ന ഈ സമിതി പക്ഷേ, പ്രധാനമായും ജൈവാക്രമണം ഉണ്ടായതിനുശേഷം സ്വീകരിക്കേണ്ട അണുവിമുക്ത നടപടി (Decontamination Methods) കളെക്കുറിച്ചാണ് ചിന്തിച്ചത്. രണ്ടാംലോകമഹായുദ്ധം തുടങ്ങിയതിനുശേഷമാണ് ജൈവായുധങ്ങൾ സ്വയം നിർമിക്കുന്നതിനെക്കുറിച്ച് ബ്രിട്ടൻ ആലോചിക്കുകയും പ്രവർത്തിക്കുകയും ചെയ്യുന്നത്. വിൽറ്റ്ഷെയറിലെ

പോർട്ടൺ ഡൗണിലെ (Porton Down, Wilthshire) ഗവഷണസ്ഥാപന ത്തിലാണ് ഇതിന് തുടക്കമായത്. ആന്ത്രാക്സ് രോഗാണുക്കളടങ്ങിയ കാലിത്തീറ്റ (Cattle Feed Cakes) നിർമിച്ചുകൊണ്ടായിരുന്നു തുടക്കം. പോൾ ഫിൽഡെസ് (Paul Fildes) എന്ന സൂക്ഷ്മാണുവിദഗ്ധനായിരുന്നു 'എൻ- ബോംബുകൾ' (N- Bombs) എന്നറിയപ്പെട്ടിരുന്ന ഇവയ്ക്കുപി ന്നിൽ. 1945 ഒക്ടോബറിൽ സമർപ്പിക്കപ്പെട്ട ഒരു നിവേദനത്തിലൂടെ യുദ്ധാ നന്തരവും ജൈവായുധങ്ങളുടെ ഗവേഷണങ്ങൾ തുടരണം എന്ന നിർദേ ശമാണ് പ്രതിരോധ വകുപ്പ് മുന്നോട്ടുവച്ചത്. ഇതേതുടർന്ന്, ശക്തമാക്ക പ്പെട്ട ജൈവായുധ ഗവേഷണത്തിന് നേതൃത്വം വഹിക്കാൻ അതീവരഹ സ്യമായി മൂന്നു മേൽനോട്ട സമിതികൾ രൂപീകരിക്കപ്പെട്ടു. ബി ആർ എ ബി, ബി ഡബ്ല്യൂ എസ്, ഡി ആർ പി സി, എന്നിവയായിരുന്നു അവ. (Biological Research Advisory Board- BRAB, Biological Warfare Subcommittee- BWS, Defence Research Policy Committee- DRPC). ആറ്റ്ലി ഭരണകൂടത്തിന് ബ്രിട്ടന് സ്വന്തമായി ഒരു ആറ്റംബോംബ് ഉണ്ടാ വണം എന്ന ആഗ്രഹമുണ്ടായിരുന്നുവെങ്കിലും ആണവരഹസ്യങ്ങൾ പങ്കു വെക്കാൻ അമേരിക്ക തുടർച്ചയായി വിസമ്മതിക്കുകയായിരുന്നു. ബ്രിട്ടൻ കൂടുതലായി ജൈവായുധങ്ങളിൽ ശ്രദ്ധകേന്ദ്രീകരിക്കാൻ ഇത് സഹാ യകമായി. 1946 നവംബറിൽ, ബ്രിട്ടീഷ് വ്യോമസേനാ നേതൃത്വമാണ് വ്യവ സായശാലകൾക്കെതിരെ പ്രയോഗിക്കാവുന്ന തരത്തിലുള്ള ഒരു ജൈവാ യുധം വേണമെന്ന ആവശ്യം ആദ്യമായി ഉന്നയിക്കുന്നത്. ഉള്ളടക്കത്തെ ക്കുറിച്ച് വ്യക്തമായ ധാരണയൊന്നുമുണ്ടായിരുന്നില്ലെങ്കിലും 1000 പൗണ്ട് ഭാരമുള്ള ഒരു 'ക്ലസ്റ്റർ ബോംബാ'യാണ് (Cluster Bomb) അത് വിഭാ വനം ചെയ്യപ്പെട്ടത്. അനേകം ചെറുബോംബുകളെ ഉൾക്കൊള്ളുന്ന ഒരു വലിയ ബോംബ് എന്ന തരത്തിലായിരുന്നു ഇതിന്റെ ഘടന. വിമാന ത്തിൽനിന്ന് താഴേക്കിടുന്നതിനിടയിൽ, തറനിരപ്പിൽനിന്നും ഒരു നിശ്ചിത ഉയരത്തിൽവച്ചു പൊട്ടുന്ന ഇതിനുള്ളിലെ ചെറുബോംബുകൾക്കുള്ളി ലാണ് ജൈവായുധഘടകങ്ങൾ നിറയ്ക്കേണ്ടിയിരുന്നത്. OR/1006 എന്ന കോഡ്നാമത്തിൽ അറിയപ്പെട്ടിരുന്ന ഇതിന്റെ രണ്ടു പതിപ്പുകൾ തയാ റാക്കണമെന്നായിരുന്നു വ്യോമസേനയുടെ ആവശ്യം. രാസായുധ ഘട കങ്ങളെ ഉൾക്കൊള്ളുന്നതും രോഗാണുക്കളെ ഉൾക്കൊള്ളുന്നതും. എന്നാൽ ഈ ആശയം തിരസ്കരിക്കപ്പെടുകയാണുണ്ടായത്. ജൈവാ യുധമേൽനോട്ടസമിതികളിലെ മിക്ക ശാസ്ത്രജ്ഞരും അത്തരമൊരു ബോംബ് അപ്രായോഗികമായാണ് കരുതിയത്. അതേതുടർന്ന്, 1947 ഒക്ടോബറിൽ രാസായുധവും ജൈവായുധവും സംയോജിപ്പിച്ചുകൊണ്ട് പരമാവധി ആൾനാശം വരുത്താവുന്ന ഒരു മാതൃകയെന്ന നിലയിൽ പുതി യൊരെണ്ണം അംഗീകരിക്കപ്പെട്ടു. OR/1065 എന്നായിരുന്നു അതിന്റെ പേര്. പോർടൺ ഡൗണിലെ ഗവേഷണശാലയാണ് ഇവയുടെ കേന്ദ്രമായി പ്രവർത്തിച്ചത്. വിപുലമായ സംവിധാനങ്ങളുടെ ഒട്ടനവധി പരീക്ഷണ ങ്ങളും പോർടൺ കേന്ദ്രത്തിന്റെ നേതൃത്വത്തിൽ നടത്തുകയുണ്ടായി.

ഓപ്പറേഷൻ ഹാർണസ് (1948-49), ഓപ്പറേഷൻ ഓസോൺ (1954), ഓപ്പറേഷൻ നെഗേഷൻ (1955) തുടങ്ങിയവയായിരുന്നു ഇതിൽ പ്രധാനം.

ഓപ്പറേഷൻ ഹാർണസ്

1948 ഡിസംബർ മുതൽ 1949 ഫെബ്രുവരിവരെ നീണ്ടുനിന്നതും ബ്രിട്ടന്റെ ജൈവായുധഗവേഷണത്തിന്റെ ചരിത്രത്തിലെ ഏറ്റവും നിർണായകവുമായ സൈനികനടപടിയായിരുന്നു ഓപ്പറേഷൻ ഹാർണസ് (Operation Harness). കരീബിയൻ കടലിനോടു ചേർന്ന ആന്റിഗ്വ, ലീവാർഡ് ദ്വീപുകളാണ് (Antigua/Leeward Islands) ഇതിനായി തെരഞ്ഞെടുക്കപ്പെട്ടത്. കടലിന്റെ നടുവിൽ വച്ച് നടന്ന പരീക്ഷണങ്ങളിൽ രണ്ട് യുദ്ധക്കപ്പലുകളാണ് പങ്കെടുത്തത്. എച്ച് എം എസ് നാർവിക് (HMS Narvik) എന്ന കപ്പൽ പരീക്ഷണമൃഗങ്ങളെ കൊണ്ടുവരാനായാണ് ഉപയോഗിച്ചത്. എച്ച് എം എസ് ബെൻലൊമോൻഡ് (HMS Ben Lomond) പരീക്ഷണത്തിനു ശേഷമുള്ള ജീവികളെ കൊണ്ടുപോവാനും. ജീവികളിലുണ്ടാവുന്ന മാറ്റങ്ങൾ പഠിക്കാനാവശ്യമായ ലബോറട്ടറി സൗകര്യങ്ങളും ബെൻലൊമോഡിൽ തന്നെയായിരുന്നു. ഗിനിപ്പന്നികളെയും കുരങ്ങുകളെയും ചെമ്മരിയാടുകളെയും ഓപ്പറേഷൻ ഹാർണസിൽ ഉപയോഗിച്ചിരുന്നു. എന്നാൽ മനുഷ്യരെ ഉപയോഗപ്പെടുത്തിയതായി രേഖകളില്ല. ആന്ത്രാക്സ്, ബ്രൂസെല്ലോസിസ്, ടുലറേമിയ തുടങ്ങിയ രോഗങ്ങൾക്കുകാരണമായ സൂക്ഷ്മാണുക്കളെ ഉൾക്കൊള്ളുന്ന ബോംബുകൾ പൊട്ടിച്ചായിരുന്നു പരീക്ഷണം. 22 പരീക്ഷണങ്ങളിൽ 15 എണ്ണം പൂർണ

HMS നാർവിക്

വിജയമായിരുന്നു. ഇതേ പരീക്ഷണങ്ങൾ ഓപ്പറേഷൻ കാൽഡ്രോൺ (Operation Cauldron), ഓപ്പറേഷൻ ഹെസ്പെറസ് (Operation Hesperus) എന്നിവയിലും ആവർത്തിക്കപ്പെട്ടു. രോഗാണുക്കളെ വിദൂരത്തിൽനിന്ന് പ്രയോഗിക്കാമോ എന്ന് പരീക്ഷിക്കുകയായിരുന്നു ഓപ്പറേഷൻ ഓസോണിന്റെ ലക്ഷ്യം. പ്രയോഗിക്കപ്പെടുന്ന രോഗാണുക്കൾ അന്തരീക്ഷത്തിൽ എത്രകാലം നിലനിൽക്കും എന്ന് കണ്ടെത്തുവാനായിരുന്നു ഓപ്പറേഷൻ നെഗേഷൻ. ബ്രിട്ടൻ കടലിൽ നടത്തിയ അവസാന ജൈവായുധ പരീക്ഷണവുമായിരുന്നു ഓപ്പറേഷൻ നെഗേഷൻ.

ജൈവായുധ പരീക്ഷണങ്ങളിൽ ആദ്യകാലങ്ങളിലുണ്ടായിരുന്ന വർധിച്ച താൽപ്പര്യം പക്ഷേ, 1952 ഒക്ടോബറിൽ ബ്രിട്ടൺ ആദ്യത്തെ ആറ്റം ബോംബ് പരീക്ഷിച്ചതോടെ കുറയാനാരംഭിച്ചു. സാമ്പത്തിക പ്രതിസന്ധി ബ്രിട്ടനെ ഞെരുക്കുന്ന കാലമായിരുന്നു അത്. ബോംബിനു പകരം അമേരിക്ക പരീക്ഷിച്ച് വിജയിച്ച 'ലാർജ് ഏരിയ കൺസെപ്റ്റ്' (Large Area Concept) പ്രയോജനപ്പെടുത്തണം എന്ന ആശയം ശാസ്ത്രജ്ഞർക്കിടയിൽ ശക്തമാവുകയും ചെയ്തു. കപ്പലോ വിമാനമോ ഉപയോഗിച്ച് രോഗാണുക്കളുടേതായ ഒരു 'മാലിന്യമേഘം' (Contamination Cloud) സൃഷ്ടിക്കുന്ന രീതിയായിരുന്നു അമേരിക്ക അനുവർത്തിച്ചത്. 1957 ജൂണിലെ ജൈവായുധ അവലോകന സമിതി ഈ മാറ്റം അംഗീകരിക്കുകയുണ്ടായി. അതോടൊപ്പം യഥാർഥ രോഗകാരികൾക്കുപകരം ദോഷരഹിതമായവയെ ഉപയോഗിക്കാനും തീരുമാനമായി. 1963 ജൂലായിൽ ലണ്ടനിലെ ഭൂഗർഭ കേന്ദ്രങ്ങളിൽ നടന്ന 'വെന്റിലേഷൻ പരീക്ഷണങ്ങൾ' (Ventillation Trials) ഇതിന് ഉദാഹരണമായിരുന്നു. ഈ-കോളി (E-Coli) തുടങ്ങിയ താരതമ്യേന നിരുപദ്രവകാരികളായ സൂക്ഷ്മാണുക്കളെയാണ് ഇതിനായി ഉപയോഗിച്ചത്. എന്നാൽ, തുടർന്നുള്ള കാലങ്ങളിൽ 'പ്രതിരോധത്തിനുള്ള ആയുധം' (Defensive Weapon) എന്ന നിലയിൽനിന്നും ജൈവായുധങ്ങളുടെ സ്ഥാനം ആണവായുധങ്ങൾ കയ്യടക്കുകയും അതിനനുസരണമായി പുതിയൊരു ലോകക്രമം രൂപപ്പെടുകയും ചെയ്തു. മാത്രവുമല്ല, വിസ്തൃതിയുടെ കാര്യത്തിൽ വമ്പന്മാരായ ചൈനയെയോ സോവിയറ്റ്യൂണിയനെയോ 'ആക്രമണത്തിനുള്ള ആയുധ' (Offensive Weapon) മായി ജൈവായുധങ്ങളെ ഉപയോഗിച്ച് തകർക്കാൻ കഴിയില്ലെന്ന് വൈകിയാണെങ്കിലും ബ്രിട്ടന് ബോധ്യമായി. ഇതിന്റെ തുടർച്ചയെന്നോണം 1977-ൽ, ബി ആർ എ ബി (Biological Research Advisory Board) പിരിച്ചുവിടുകയും ജൈവായുധ ഗവേഷണസ്ഥാപനങ്ങൾ പുനഃസംഘടിപ്പിക്കപ്പെടുകയും ചെയ്തു. ഇന്ന് സി ബി ഡി എ (Chemical and Biological Defence Establishment) എന്ന ഒരൊറ്റ സ്ഥാപനമാണ് ബ്രിട്ടന്റെ ജൈവായുധപരിപാടികൾ നിയന്ത്രിക്കുന്നത്.

കാനഡയുടെ പങ്ക്

അമേരിക്കയുടെയും ബ്രിട്ടന്റെയും ജൈവായുധ ഗവേഷണ ശ്രമങ്ങളുടെയും ലോകമേധാവിത്വത്തിനായുള്ള നീതിരഹിതമായ ഉപാധികളുടെയും ഒരു ചട്ടുകം മാത്രമായിരുന്നു കാനഡ എന്ന് അഭിപ്രായപ്പെടുന്ന ചരിത്രനിരീക്ഷകരുണ്ട്. തങ്ങളുടെ കൈവശം ഒരിക്കലും ജൈവായുധങ്ങൾ ഉണ്ടായിരുന്നില്ലെന്നും അവയുടെ വികാസത്തിനായി തങ്ങൾ ഒരിക്കലും ശ്രമിച്ചിട്ടില്ലെന്നുമുള്ളതരത്തിൽ 1970 മാർച്ച് 14-ന് കാനഡ ഐക്യരാഷ്ട്രസഭയിൽ നടത്തിയ പ്രസ്താവനയെ അടിസ്ഥാനമാക്കിയുള്ള ഒരു വിചിന്തനമാണിത്. എന്നാൽ 1939 മുതൽ 1972-ൽ ജൈവായുധ ഉടമ്പടി നിലവിൽവരുന്നതുവരെയുള്ള ചരിത്രം പരിശോധിച്ചാൽ, ജൈവായുധ ഗവേഷണത്തിൽ കാനഡയ്ക്കുണ്ടായിരുന്ന കുത്സിതമായ പങ്കും പ്രവർത്തനവും പകൽപോലെ വ്യക്തമാണെന്ന് കാണാം. അമേരിക്കയും ബ്രിട്ടനുമായുള്ള ത്രിതല സഹകരണപരിപാടി (Triartiate Alliance) യിലെ ഒരു നിഷ്ക്രിയ അംഗമായിരുന്നില്ല ഒരിക്കലും കാനഡ. ബോട്ടുലിനം (Botulinum) എന്ന ഏറ്റവും മാരകമായ വിഷം ജൈവായുധങ്ങളിൽ ഉപയോഗിക്കാൻ പാകത്തിൽ വികസിപ്പിക്കുന്നതിൽ മുഖ്യപങ്കു വഹിച്ചത് കനേഡിയൻ ശാസ്ത്രജ്ഞരായിരുന്നു. റിൻഡെർപെസ്റ്റ് (Rinderpest) എന്ന കന്നുകാലിരോഗത്തിനുകാരണമാകുന്ന വൈറസിനെയും ആന്ത്രാക്സ് വൈറസിനെയും ഈവിധം തയാറാക്കുന്നതിലും അമേരിക്കൻ ഗവേഷകർക്കൊപ്പം കാനഡയിലെ ശാസ്ത്രജ്ഞർ പ്രധാനപങ്കുവഹിച്ചു. സഫീൽഡ് (Suffield), ഒട്ടാവ (Ottawa), കിങ്സ്റ്റൺ (Kingston), ഗ്രോസ്ദ്വീപ് (Gross Island) എന്നിവിടങ്ങളിലെ ഗവേഷണ സൗകര്യങ്ങളാണ് ഇതിനായി വിനിയോഗിക്കപ്പെട്ടത്. ബോട്ടുലിനം, ബ്രൂസെല്ലോസിസ് രോഗാണുക്കൾ എന്നിവയെ ക്ലസ്റ്റർ ബോംബുകളിൽ നിക്ഷേപിക്കാൻ തക്കവണ്ണം പ്രവർത്തനസജ്ജമാക്കുന്ന ഗവേഷണത്തിലും കനേഡിയൻ ശാസ്ത്രജ്ഞർ പങ്കെടുത്തിരുന്നു. ബ്രിട്ടൺ നടത്തിയ ജൈവായുധ കടൽ പരീക്ഷണങ്ങളിലും കാനഡയിൽനിന്നുള്ള ശാസ്ത്രജ്ഞർ പങ്കുകൊള്ളുകയും പരീക്ഷണങ്ങൾ കാനഡയിലെ വിവിധ കേന്ദ്രങ്ങളിൽ ആവർത്തിക്കുകയും ചെയ്തിരുന്നു. കൊറിയൻ യുദ്ധവേളയിലെ കുപ്രസിദ്ധമായ ജൈവാക്രമണങ്ങളിൽ സാങ്കേതിക സഹായം നൽകിയതും കാനഡയിൽനിന്നുള്ള ഗവേഷകരായിരുന്നു. 1969-ൽ പ്രസിഡന്റ് നിക്സൺ അമേരിക്കയിൽനിന്നുള്ള എല്ലാത്തരം ജൈവായുധ പരീക്ഷണങ്ങളും നിർത്തലാക്കിയതിനെത്തുടർന്നാണ് കാനഡയുടെ പങ്കാളിത്തത്തിലും മാറ്റമുണ്ടായത്. 1962 ലെ 'ക്യൂബൻ മിസൈൽ പ്രതിസന്ധി' (Cuban Missile Crisis) യെത്തുടർന്ന് 'നാറ്റോ' (NATO) യുടെ നേതൃത്വത്തിൽ ജൈവ-രാസായുധ ഗവേഷണങ്ങൾ നിരീക്ഷണ വിധേയമാക്കാനായി നടന്ന ശ്രമങ്ങളും കാനഡയെ പ്രതിസന്ധിയിലാഴ്ത്തുകയുണ്ടായി. പ്രധാനമായും ഉദ്യോഗസ്ഥതലത്തിൽ നിയന്ത്രിക്കപ്പെട്ട ഗവേഷണപങ്കാളിത്തപ്രവർത്തനങ്ങൾ ദേശീയ ഭരണനേതൃത്വത്തിന്റെ

കൂടി ഉത്തരവാദിത്തമായി കണക്കാക്കപ്പെടാൻ 'നാറ്റോ'യുടെ ഇടപെടൽ കാരണമായി. ഇതോടെ, ഗവേഷണസഹായങ്ങൾക്ക് വിരാമമിട്ട കാനഡ, 2001 സെപ്തംബർ 11-ൽ അമേരിക്കയിൽ നടന്ന ഭീകരാക്രമണം വരെയുള്ള കാലത്ത് ഈ രംഗത്തുനിന്നും പൂർണമായും പിന്മാറിയ മട്ടായിരുന്നു. സെപ്തംബർ 11-നുശേഷം അമേരിക്ക ജൈവായുധ ഗവേഷണങ്ങൾ പുനരുജ്ജീവിപ്പിച്ചപ്പോഴും രണ്ട് ഭരണനിർവഹണബില്ലുകളിലൂടെ മാത്രമാണ് (Anti- Terrorist Bill, Public Safety Bill) കാനഡ ആശ്വാസം കണ്ടെത്തിയത്.

സോവിയറ്റ് ജൈവായുധങ്ങൾ

സോവിയറ്റ് യൂണിയനിലെ ജൈവായുധഗവേഷണത്തിന്റെ ചരിത്രം രണ്ടാംലോകമഹായുദ്ധത്തിനും ദശാബ്ദങ്ങൾക്കുമുമ്പേ ആരംഭിച്ചതായി രേഖകൾ പറയുന്നു. 1928- ൽ രാസായുധങ്ങളെ സംബന്ധിച്ച് യോക്കോവ് മൊയ്സീവിച്ച് ഫിഷ്മാൻ (Yokov Moiseevich Fishman) എന്ന പട്ടാള മേധാവി ഒരു റിപ്പോർട്ട് തയാറാക്കുന്നതോടെയാണ് അതിന് ഔദ്യോഗിക തുടക്കമാവുന്നത്. രണ്ടാംലോകമഹായുദ്ധകാലത്ത്, ആക്രമണസജ്ജമായ ഒട്ടനവധി രാസായുധങ്ങൾ സോവിയറ്റ് യൂണിയന്റെ കൈവശമുണ്ടായിരുന്നുവെങ്കിലും അവയുടെ നിർമാണവും വിതരണവും അത്ര ഊർജിതമായിരുന്നില്ല. ശീതയുദ്ധകാലത്താണ് അത് സോവിയറ്റ് സൈനികനീക്കങ്ങളിലെ മുഖ്യ അജണ്ടയായി മാറിയത്. അമേരിക്കയിൽനിന്നും ബ്രിട്ടനിൽനിന്നും ഉണ്ടാകാനിടയുള്ള ജൈവ-രാസായുധ ഭീഷണികളെ മുന്നിൽ കണ്ടുകൊണ്ടുള്ള ഒരു പ്രതിരോധ തന്ത്രത്തിന്റെ ഭാഗമായിരുന്നു അത്. 'പ്രോബ്ലം-5' (Problem-5) എന്നാണ് രഹസ്യമായി ഔദ്യോഗികരേഖകളിൽ വിവക്ഷിക്കപ്പെട്ടത്. 1957 -ൽ, സോവിയറ്റ് കമ്യൂണിസ്റ്റ് പാർട്ടിയുടെ കേന്ദ്രകമ്മിറ്റി ഇക്കാര്യം ചർച്ച ചെയ്യുകയും അനുബന്ധ നടപടികൾ തീരുമാനിക്കുകയും ചെയ്തു. രാജ്യത്തെ എല്ലാ സർവകലാശാലകൾക്കും സാങ്കേതിക സ്ഥാപനങ്ങൾക്കും അനുബന്ധമായി ജൈവരാസായുധ ഗവേഷണത്തിനായുള്ള പരീക്ഷണശാലകൾ രഹസ്യമായി തുടങ്ങുന്നതിനുള്ള നിർദേശമായിരുന്നു ഇതിലൊന്ന്. ജീവശാസ്ത്ര മേഖലയിലെ പുരോഗമനം ലക്ഷ്യമാക്കിയ ചില സോവിയറ്റ് ജീവശാസ്ത്രജ്ഞർ ജൈവ-രാസായുധ ഗവേഷണം ഒരു ഉപാധിയായി പ്രയോജനപ്പെടുത്തുകയായിരുന്നു എന്നൊരു വിശദീകരണവുമുണ്ട്. ലൈസെൻകോ (Lysenko) യുടെ അശാസ്ത്രീയമായ നിലപാടുകൾ കാരണം ഇതര യൂറോപ്യൻ രാജ്യങ്ങളേക്കാൾ ബഹുദൂരം പിന്നോക്കമായിരുന്ന സോവിയറ്റ് യൂണിയനെ മുന്നോട്ടുനയിക്കാനുള്ള ഒരു അവസരമായി അവർ ഇതിനെ പ്രയോജനപ്പെടുത്തുകയായിരുന്നുവത്രേ. യൂറി എ ഓവ്ചിനിക്കോവ് (Yuri A Ovchinnikov), വി എം ഷഡനോവ് (V M Zhadanov) എന്നിവരായിരുന്നു സദുദ്ദേശ്യത്തോടെയുള്ള ഈ നിലപാടുകൾക്കുപിന്നിൽ. 1963-64 കാലഘട്ടത്തിൽ ഏതാണ്ട് പത്തോളം ഗവേഷ

ണസ്ഥാപനങ്ങൾ ജൈവായുധ ഗവേഷണത്തിൽ മുഖ്യപങ്കുവഹിക്കുന്ന വയായി പരിവർത്തനം ചെയ്യപ്പെട്ടിരുന്നു. പൂഷ്ചിനെ (Pushchino), ചെർണോഗോളോവ്ക (Chernogolovka), ലെനിൻഗ്രാഡ് (Leningrad), സ്വർഡ്ലോവ്സ്ക് (Sverdlovsk) എന്നിവയായിരുന്നു ഇതിൽ പ്രധാന പ്പെട്ടവ. 1973-ൽ സോവിയറ്റ് കമ്യൂണിസ്റ്റ് പാർട്ടിയുടെ കേന്ദ്രകമ്മിറ്റി തന്മാത്രാതല ജനിതകത്തിലെ നൂതനസങ്കേതങ്ങൾകൂടി പ്രയോജനപ്പെടുത്തി ക്കൊണ്ട് ജൈവായുധഗവേഷണം വിപുലീകരിക്കാൻ തീരുമാനിക്കുകയും ഇതിനായി ഒരു നിരീക്ഷണ സമിതിയെ ചുമതലപ്പെടുത്തുകയും ചെയ്തു. ജൈവായുധങ്ങളുടെ വൻതോതിലുള്ള നിർമാണവും സംഭരണവും നട ത്തിയിരുന്നത് 'ബയോപ്രിപ്പറാറ്റ്' (Biopreparat) എന്ന പൊതുനാമത്തിൽ അറിയപ്പെട്ടിരുന്ന സൈനികകേന്ദ്രങ്ങളിലായിരുന്നു. ആന്ത്രാക്സ്, പ്ലേഗ് തുടങ്ങിയവ ഇവിടത്തെ ഗവേഷണവിഷയങ്ങളായി കരുതുന്നു. എന്നാൽ, സോവിയറ്റ് ജൈവായുധ ഗവേഷണങ്ങളുടെ പ്രധാന പ്രത്യേകത അവ മുഖ്യമായും പ്രതിരോധ പ്രവർത്തനങ്ങൾക്കാണ് ഊന്നൽ നൽകിയിരു ന്നത് എന്നതാണ്. ഏറ്റവുംകുറഞ്ഞ സമയംകൊണ്ട് ഏറ്റവും കൂടുതൽ പേരെ രോഗപ്രതിരോധ ശേഷിയുള്ളവരാക്കാൻ (Vaccination) വേണ്ട നൂതനമാർഗങ്ങളാണ് അവർ പരീക്ഷിച്ചിരുന്നത്. വായുവിലൂടെയുള്ള ഈ വാക്സിൻ പ്രയോഗം (Aerosolized Vaccines) അത്യാവശ്യഘട്ടങ്ങളിൽ ഏറ്റവും ഫലപ്രദമായാണ് അനുഭവപ്പെട്ടത്. അമേരിക്ക അടക്കമുള്ള രാജ്യ ങ്ങൾ ഇന്ന് ഈ മാർഗം അവലംബിക്കുന്നുണ്ട്.

സ്വർഡ്ലോവ്സ്ക് സംഭവം

സോവിയറ്റ്യൂണിയൻ ജൈവായുധ ഗവേഷണം നടത്തുന്നു എന്നതിന് അമേരിക്കയും ജർമനിയും തെളിവായി അവതരി പ്പിച്ചതാണ് സ്വർഡ്ലോവ്സ്ക് (Sverdlovsk) സംഭവം. സോവിയറ്റ് യൂണിയനിലെ പ്രധാന 'ബയോ പ്രിപ്പറാറ്റ്' കേന്ദ്ര ങ്ങളിലൊന്നായ ഇവിടെ 1979 ഏപ്രിലിലുണ്ടായ ഒരു അപകട മാണ് ഇതിന് കാരണമായത്. ആന്ത്രാക്സ് രോഗാണുക്കൾ അന്തരീക്ഷത്തിലേക്ക് വ്യാപിച്ചകാരണം സ്വർഡ് ലോവ്സ്ക് നഗരത്തിലെ ആയിരത്തോളം ആളുകൾ മരിക്കുകയുണ്ടായി എന്നാണ് ആദ്യം പുറത്തുവന്ന വാർത്ത. എന്നാൽ, അന്വേഷ ണത്തിൽ അത് നൂറുപേരായി ചുരുങ്ങി. അപകടത്തിന്റെ യഥാർഥ കാരണം ഇനിയും വ്യക്തമായിട്ടില്ലെങ്കിലും ഇതിൽ അമേരിക്കയുടെ പങ്ക് സോവിയറ്റ് സൈനികകേന്ദ്രങ്ങൾ ആരോപിക്കുന്നുണ്ട്.

1972-ൽ സോവിയറ്റ് യൂണിയൻ ജൈവായുധ ഉടമ്പടിയിൽ ഒപ്പുവെ ക്കുകയും 1975-ൽ അത് അംഗീകരിക്കുകയും ചെയ്തിരുന്നുവെങ്കിലും സ്വർഡ്ലോവ്സ്ക് സംഭവം (ബോക്സ് കാണുക) അതിന്റെ ധാർമിക

തയ്ക്കുനേരെയുള്ള ഒരു വെല്ലുവിളിയായിരുന്നു. അതോടൊപ്പം, 1979-മുതൽ 1986 വരെയുള്ള കാലഘട്ടത്തിൽ അഫ്ഗാനിസ്ഥാനിലെ 'മുജാഹിദീൻ' കലാപകാരികൾക്കെതിരെ യുദ്ധം ചെയ്യുവാനായി സോവിയറ്റ് യൂണിയൻ ജൈവ-രാസായുധങ്ങൾ ഉപയോഗിച്ചതായും അമേരിക്ക ആരോപിക്കുകയുണ്ടായി. ഫംഗസിൽനിന്നുള്ള വിഷങ്ങൾ (Mycotoxins), മസ്റ്റാർഡ് ഏജന്റുകൾ (Mustard Agents) തുടങ്ങിയവ ആക്രമണത്തിന്റെ അവസാനഘട്ടത്തിൽ സോവിയറ്റ്സേന ഉപയോഗിക്കുകയുണ്ടായി എന്നാണ് ആരോപണം. 1992 മാർച്ച് വരെയെങ്കിലും സോവിയറ്റ് ജൈവായുധഗവേഷണം നീണ്ടുനിന്നിരുന്നു എന്നാണ് ഇപ്പോൾ പൊതുവെയുള്ള വിശകലനം. ബോറിസ് യെൽസിൻ (Boris Yeltsin) അത്തരം ഗവേഷണങ്ങൾ അവസാനിച്ചതായി ഔദ്യോഗികമായി പ്രഖ്യാപിച്ചതാണ് ഇതിനടിസ്ഥാനം. എന്നാൽ, പഴയ സോവിയറ്റ് ഗവേഷണകേന്ദ്രങ്ങൾക്ക് പിന്നീട് എന്തുസംഭവിച്ചു എന്ന് വ്യക്തമല്ല. സോവിയറ്റ് യൂണിയനിലെ അംഗരാഷ്ട്രങ്ങളായിരുന്ന ചെക്കോസ്ലോവാക്യ, യൂഗോസ്ലാവ്യ എന്നിവയും റൊമാനിയ, ബൾഗേറിയ തുടങ്ങിയ രാജ്യങ്ങളും ജൈവായുധ സങ്കേതങ്ങൾക്കായി സോവിയറ്റ് കേന്ദ്രങ്ങളെയാണ് ആശ്രയിച്ചിരുന്നത്. ഇവയിൽ പലതും പിന്നീട് സ്വതന്ത്രമായ ഗവേഷണപ്രവർത്തനങ്ങൾ ആരംഭിക്കുകയോ മറ്റ് രാജ്യങ്ങളുമായി സഹകരിക്കുകയോ ചെയ്തിട്ടുണ്ട്. ഉദാഹരണമായി, ചെക്റിപ്പബ്ലിക് ഇപ്പോൾ ഇതിനായി ബന്ധപ്പെടുന്നത് അമേരിക്കയോടും ബ്രിട്ടനോടുമാണ്. നെതർലൻഡും ഇക്കാര്യത്തിലുള്ള ഒരു വിജ്ഞാനസ്രോതസായി നിലകൊള്ളുന്നു.

ബോറിസ് യെൽസിൻ

മറ്റ് രാജ്യങ്ങളിൽ

രാസായുധഗവേഷണത്തിൽ ഏറ്റവും പഴക്കം അവകാശപ്പെടുന്ന മറ്റൊരു രാജ്യം ജപ്പാനാണ്. 1930-കളുടെ അവസാനം മുതൽക്കേ 'യൂണിറ്റ് 731' (Unit- 731) എന്ന പേരിൽ ജപ്പാൻ രാസായുധ നിർമാണ കേന്ദ്രങ്ങൾ സ്ഥാപിച്ചിരുന്നു. 1937 നും 42നുമിടയിൽ, ചൈനയ്ക്കെതിരെയുള്ള ആക്രമണങ്ങളിൽ ജപ്പാൻ യഥേഷ്ടമായി രാസായുധങ്ങൾ ഉപയോഗിച്ചിരുന്നു. എന്നാൽ, രണ്ടാംലോകമഹായുദ്ധത്തിനുശേഷം ജർമനിയെപ്പോലെ ജപ്പാനും രാസായുധഗവേഷണത്തിൽ അധികം ശ്രദ്ധചെലുത്തുകയുണ്ടായില്ല. ദക്ഷിണകൊറിയയിൽനിന്നും അമേരിക്കയിൽനിന്നുമുള്ള

ഭീഷണി ഭയന്ന് ജൈവ-രാസായുധഗവേഷണങ്ങൾക്ക് തുടക്കമിട്ട മറ്റൊരു രാജ്യമാണ് വടക്കൻകൊറിയ. രാസായുധ പോർമുന ഘടിപ്പിച്ച മിസൈലുകളായിരുന്നു വടക്കൻകൊറിയയുടെ സവിശേഷത. ഇത് അവർ പാകിസ്ഥാൻ തുടങ്ങിയവർക്ക് കച്ചവടം ചെയ്യുകയുമുണ്ടായി. ചൈന തങ്ങളുടെ രാസായുധ ഗവേഷണപരിപാടികൾക്ക് തുടക്കമിട്ടത് 1950-കൾ മുതലാണ്. തായ്‌വാനിൽനിന്നുള്ള ഭീഷണി ചെറുക്കാനാണ് ചൈന ഇന്നും ഇത് തുടരുന്നത്. എങ്കിലും, സുസജ്ജമായ ഒരു ആണവപ്രതിരോധം നിലവിലുള്ളതിനാൽ ചൈനയുടെ ജൈവ-രാസായുധമേഖല അത്ര സജീവമല്ല. അമേരിക്കൻ പിന്തുണയോടുകൂടിയതാണ് ഇസ്രായേലിന്റെ രാസായുധപദ്ധതികൾ. 1962-70 കാലത്തെ യെമനി ആഭ്യന്തരയുദ്ധകാലംമുതൽ ഈജിപ്തും രാസായുധങ്ങൾ പരീക്ഷിച്ചതായി പറയുന്നു. സോവിയറ്റ് യൂണിയനായിരുന്നു ഇവയ്ക്കുള്ള സ്രോതസ്. 1983-നും 88-നുമിടയിലെ ഇറാൻ - ഇറാക്ക് യുദ്ധത്തിൽ ഇരുവിഭാഗങ്ങളും രാസായുധങ്ങൾ ഉപയോഗിച്ചതായി തെളിവുകളുണ്ട്. ഇക്കാരണത്താൽ, വളരെ ശ്രദ്ധയോടെയാണ് 1991-ൽ അമേരിക്ക ഇറാക്കിനെ ആക്രമിച്ചത്. എന്നാൽ യുദ്ധവേളയിൽ ഇവയൊന്നും കണ്ടെടുക്കുകയുണ്ടായില്ല. ദക്ഷിണാഫ്രിക്കയാണ് രാസായുധങ്ങൾ കൈവശമുണ്ടെന്ന് കരുതപ്പെടുന്ന വികസ്വരരാജ്യങ്ങളിലൊന്ന്. ലിബിയയും ചാഡ് റിപ്പബ്ലിക്കുമായി 1987 ലുണ്ടായ യുദ്ധത്തിൽ രാസായുധങ്ങൾ പ്രയോഗിക്കപ്പെട്ടതായി കരുതുന്നു. കൃത്യമായ വിവരങ്ങൾ ലഭ്യമല്ലെങ്കിലും 1960-നും 70-നുമിടയിൽ ഇന്ത്യയും പാകിസ്ഥാനും രാസ-ജൈവായുധഗവേഷണങ്ങൾക്ക് തുടക്കം കുറിച്ചതായി റിപ്പോർട്ടുകളുണ്ട്. രണ്ടുരാജ്യങ്ങളും അവ സമയബന്ധിതമായി നശിപ്പിക്കുമെന്നും പ്രഖ്യാപിച്ചിട്ടുണ്ട്.

4

ആയുധങ്ങൾ കൃഷിക്കെതിരെ

കാർഷികവിളകൾ ഉൾപ്പെടെയുള്ള സസ്യങ്ങളെ നശിപ്പിക്കുകയോ അവയുടെ വളർച്ചയെ തടയുകയോ ലക്ഷ്യമാക്കിക്കൊണ്ടുള്ള ജൈവായുധങ്ങളിൽ ഏറെയും വികസിപ്പിക്കപ്പെട്ടത് അമേരിക്കയുടെ 'നാഷണൽ ആന്റി-ക്രോപ് ബയോളജിക്കൽ വെപ്പൺസ് പ്രോഗ്രാം' (National Anti-Crop Biological Weapons Program) വഴിയാണ്. രണ്ടാംലോകമഹായുദ്ധത്തിനുശേഷം കൂടുതൽ ദൃഢമായിത്തീർന്ന ബ്രിട്ടീഷ്- അമേരിക്കൻ നയതന്ത്രബന്ധങ്ങൾക്ക് സമാന്തരമായിട്ടായിരുന്നു ഗവേഷണമേഖലയിൽ ഇവയ്ക്കായുള്ള ശ്രമങ്ങൾക്ക് തുടക്കമായത്. 1918-ൽ, അമേരിക്കയുടെ 'കെമിക്കൽ വാർഫെയർ സർവീസ്' (Chemical Warfare Service) സ്ഥാപിക്കപ്പെട്ടകാലംമുതൽക്കെ ബ്രിട്ടനും അമേരിക്കയും തമ്മിൽ ഇതു സംബന്ധിച്ച വിവരകൈമാറ്റം നടന്നിരുന്നതായി ചില നിരീക്ഷകർ കരുതുന്നുണ്ടെങ്കിലും രണ്ടാംലോകമഹായുദ്ധകാലത്താണ് അത് ഏറെ ശക്തമായത്. 1947-ൽ കാനഡയും കൃഷിക്കെതിരായ ജൈവായുധങ്ങളുടെ കാര്യത്തിൽ അമേരിക്കയോടും ബ്രിട്ടനോടും കൈകോർക്കാൻ തയാറായി. 1964-ൽ, ആസ്ട്രേലിയയും ഇവരോടൊപ്പം ചേർന്നതോടെ രാജ്യാന്തരതലത്തിൽതന്നെ ഇതുസംബന്ധമായ ഒരു ഔദ്യോഗിക ഉടമ്പടി അനിവാര്യമായിത്തീർന്നു. അതിനോടകംതന്നെ, അനവധി രാജ്യങ്ങൾ ഇത്തരത്തിലുള്ള ആക്രമണസാധ്യത മുൻകൂട്ടിക്കണ്ടുകൊണ്ട് പ്രതിരോധ പ്രവർത്തനങ്ങൾക്ക് തയാറാവുകയും അതിന്റെ ഭാഗമായി കാർഷികമേഖലയെ ബാധിക്കുന്നതരത്തിലുള്ള ജൈവായുധങ്ങളുടെ ചരിത്രം ഓരോ രാജ്യവും രഹസ്യമായി അന്വേഷിക്കാൻ തുടങ്ങുകയും ചെയ്തു. ജർമനിയിലെ കൃഷിപ്പാടങ്ങളെ ജൈവായുധങ്ങളുപയോഗിച്ച് നശിപ്പിക്കാൻ ചർച്ചിൽ ഭരണകൂടം 1942-ൽ രൂപരേഖ തയാറാക്കിയതടക്കമുള്ള വിവരങ്ങൾ പുറത്തുവന്നത് ഇതോടൊപ്പമാണ്. ബ്രിട്ടനിലെ 'ഇംപീരിയൽ

കെമിക്കൽ ഇൻഡസ്ട്രീസ്' (Imperial Chemical Industries) നിർമിച്ചതും '1313', '1414' എന്നീ രഹസ്യകോഡുകളിൽ അറിയപ്പെട്ടിരുന്നതുമായ ജൈവായുധങ്ങൾ, വിവിധതരം കാർഷികവിളകളെ മുച്ചൂടും മുടിക്കാൻ പര്യാപ്തമായവയായിരുന്നു. ബ്രിട്ടന്റെ കൈവശമുള്ള ഇത്തരം ആയുധ സങ്കേതങ്ങളെക്കുറിച്ചുള്ള വിവരങ്ങൾ അമേരിക്കൻ പ്രസിഡന്റായ റൂസ്‌വെൽറ്റിനെ രഹസ്യമായി അറിയിച്ചിരുന്നത് സർ. ജോൺ ആൻഡേഴ്സൺ (Sir. John Anderson) എന്ന ഉദ്യോഗസ്ഥൻ വഴിയായിരുന്നു. റൂസ്‌വെൽറ്റിന്റെ വിശ്വസ്തനായി ഇക്കാര്യത്തിൽ ഇടനിലക്കാരനായി പ്രവർത്തിച്ചത് വന്നേവർ ബുഷ് (Vannevar Bush) എന്ന അമേരിക്കൻ ഉദ്യോഗസ്ഥനും. ജപ്പാനെതിരായിട്ടായിരുന്നു അമേരിക്ക ഇവ്വിധമുള്ള ആയുധങ്ങൾ ഉപയോഗിക്കുന്നതിനായി ലക്ഷ്യമിട്ടിരുന്നത്. അവസാന ഘട്ട പരിശോധനയും കഴിഞ്ഞ്, പ്രയോഗസജ്ജമാക്കിയതരത്തിൽ എണ്ണൂറോളം കൃഷിനാശകജൈവായുധങ്ങൾ അമേരിക്ക കരുതിയിരുന്നുവെന്നാണ് കണക്ക്. ഭക്ഷ്യധാന്യങ്ങൾ, ഫലവർഗങ്ങൾ എന്നിവയോടൊപ്പം സാമ്പത്തിക പ്രാധാന്യമുള്ള മറ്റ് കാർഷികവിളകളെയും ബാധിക്കുന്ന തരത്തിലുള്ള ജൈവായുധങ്ങളാണ് ഇതിനായി തയാറാക്കപ്പെട്ടിരുന്നത്. നെല്ല് തുടങ്ങിയ ധാന്യവിളകൾ, ഉരുളക്കിഴങ്ങ്, സോയാബീൻ, മധുരക്കിഴങ്ങ് തുടങ്ങിയ ഇതരഭക്ഷ്യവിളകൾ, പരുത്തി, പുകയില തുടങ്ങിയ നാണ്യവിളകൾ എന്നിവ ഈ പട്ടികയിൽ പെടുന്നു.

കൃഷിനാശക ജൈവായുധങ്ങൾ (1940-1980)

നം.	കാർഷികവിള	രോഗം	രോഗാണു
1	കാപ്പി	കോഫിബെറിരോഗം (Coffee Berry Disease)	കൊളറ്റോ ട്രൈക്കിയം കോഫിയാനം (*Colletotrichium Coffeanum*)
2	പൈൻ	ബ്ലൈറ്റ് ഓഫ് പൈൻസ് (Blight of Pines)	ഡാത്തിസ്ട്രോമാ പിനി (*Dathistroma pini*)
3	ആപ്പിൾ, പിയർ തുടങ്ങിയവ	ഫയർ ബ്ലൈറ്റ് (Fire Blight of Apple,Pear)	എർവീനിയ അമൈഒറോറ (*Erwinia amyorora*)
4	ഉരുളക്കിഴങ്ങ്, തക്കാളി	പൊട്ടറ്റോ, ടൊമാറ്റോ, വിൽറ്റ് (Pototo Tomot wilt)	സ്യൂഡോമോണ (*Psendomona*)
5	വാഴ	മോക്കോ രോഗം (Moko Disease of Banana)	ഡൊളാനസിയോറം (*Solanaceorum*)
6	നെല്ല്	ബ്ലാസ്റ്റ് രോഗംണ്ണ (Blast Disease of paddy) ബ്ലൈറ്റ് രോഗം (Blight Disease of paddy)	പിറിക്കുലേറിയ ഒറൈസെ (*Pyricularia oryzae*) സാന്തോമോണാസ് കാംപെസ്ട്രിസ് (*Xanthomonas campestris*)
7	ചോളം	സ്മട്ട് രോഗം (Maize smut)	അസ്റ്റിലാഗൊമെയ്ഡിസ് (*Ustilago Maydis*)
8	കരിമ്പ്	ലീഫ്സ്കാൾഡ് രോഗം (Leaf Scald of Sugarcane)	സാന്തോമോണസ് അൽബിലീനിയൻസ് (*Xanthomonas albilineans*)

9	ഗോതമ്പ്	കവർസ്മട്ട്, സ്റ്റിൻകിങ്സ്മട്ട് കോമൺ ബൻട് (Cover Smut, Stinking smut, common bunt)	ടില്ലേഷ്യ ട്രിറ്റിക്കി (*Tilletia tritici*)
10	സോയാബീൻസ് മുതലായവ	കോട്ടണി സോഫ്റ്റ് റോട്ട് (Cottony Soft Rot)	സ്ക്ലീറോട്ടിനിയ സ്ക്ലീറോടോണിയം (*Sclerotinia sclerotonium*)

ആദ്യകാല പരീക്ഷണങ്ങൾ

കാർഷികവിളകൾക്കെതിരെ ഉപയോഗിക്കാവുന്ന ജൈവായുധങ്ങളുടെ ഗവേഷണം ബ്രിട്ടൺ 1958-വരെ തുടർന്നുവന്നിരുന്നതായാണ് രേഖകൾ സൂചിപ്പിക്കുന്നത്. കാർഷികമേഖലയുമായി ബന്ധപ്പെട്ട ഗവേഷണങ്ങളെന്ന പേരിൽ, രഹസ്യമായാണ് ഇവ നടപ്പിലാക്കിയിരുന്നത്. അതേസമയം, ഇത്തരം ജൈവായുധങ്ങളുടെ ചുമതല വഹിച്ചിരുന്ന 'അഗ്രികൾചറൽ ഡിഫൻസ് അഡ്വൈസറി കമ്മിറ്റി' (Agricultural Defence Advisory Committee- ADAC), ഇതുസംബന്ധിച്ച് ദ്വൈവാർഷിക റിപ്പോർട്ടുകളും പ്രസിദ്ധീകരിച്ചിരുന്നു. കളനാശിനികൾ (Herbicides), വിഷങ്ങൾക്ക് സസ്യങ്ങളിലുള്ള സ്വാധീനം (Phytotoxicity), വിമാനമാർഗമുള്ള കീടനാശിനിപ്രയോഗം (Aerial Spray Trials) എന്നിവയെ സംബന്ധിക്കുന്ന പഠനങ്ങളെ മറയാക്കിയായിരുന്നു ജൈവായുധഗവേഷണങ്ങൾ. രാസവസ്തുക്കളെ ഉപയോഗിച്ചുള്ള കൃഷിനാശം ആദ്യമായി പരീക്ഷിച്ചത് ആഫ്രിക്കയിലെ ടാൻഗനൈക്ക (Tanganyika) യിലായിരുന്നു. 2,4-D, 2,4,5-T എന്നീ കളനാശിനികളും 'എൻഡോതാൽ' (Endothal-3,6- Endoxohexa hydrophthalic Acid) എന്ന കീടനാശിനിയും ഇവിടെ പരീക്ഷിച്ചിരുന്നു. കെനിയയിൽ പക്ഷേ, ഇവയിലൊന്നായ 2,4,5-T പ്രയോഗിച്ചത് ആയുധപരീക്ഷണം എന്ന നിലയിലായിരുന്നില്ല. 'ആഫ്രിക്കൻ സ്ലീപ്പിങ് സിക്കനെസ്' (African Sleeping Sickness) എന്ന രോഗം പരത്തുന്ന ഷഡ്പദത്തിനെതിരെയുള്ള ആരോഗ്യസംരക്ഷണ പ്രവർത്തനം എന്ന പേരിലായിരുന്നു അത്. എന്നാൽ, സൈനിക നടപടിയുടെ ഭാഗമായി ആദ്യമായി 2,4,5-T ഉപയോഗിക്കപ്പെട്ടത് മലയൻ കലാപകാരികൾക്കെതിരായിട്ടായിരുന്നു. പതിനാലുവർഷം നീണ്ട ഒളിപ്പോർയുദ്ധത്തിന് വിരാമമിടാൻ കഴിഞ്ഞത് കാട്ടിലെ മരങ്ങളുടെ ഇലകൾ മുഴുവനും പൊഴിച്ചുകളയാൻ പര്യാപ്തമാവുന്ന തരത്തിൽ 2,4,5-T പ്രയോഗിച്ചതിലൂടെയാണ്. വിപ്ലവകാരികളുടെ ഭക്ഷണലഭ്യത തകർക്കാനായി അവിടെയുള്ള കൃഷിപ്പാടങ്ങളും ഹെലികോപ്റ്റർ ഉപയോഗിച്ചുള്ള ജൈവായുധ പ്രയോഗത്തിലൂടെ നശിപ്പിക്കപ്പെട്ടു. ഇതോടെ മലയയിലെ പ്രശ്നങ്ങൾക്ക് ശാശ്വത പരിഹാരമായി. ഈ മാതൃകയാണ് പിന്നീട് അമേരിക്ക വിയറ്റ്നാമിലെ ആക്രമണങ്ങളിൽ നടപ്പിലാക്കിയത്.

അമേരിക്കയിൽ, രാസായുധ ഗവേഷണ പദ്ധതികളുടെ ഒരു ഭാഗമായിട്ടാണ് കൃഷിനാശക-ജൈവായുധ പരിപാടികൾ സംഘടിപ്പിച്ചിരുന്നത്. ഇതിനായി നാല് പ്രത്യേക ഗവേഷണ വിഭാഗങ്ങൾ അവർ സജ്ജമാക്കിയിരുന്നു. രസതന്ത്ര വിഭാഗം (Chemistry Branch), ജീവശാസ്ത്ര വിഭാഗം (Biology Branch), സസ്യധർമപഠനവിഭാഗം (Plant Physiology Branch), പ്രയോഗസേവനവിഭാഗം (Operational Requirements Branch) എന്നിവയായിരുന്നു അവ. ഏറ്റവും കുറഞ്ഞ അളവിൽപ്പോലും ഏതുതരം സസ്യത്തെയും നശിപ്പിക്കാൻ കഴിയുന്ന ഒരു രാസസംയുക്തം വികസിപ്പിക്കുകയായിരുന്നു രസതന്ത്രവിഭാഗത്തിന്റെ ചുമതല. ഓരൊറ്റ പ്രയോഗത്തിലൂടെ തന്നെ ധാന്യവിളകളുടെയും ഇതര ഭക്ഷ്യവിളകളുടെയും സമ്പൂർണനാശം ഉറപ്പുവരുത്തുകയായിരുന്നു ലക്ഷ്യം. ഓരോ മാസവും ഇതിനായി ഏതാണ്ട് ഇരുന്നൂറോളം രാസസംയുക്തങ്ങളെ പുതുതായി നിർമിക്കുകയും പരീക്ഷിക്കുകയും ചെയ്തുകൊണ്ടിരുന്നു. ഇവയിൽനിന്നും ഏറ്റവും മാരകമെന്ന് തെളിഞ്ഞവയെ തെരഞ്ഞെടുക്കുകയും വൻതോതിലുള്ള ഉൽപ്പാദനത്തിന് വേണ്ടി തയാറാക്കുകയും ചെയ്തുപോന്നു. വ്യാപകമായ കൃഷിനാശം വരുത്തുന്ന രോഗാണുക്കളെ കണ്ടെത്തുകയും കൃത്രിമമായി വളർത്തുകയും ആയുധപ്രയോഗത്തിനായി അവയെ പരുവപ്പെടുത്തുകയുമായിരുന്നു ജീവശാസ്ത്രവിഭാഗത്തിന്റെ കർത്തവ്യം. പ്രധാനമായും മൂന്നുതരം രോഗാണുക്കളെയാണ് അവർ ഇതിനായി തെരഞ്ഞെടുത്തിരുന്നത്. ഗോതമ്പിന് 'സ്റ്റെംറസ്റ്റ്' (Stem Rust) എന്ന രോഗം വരുത്തുന്ന 'പക്സീനിയ ഗ്രാമിനിസ്' (*Puccinia graminis*), നെല്ലിന് 'ബ്ലാസ്റ്റ് രോഗം' (Rice Blast) വരുത്തുന്ന 'പിറിക്കുലേറിയ ഒറൈസെ' (*Piricularia oryzae*), ഉരുളക്കിഴങ്ങിന് 'ബ്ലൈറ്റ് രോഗം' (*Blight Disease*) വരുത്തുന്ന 'ഫൈറ്റോപ്‌തോറ ഇൻഫെസ്റ്റൻസ്' (*Phytophthora infestants*) എന്നിവയായിരുന്നു അവ. TX, LX, LO എന്നീ കോഡുനാമങ്ങളിലായിരുന്നു യഥാക്രമം ഇവ അറിയപ്പെട്ടിരുന്നത്. ഒരു ഏക്കർ കൃഷിഭൂമിക്ക് 0.1ഗ്രാം മാത്രം മതിയാവുന്നതരത്തിൽ മാരകമായ നശീകരണ ശേഷിയുള്ളതായിരുന്നു TX. വിമാനമാർഗം പ്രയോഗിക്കാൻ കഴിയുന്നതരത്തിൽ തയാറാക്കപ്പെട്ട ഇത് ദിവസങ്ങളോളം അന്തരീക്ഷത്തിൽ തങ്ങിനിൽകുകയും അതുവഴി നാശത്തിന്റെ തോത് വർധിപ്പിക്കുകയും ചെയ്തിരുന്നു. ഇവ കൂടാതെ തയാറാക്കപ്പെട്ട കൃഷിനാശകരോഗാണുക്കളിൽ ശ്രദ്ധേയമായത് നെല്ലിലെ 'ഹോജാ ബ്ലാങ്കാ രോഗ' (Hoja Blanca Disease) ത്തിന് കാരണമാവുന്ന വൈറസായിരുന്നു. 'സൊഗാട്ടാ ഒറൈസിക്കോള' (*Sogata orizicola*) എന്നയിനം പുൽച്ചാടിയായിരുന്നു ഇത് പരത്തിയിരുന്നത്. ഇവയുടെ സ്ഥാനത്ത് കൃത്രിമവാഹകരെ ഏർപ്പെടുത്തിക്കൊണ്ടായിരുന്നു ജൈവായുധനിർമാണം. നെല്ലിലെ 'ബ്ലൈറ്റ് രോഗ' (Leaf Blight of Rice) ത്തിന് കാരണമാവുന്ന 'സാന്തോമോണസ് ഒറൈസെ' (*Xanthomonas oryzae*), ഗോതമ്പിലെ 'സ്ട്രൈപ്പ് റസ്റ്റ് രോഗ' (Stripe Rust of Wheat) ത്തിന് കാരണമാ

വുന്ന 'പക്സീനിയ സ്ട്രൈഫോർമിസ്' (*Puccinia striiformis*) എന്നിവയായിരുന്നു മറ്റ് പ്രധാന ജൈവായുധങ്ങൾ. 'ഓപ്പിയം' കിട്ടുന്ന ചെടികളിൽ കുറഞ്ഞ നാളുകൾകൊണ്ട് വൻനാശം വിതയ്ക്കാനാവുന്ന രോഗാണുക്കൾ സംഭരിക്കപ്പെട്ടത്, കറുപ്പിന്റെ കച്ചവടം സാമ്പത്തികസ്രോതസാവുന്ന രാജ്യങ്ങൾക്കും സൈനികേതരശക്തികൾക്കുമെതിരെ ശക്തമായ താക്കീതായി. പോപ്പി (*Opium poppy*) ചെടികളിൽ 'ഡൗണി മൈൽഡ്യൂ' (Downy Mildew) എന്ന രോഗത്തിന് കാരണമാവുന്ന 'പെറണോസ്പോറ ആർബോറസെൻസ്' (*Peronospora arborescens*) എന്ന ഫംഗസായിരുന്നു ഇത്തരത്തിൽ തയാറാക്കപ്പെട്ടത്.

നൂതനമായ പ്രയോഗരീതികൾ

കൃഷിനാശകജൈവായുധങ്ങൾ എങ്ങനെ പ്രയോഗിക്കണം എന്ന കാര്യത്തിൽ അമേരിക്കയ്ക്ക് മാതൃകയായത് ജപ്പാനായിരുന്നു. ജൈവായുധങ്ങളെ വഹിക്കുന്ന ബലൂണുകളെയാണ് അവർ തയാറാക്കിയിരുന്നത്. വളരെ ഉയരത്തിൽ പറക്കുന്ന ഒരു ജറ്റ് വിമാനത്തിൽനിന്നും ആയിരക്കണക്കിനോളം വരുന്ന ഇത്തരം ബലൂണുകൾ താഴേക്കിടുന്നതായിരുന്നു ജപ്പാന്റെ പരിപാടി. അന്തരീക്ഷത്തിൽ തങ്ങിനിൽക്കുന്ന ഇവ കാറ്റിന്റെ ഗതിക്കനുസരിച്ച് പലയിടങ്ങളിലായി ചെന്നുവീഴും. രണ്ടാംലോക

ക്ലസ്റ്റർ മ്യൂണിഷൻ

മഹായുദ്ധകാലത്ത്, വടക്കേ അമേരിക്കയിലെയും പസഫിക് തീരങ്ങളിലെയും കൃഷിയിടങ്ങളെ ലക്ഷ്യമാക്കി ജപ്പാൻ ഏകദേശം 9,300 ഓളം ബലൂൺ ബോംബുകൾ ഈ വിധം വിക്ഷേപിച്ചിരുന്നതായാണ് രേഖകൾ പറയുന്നത്. എന്നാൽ, ബലൂണുകൾ ഉപയോഗിക്കുന്നതിലുള്ള അപ്രായോഗികത പരിഗണിച്ച്, 'തൂവൽ ബോംബു'കളാണ് അമേരിക്ക നിർമിച്ചത്. രോഗാണുക്കൾ സ്പ്രേ ചെയ്ത ടർക്കിത്തൂവലുകളെയാണ് അവർ ഇതിനായി ഉപയോഗിച്ചത്. ബലൂണുകളെക്കാൾ കാര്യക്ഷമമായ ആക്രമണക്ഷമതയുള്ള ഇവയ്ക്ക് 50 ചതുരശ്രമൈൽ വിസ്തൃതിക്കുള്ളിൽ ഒരു ലക്ഷം അണുബാധകേന്ദ്രങ്ങൾ സൃഷ്ടിക്കാൻ കഴിയുമായിരുന്നു. E-73 എന്ന കോഡ് നാമത്തിൽ അറിയപ്പെട്ടിരുന്ന ഇവ 500 പൗണ്ട് ഭാരമുള്ള കൂട്ടമായിട്ടാണ് (Cluster Munition) യുദ്ധവിമാനങ്ങളിൽ നിറച്ചിരുന്നത്. കർഷകരെ ആകർഷിക്കാനുള്ള ലഘുലേഖകളും ഈ 'തൂവൽബോംബുകൾ'ക്കൊപ്പം കാറ്റിൽ പറത്തിയിരുന്നു. ഗോതമ്പിനെ ബാധിക്കുന്ന 'സ്റ്റെംറെസ്റ്റ്' രോഗത്തിനു കാരണമായ ഫംഗസുകളെയാണ് 'തൂവൽബോംബുകൾ' വഹിച്ചിരുന്നത്. E-77 എന്ന പേരിൽ 800 പൗണ്ട് ഭാരമുള്ള 'ബലൂൺ ബോംബുകളും' അമേരിക്കയുടെ സൈനികഗവേഷണവിഭാഗം നിർമിച്ചിരുന്നുവെങ്കിലും ഇവ എപ്പോഴെങ്കിലും ഉപയോഗിച്ചിരുന്നതായി രേഖകളില്ല. 750 പൗണ്ട് ഭാരമുള്ളതും E-86 എന്ന കോഡ് നാമത്തിൽ അറിയപ്പെടുന്നതുമായ മറ്റൊരുതരം ജൈവായുധങ്ങളും അമേരിക്ക നിർമിക്കുകയും സംഭരിക്കുകയും ചെയ്തതായി പറയുന്നുണ്ട്. 1947 സെപ്തംബറിൽ, കൃഷിയിടങ്ങൾ നശിപ്പിക്കാൻ പറ്റിയ ജൈവായുധങ്ങൾ ആവശ്യപ്പെട്ടുകൊണ്ട് അമേരിക്കൻ വ്യോമസേനാമേധാവി രാസായുധങ്ങളുടെ ചുമതല വഹിക്കുന്ന ഉദ്യോഗസ്ഥന് കത്തെഴുതിയതിനെത്തുടർന്നാണ് ഇവയെല്ലാം നിർമിക്കപ്പെടുകയും പരീക്ഷിക്കപ്പെടുകയും ചെയ്തത്. 1950 ഒക്ടോബറോടെ ഏതാണ്ട് 6000ത്തോളം വിവിധതരം കൃഷിനാശക ജൈവായുധങ്ങളോടെ അമേരിക്ക ഇക്കാര്യത്തിൽ സ്വയംപര്യാപ്തത കൈവരിച്ചിരുന്നു. രണ്ടാംലോകമഹായുദ്ധത്തിലെ പ്രധാന എതിരാളികളായിരുന്ന ജർമനി, ജപ്പാൻ എന്നിവിടങ്ങളിലെ കാർഷികവിളകളും ശീതയുദ്ധകാലത്തെ എതിരാളികളായ സോവിയറ്റ് യൂണിയനിലെയും ചൈനയിലെയും കൃഷിപ്പാടങ്ങളുമായിരുന്നു അമേരിക്കയുടെ ലക്ഷ്യം. ബ്രിട്ടണിൽ കൃഷിനാശകജൈവായുധങ്ങൾക്കായുള്ള ഈ അന്വേഷണം 1963 വരെ നീണ്ടുനിൽക്കുകയുണ്ടായി. അമേരിക്കയെ സംബന്ധിച്ചിടത്തോളം, 1967 വരെയായിരുന്നു ഊർജിതമായ ഗവേഷണകാലം. കിലോമീറ്ററുകളോളം ദൂരത്തിൽ വിഷദ്രാവകങ്ങൾ തളിക്കാൻ കഴിയുന്നതരത്തിലുള്ളതും വിമാനത്തിൽ ഘടിപ്പിക്കാൻ പറ്റുന്നതുമായ അതിശക്തമായ സ്പ്രേയറുകൾ (Sprayers) വികസിപ്പിക്കപ്പെട്ടതും ഇക്കാലത്തായിരുന്നു. ഇതിനു ബദലായി സോവിയറ്റ് യൂണിയൻ 'ഇക്കോലോഗിയ' (Ekologiya) എന്ന പേരിൽ ഒരു കൃഷിനാശക ജൈവായുധപദ്ധതി ആവിഷ്കരിച്ചിരുന്നതായി സ്ഥിരീകരിക്കാത്ത റിപ്പോർട്ടുകളുണ്ട്. 1958-ൽ,

കെൻ അലിബെക്

താഷ്കെന്റിൽ സ്ഥാപിതമായ ഗവേഷണ സ്ഥാപനത്തിൽ (Central Asian Scientific- Research Institute of Phytopathology) ഇത്തരം പ്രവർത്തനങ്ങൾ നടന്നിരുന്നതായി ആരോപിക്കപ്പെട്ടിട്ടുണ്ട്. 1970 -കളുടെ തുടക്കംമുതൽ കസാക്കിസ്ഥാനിലും കൃഷിനാശകജൈവായുധങ്ങൾക്കായുള്ള ഒരു ഗവേഷണകേന്ദ്രം പ്രവർത്തിച്ചിരുന്നതായി പറയപ്പെടുന്നു. അമേരിക്കയെപ്പോലെ, ജൈവായുധങ്ങൾ കുന്നുകൂട്ടുന്നതിൽ താൽപ്പര്യമെടുക്കാത്ത സോവിയറ്റ് യൂണിയൻ മിസൈലുകളിൽ അവ എങ്ങനെ ഘടിപ്പിക്കാം എന്നതിനെക്കുറിച്ചാണ് ചിന്തിച്ചിരുന്നതത്രേ. ചോളം, നെല്ല്, ഗോതമ്പ് എന്നിവയ്ക്കെതിരായുള്ള ജൈവായുധങ്ങൾ ആവശ്യാനുസരണം നിർമിച്ചുനൽകാനുള്ള സംവിധാനം അവർ തയാറാക്കിയിരുന്നതായി കെൻ അലിബെക് (Ken Alibek) എന്ന ഗ്രന്ഥകാരൻ കരുതുന്നു.

ഇറാക്കിലെ ജൈവായുധശേഖരം

കൃഷിയെ നശിപ്പിക്കുന്നതടക്കമുള്ള ജൈവായുധങ്ങൾ ഇറാക്കിന്റെ കൈവശമുണ്ടെന്ന അമേരിക്കയുടെയും സഖ്യകക്ഷികളുടെയും ആക്ഷേപത്തിന് തൊണ്ണൂറുകളുടെ തുടക്കത്തോളം പഴക്കമുണ്ട്. ഇറാനെതിരായ യുദ്ധത്തിലും പ്രതിരോധ പ്രവർത്തനങ്ങളുടെ ഭാഗമായും ഇറാക്ക് വൻതോതിൽ ഇവ നിർമിക്കുകയും സംഭരിക്കുകയും ചെയ്യുന്നുവെന്നായിരുന്നു ആരോപണം. ഇതേതുടർന്ന്, ഐക്യരാഷ്ട്രസഭയുടെ നേതൃത്വത്തിലുള്ള ഒരു പ്രതിനിധിസംഘം (United Nations Special Commission- UNSCOM) ഇറാക്ക് സന്ദർശിക്കുകയും അതിന്റെ അടിസ്ഥാനത്തിൽ 1995-ൽ ഒരു റിപ്പോർട്ട് സമർപ്പിക്കുകയുമുണ്ടായി. ഇറാക്കിന്റെ കൈവശം ജൈവായുധങ്ങൾ- കൃഷിയെ നശിപ്പിക്കാനുള്ളതും രോഗം പടർത്താനുള്ളതുമടക്കമുള്ളവ- ഉണ്ടെന്നായിരുന്നു അവരുടെ കണ്ടെത്തൽ. ഇതിന് അവർ ഹാജരാക്കിയ തെളിവുകൾ ഏറെ വിചിത്രമായിരുന്നു. 1988-ൽ, ഇറാക്കിൽ കൊയ്തെടുത്ത ഗോതമ്പിലെല്ലാം ഗുരുതരമായ ഫംഗസ് രോഗം ബാധിച്ചിരുന്നുവത്രേ. അത് ഇറാക്കിന്റെ തന്നെ ജൈവായുധ പരീക്ഷണങ്ങളുടെ പരിണിതഫലമാണെന്നായിരുന്നു അവരുടെ കണ്ടെത്തൽ ! അൽ സൽമാൻ (Al Salman) എന്ന സ്ഥലത്ത് ഇതി

നായുള്ള ഗവേഷണകേന്ദ്രം പ്രവർത്തിക്കുന്നതായും അവർ വാദിച്ചു. 1980-കളുടെ അവസാനത്തോടെ ഇത് ആക്രമണ സജ്ജമായ പ്രയോഗതലത്തിലേക്കെത്തിയെന്നും 1987-ൽ വൻതോതിലുള്ള ഉൽപ്പാദനം ആരംഭിച്ചുവെന്നും റിപ്പോർട്ട് പറയുന്നു. അതേസമയം, അട്ടിയിട്ട് സൂക്ഷിച്ച ഈ ആയുധങ്ങളിൽ ഒന്നുപോലും കണ്ടെടുക്കാൻ അവർക്ക് കഴിഞ്ഞതുമില്ല. പക്ഷേ, പിൽക്കാലത്ത് ഇറാക്കിനെ ആക്രമിക്കാനായുള്ള ഒരു രാഷ്ട്രീയ കാരണമായി അമേരിക്ക ഈ റിപ്പോർട്ടിനെ ഉപയോഗിക്കുകയുണ്ടായി.

വിയറ്റ്നാമിലെ ക്രൂരത

ഹിരോഷിമയിലെയും നാഗസാക്കിയിലെയുംപോലെ ചരിത്രത്തിലെ അമേരിക്കൻ ക്രൂരതകളിൽ മുൻപന്തിയിൽ നിൽക്കുന്നതാണ് വിയറ്റ്നാമിനെതിരെ ജൈവായുധങ്ങൾ ഉപയോഗിച്ച് അമേരിക്ക നടത്തിയ ആക്രമണം. ഇത്രയധികം മാരകമായ അളവിൽ ജൈവായുധങ്ങൾ പ്രയോഗിക്കപ്പെട്ട സംഭവവും ചരിത്രത്തിൽ വേറെയില്ല. 'പ്രോജക്ട് എജൈൽ' (Project Agile) എന്ന പേരിൽ അമേരിക്കയുടെ സൈനിക ഗവേഷണ സ്ഥാപനങ്ങൾ തയാറാക്കിയ കൃഷിനാശകജൈവായുധങ്ങളാണ് വിയറ്റ്നാമിൽ ഉപയോഗിക്കപ്പെട്ടത്. മലയായിലെ കലാപകാരികൾക്കെതിരെ ബ്രിട്ടീഷ് സേന നടത്തിയ ജൈവായുധപ്രയോഗത്തിന്റെ ചുവടുപിടിച്ചായിരുന്നു ഇത്. സസ്യങ്ങളുടെ വളർച്ചയെ നിയന്ത്രിക്കുന്നതും (Plant Growth Regulators) ഇലപൊഴിച്ചിലിന് കാരണമാവുന്നതുമായ (Defoliating Agents) രാസവസ്തുക്കളാണ് പ്രധാനമായും ഉപയോഗിക്കപ്പെട്ടതെങ്കിലും ഇവയുടെ പാരിസ്ഥിതിക പ്രത്യാഘാതങ്ങൾ എന്തൊക്കെയാണെന്ന് ഇന്നും പൂർണമായും പഠനവിധേയമാക്കിയിട്ടില്ല. 1958-ൽ, ന്യൂയോർക്കിലെ 'ക്യാംപ് ഡ്രം' (Camp Drum) സൈനിക ആസ്ഥാനത്തിൽ വച്ച് ആദ്യം പരീക്ഷിക്കപ്പെട്ട ഇവ 1961-ൽ, അമേരിക്കൻ പ്രസിഡന്റ് കെന്നഡിയും വിയറ്റ്നാം ഭരണകൂടവു (Republic of Vietnam) മായുണ്ടായ ഒരു ഉടമ്പടിയിലൂടെയാണ് അവിടേക്കെത്തുന്നത്. വിയറ്റ്നാമിന്റെ തന്നെ വിമാനങ്ങൾ ഉപയോഗിച്ചുകൊണ്ടാണ് അമേരിക്ക അവിടെ ആദ്യമായി കൃഷിനാശകമായ ജൈവായുധങ്ങൾ പ്രയോഗിക്കുന്നത്. 1961 ഡിസംബറിലായിരുന്നു അത്. ഇത് വിജയിച്ചതിനെത്തുടർന്നാണ്, അതിശക്തമായ 'സ്പ്രേയർ' സംവിധാനങ്ങൾ ഘടിപ്പിച്ച അമേരിക്കൻ യുദ്ധവിമാനങ്ങൾ (C-123 US Air Craft) വിയറ്റ്നാമിലേക്കെത്തുന്നത്. 'എംസി -1- അവർഗ്ലാസ്' (MC-1 Hourglass) എന്ന് പേരിട്ടിരുന്ന ഈ സ്പ്രേയർ സംവിധാനങ്ങൾ 15 കിലോമീറ്റർ നീളത്തിലും 85 മീറ്റർ വീതിയിലും രാസവസ്തുക്കൾ സ്പ്രേ ചെയ്യാൻ കഴിയുന്നവയായിരുന്നു. 'പ്രോജക്ട് റാഞ്ച് ഹാൻഡ്' (Project Ranch Hand) എന്നാണ് അമേരിക്കൻ വ്യോമസേന ഈ ഓപ്പറേഷന് പേരുനൽകിയിരുന്നത്. 1962- ഒക്ടോബർ വരെ നീണ്ടു

നിന്ന ഇതിലൂടെ തെക്കൻ വിയറ്റ്നാമിലെ 17000 ചതുരശ്രകിലോമീറ്റർ കരഭാഗം 'വെളുപ്പിച്ചെടുക്കാൻ' അവർക്ക് കഴിഞ്ഞു. വനങ്ങളിലെ മരങ്ങൾ ഇലപൊഴിച്ചതുകാരണം ഒളിപ്പോരാളികളെ എളുപ്പത്തിൽ കീഴടക്കാനായി എന്നായിരുന്നു ഇതിനുള്ള അമേരിക്കൻ ന്യായീകരണം. എന്നാൽ, കൃഷിപ്പാടങ്ങൾ നശിപ്പിച്ച കാര്യത്തിൽ അവർക്ക് പ്രത്യേകിച്ചൊന്നും പറയാനില്ലായിരുന്നു. ഒരു ജനതയെത്തന്നെ പട്ടിണിയിലേക്ക് തള്ളിവിട്ടുകൊണ്ടായിരുന്നു മനുഷ്യത്വരഹിതമായ ഈ അതിക്രമം അരങ്ങേറിയത്. ഒരു ഏക്കറിന് ഒരു ഗ്യാലൻ (1 ഗ്യാലൻ =ഏകദേശം നാലര ലിറ്റർ) എന്ന കണക്കിലായിരുന്നു ആദ്യം രാസവസ്തുക്കൾ പ്രയോഗിച്ചിരുന്നതെങ്കിലും പിന്നീടത് ഒരു ഏക്കറിന് മൂന്ന് ഗ്യാലൻ എന്നാക്കിയിരുന്നു. വിയറ്റ്നാമിന്റെ പ്രകൃതി സമ്പത്തിന്റെ ഭൂരിഭാഗവും കണ്ടൽക്കാടുകൾ അടങ്ങുന്ന ജൈവവൈവിധ്യവും ഇതിലൂടെ നശിച്ചു. ഇതിനായി ഉപയോഗിച്ച ജൈവ-രാസപദാർഥങ്ങളുടെ വിവരങ്ങൾ പട്ടികയിൽ നൽകിയിട്ടുണ്ട്. ഇവയിൽ ഏറെ കുപ്രസിദ്ധമായത് 'ഏജന്റ് ഓറഞ്ച്' (Agent Orange) ആയിരുന്നുവെങ്കിലും 'ഏജന്റ് ബ്ലൂ' (Agent Blue), 'ഏജന്റ് പർപ്പിൾ' (Agent Purple), 'ഏജന്റ് വൈറ്റ്' (Agent White) എന്നീ പേരുകളിലറിയപ്പെടുന്നവയും അക്കൂട്ടത്തിലുണ്ടായിരുന്നു. അമേരിക്കയിൽ നിന്നും കയറ്റി അയയ്ക്കപ്പെടുന്ന വേളയിൽ, തിരിച്ചറിയാനായി വശങ്ങളിൽ തേച്ചിരുന്ന ചായങ്ങളിൽനിന്നാണ് ഈ പേരുകളുണ്ടായത്. മരങ്ങൾ, കുറ്റിക്കാടുകൾ തുടങ്ങിയവയ്ക്കെതിരെ ഉപയോഗിക്കാനുള്ളവയായിരുന്നു 'ഏജന്റ് പർപ്പിൾ', 'ഏജന്റ് ബ്ലൂ' നെൽകൃഷിക്കെതിരായും. 'ഏജന്റ് പർപ്പിൾ' ലഭ്യമല്ലാതെ വന്നപ്പോൾ അതേ ലക്ഷ്യത്തിനായി ഉപയോഗിക്കപ്പെട്ടതാണ് 'ഏജന്റ് ഓറഞ്ച്'. 'ഏജന്റ് ഓറഞ്ചി'ന് ദൗർലഭ്യം നേരിട്ടപ്പോൾ 'ഏജന്റ് വൈറ്റും'. 1962 ഒക്ടോബറിൽ 'ഓപ്പറേഷൻ റാഞ്ച് ഹാൻഡ്' ഔദ്യോഗികമായി അവസാനിച്ചതിനുശേഷവും ഉപയോഗിക്കപ്പെട്ടതാണ് 'ഏജന്റ് വൈറ്റ്'. 'സ്റ്റോക്ക്ഹോം ഇന്റർനാഷണൽ പീസ് റിസർച്ച് ഇൻസ്റ്റിറ്റ്യൂട്ട്' (Stockholm International Peace Research Institute) നടത്തിയ കണ്ടെത്തലുകളാണ് ഇത്തരം വിവരങ്ങൾ വെളിപ്പെടുത്തിയത്.

വിയറ്റ്നാമിൽ ഉപയോഗിക്കപ്പെട്ട ജൈവായുധങ്ങൾ	
പേര്	**രാസഘടകം**
ഏജന്റ് ബ്ലൂ	സോഡിയം ഡൈമെൻതൈൽ ആർസിനേറ്റ് ഡൈമീതൈൽ ആർസിനിക് ആസിഡ് (Sodium dimenthylarsinate dimethylarsinic acid) കാകോഡൈലിക് ആസിഡ് (Cacodylic acid)
ഏജന്റ് ഓറഞ്ച്	2,4- ഡി (n-butyl 2,4-dichlorophenoxy acetate) 2,4,5- റ്റി (n-butyl 2,4,5- trichlorophenoxy acetate)

ഏജന്റ് പർപ്പിൾ	2,4–ഡി 2,4,5–റ്റി 2,4,5–റ്റി ഐസോ-ബ്യൂട്ടൈൽ 2,4,5–ട്രൈക്ലോറോഫീനോക്സി അസെറ്റിക് ആസിഡ് (ISO-butyl 2,4,5-trichlorophenoxyacetic acid)
ഏജന്റ് വൈറ്റ്	പിക്ലോറാം (Picloram)- ട്രൈ ഐസോപ്രൊപ്പനോൾ അമോണിയം 4–അമിനോ -3,5,6–ട്രൈക്ലോറോ പികോലിനേറ്റ് Triisopropanol ammonium 4-amino-3,5,6- trichloropicolinate) ട്രൈഐസോപ്രൊപ്പനോൾ അമോണിയം 2,4- ഡൈക്ലോറോ ഫീനോക്സി അസെറ്റേറ്റ് (Triisopropanolammnium 2,4- dichlorophenoxyacetate)

ആധുനികകാലം

നെൽകൃഷിക്കെതിരായ ജൈവായുധങ്ങളെക്കുറിച്ചുള്ള ഗവേഷണ വിവരങ്ങൾ ക്രോഡീകരിക്കുന്ന അമേരിക്കൻ രഹസ്യറിപ്പോർട്ട് തുടങ്ങുന്നത് ചൈനീസ് ഭാഷയിലുള്ള ഒരു ഉദ്ധരണിയുടെ ഇംഗ്ലീഷ് വിവർത്തനത്തോടെയാണ് : (തൊഴിലാളികൾ പണിയെടുക്കാൻ വിസമ്മതിക്കും, പട്ടാളക്കാർ യുദ്ധംചെയ്യാൻ വിസമ്മതിക്കും, അവർക്ക് വിശക്കുന്നുണ്ടെങ്കിൽ) - "Men refuse to work, soldiers refuse to fight... when they are hungry". ഇത്തരത്തിലുള്ള ഒരു അവസ്ഥ എങ്ങനെ സംജാതമാക്കാം എന്നതിന്റെ ഒരു വിവരണമാണ് ചുരുക്കത്തിൽ ഈ റിപ്പോർട്ടിന്റെ ഉള്ളടക്കം. ലോകത്തിലെ ഏതൊരു ജനവിഭാഗത്തെ സംബന്ധിച്ചും ഈ പ്രസ്താവന ശരിയാണെന്നതാണ് ഇതിന്റെ പ്രസക്തി. കാരണം, ഇന്ന് ഏറ്റവുമധികം ജൈവായുധങ്ങൾ വികസിപ്പിക്കപ്പെട്ടിരിക്കുന്നത് ധാന്യവിളകൾക്കെതിരായാണ്. ഒരേയിനത്തിൽപ്പെട്ട ചെടികൾ കൂട്ടായി വളർത്തുന്നതിലൂടെയാണല്ലോ ധാന്യകൃഷി സാധ്യമാകുന്നത്. ഇതേ കാരണത്താൽ തന്നെ ഏതെങ്കിലും ഒരു രോഗാണുവിനെ ഉപയോഗിച്ചുള്ള എളുപ്പത്തിലുള്ള ആക്രമണത്തിന് ഇവ വശംവദമായിത്തീരുന്നു. നെല്ല്, ഗോതമ്പ്, ചോളം തുടങ്ങി ഒട്ടനവധി വിളകൾ ഇങ്ങനെ 'മോണോകൾച്ചർ' (Monoculture) വഴി കൃഷിചെയ്യപ്പെടുന്നുണ്ട്. ഒന്നോ രണ്ടോ ജൈവായുധങ്ങൾവഴി ഇവയെയെല്ലാം ഒന്നൊഴിയാതെ നശിപ്പിക്കാനാവും. വിയറ്റ്നാമിലെ ആക്രമണകാലത്തേതിനെക്കാളും ജൈവായുധങ്ങൾ ഇന്ന് വികാസം പ്രാപിച്ചിരിക്കുന്നതിനാൽ നിഷ്പ്രയാസം ഇത് സാധ്യമാവുകയും ചെയ്യും. രോഗാണുനാശകങ്ങളായി വിപണിയിൽ ലഭ്യമാവുന്ന എല്ലാത്തിനുമെതിരെ പ്രതിരോധശേഷിനേടിയ ഇനങ്ങളാണ് (Mutant Varieties) രോഗാണുക്കളായി ഇന്ന് ഉൽപ്പാദിപ്പിക്കപ്പെടുകയും സംഭരിക്കപ്പെടുകയും ചെയ്യുന്നത്. അമേരിക്കയിലേതടക്കമുള്ള സൈനികഗവേഷണശാലകളിൽ ഇതിനായുള്ള 'ബയോറിയാക്ടർ പ്ലാന്റുകൾ'

(Bioreactor Plants) രഹസ്യമായിട്ടാണെങ്കിലും ഇപ്പോഴും പ്രവർത്തിച്ചു കൊണ്ടിരിക്കുകയാണ്. ഇവയിൽ നിന്നുള്ള ഭീഷണിക്ക് വിധേയമാവുന്ന താണ് ഓരോ രാജ്യത്തിന്റെയും ദേശീയ സുരക്ഷയും ഭക്ഷ്യസുരക്ഷയും. അന്തർദേശീയ ഉടമ്പടികളുടെ കർശനമായ പാലനം ഉറപ്പുവരുത്തുക യാണ് ഇതിനുള്ള ഏകപരിഹാരം.

5

ആക്രമണം ജീവികളിലൂടെ

യുദ്ധത്തിൽ തേളുകളെയും വിഷപ്പാമ്പുകളെയും ഉപയോഗിക്കുന്ന രീതിക്ക് റോമാക്കാരോളം പഴക്കമുണ്ട്. കാർത്തേജുകാരും റോമാക്കാരുമായുള്ള കടൽയുദ്ധത്തിൽ എതിരാളികൾക്കെതിരെ പ്രയോഗിക്കാൻ തെരഞ്ഞെടുത്തത് ഉഗ്രവിഷമുള്ള പാമ്പുകളെയായിരുന്നു. ഒന്നാം പ്യൂണിക് യുദ്ധത്തിൽ (First Punic War) കാർത്തേജുകാരെ നയിച്ച ഹാനിബാൾ (Hannibal) എന്ന പട്ടാളമേധാവിയാണ് മൺകലങ്ങളിൽ വിഷപ്പാമ്പുകളെ അടച്ചുവച്ച് റോമൻകപ്പൽപ്പടയ്ക്കുനേരെ എറിഞ്ഞത്. ശക്തമായിരുന്ന റോമൻ കപ്പൽ സൈന്യത്തെ തോൽപ്പിച്ച് റോമാസാമ്രാജ്യത്തിന്റെ കവാടം വരെയെത്താൻ ഈ തന്ത്രം കാർത്തേജുകാരെ സഹായിച്ചു. ബി സി 184-ലായിരുന്നു ഇത്. കാലം മുന്നോട്ടുപോയപ്പോൾ, സെപ്റ്റിമിയസ് സെവേറസി (*Septimius severus*) ന്റെ നേതൃത്വത്തിലുള്ള റോമൻ പട്ടാളത്തെ നേരിടാൻ ഹാറ്റ്റാ (Hatra ഇന്നത്തെ ഇറാക്കിന്റെ ഭാഗം) നഗരവാസികൾ കരിന്തേളുകളെയാണ് ഉപയോഗിച്ചത്. ഇതൊക്കെയും പഴങ്കഥയാണെങ്കിലും, മൃഗങ്ങളെയും ജീവികളെയും ഉപയോഗിച്ചുള്ള യുദ്ധതന്ത്രത്തിന് ആധുനികകാലത്തും പ്രസക്തിയുണ്ട്. യുദ്ധരംഗത്ത് സാധനങ്ങൾ വഹിച്ചുകൊണ്ടുപോകാനും സഞ്ചാരത്തിനുമായി കഴുതകളും കുതിരകളും ഉപയോഗിക്കപ്പെട്ടിരുന്ന കാലംമുതൽ ഇന്നുവരെയും രോഗം പടർത്തുന്നതിലൂടെയുള്ള ആക്രമണസങ്കേതം ഉപയോഗിച്ചുവരുന്നു. ഒന്നാംലോകമഹായുദ്ധകാലത്താണ് ഇത് ഏറെ വ്യാപകമായത്. സഖ്യസേന (Allied Forces) യ്ക്കാവശ്യമായ കുതിരകളെ തയാറാക്കിയിരുന്ന ഇടങ്ങളിൽ ആന്ത്രാക്സ് (Anthrax) രോഗാണുക്കളെ എത്തിച്ചുകൊണ്ട് ജർമൻകാരാണ് അതിനു തുടക്കമിട്ടത്. ബുക്കാറെസ്റ്റി (Buckarest) ലുള്ള ജർമൻസൈനികത്താവളം ഇതിനായി പ്രത്യേകം

സജ്ജമായിരുന്നതായി പറയപ്പെടുന്നു. ഫിൻലാൻഡിൽ, റഷ്യൻകുതിരാലയങ്ങളിലേക്ക് ഒളിച്ചുകടന്ന സ്കാൻഡിനേവിയൻ ഒളിപ്പോരാളികൾ കുതിരകളിൽ ആന്ത്രാക്സ് അണുക്കളെ കുത്തിവയ്ക്കുകയുണ്ടായി. കുതിരകളെ ബാധിക്കുന്നതും മനുഷ്യരിലേക്ക് പകരുന്നതുമായ 'ഗ്ലാൻഡേഴ്സ്' (Glanders) എന്ന മാരകമായ പകർച്ചവ്യാധിയും ഇത്തരത്തിൽ ഉപയോഗിക്കപ്പെട്ടതായി തെളിവുകളുണ്ട്. 'സ്യൂഡോമോണസ് മല്ലെ' (*Pseudomonas mallei*) എന്ന ബാക്ടീരിയമൂലമുണ്ടാകുന്ന ഈ രോഗം ശരീരത്തിൽ ആഴത്തിലുള്ള വ്രണങ്ങളുണ്ടാക്കുന്നതും അവസാനഘട്ടത്തിൽ അസ്ഥികളെപ്പോലും ദ്രവിപ്പിക്കുന്ന തരത്തിൽ ഭീകരവുമാണ്. ജർമൻ ചാരനായിരുന്ന ഡോ. ആന്റോൺ കാസിമിർ ഡിൽജെർ (Dr. Anton Casimir Dilger), അമേരിക്കയിലെ മേരിലാൻഡിലുള്ള തന്റെ സഹോദരിയുടെ വീട്ടിലെ രഹസ്യ നിലവറയിൽ ഗ്ലാൻഡേഴ്സ് രോഗാണുക്കളെ വൻതോതിൽ നിർമിക്കുകയും അവയുപയോഗിച്ച് യുദ്ധരംഗത്തേക്കുള്ള മൃഗങ്ങളിൽ രോഗബാധ സൃഷ്ടിക്കുകയും ചെയ്തു. എല്ലാ പ്രമുഖ തുറമുഖങ്ങളിലും വച്ച് കശാപ്പിനായി കൊണ്ടുപോകുന്ന മൃഗങ്ങളിലടക്കം ഡിൽജെർ ഇത് പടർത്തുകയുണ്ടായി.

പ്ലം ഐലൻഡ്

മൃഗങ്ങളെയും ഷഡ്പദങ്ങളെയും ഉപയോഗിച്ചുള്ള ജൈവായുധപ്രയോഗം ഏറ്റവുമധികം പരീക്ഷണവിധേയമാക്കപ്പെട്ടത് രണ്ടാംലോകമഹായുദ്ധത്തിലും അതിനുശേഷമുള്ള കാലത്തുമായിരുന്നു. എതിർരാജ്യങ്ങളിലെ സാമ്പത്തിക തളർച്ചയോ ഭക്ഷ്യക്ഷാമമോ ലക്ഷ്യമാക്കിയിരുന്ന ഇത്തരം ഗവേഷണപരിപാടികൾ ഊർജിതമായി നടപ്പിലാക്കിയത് ബ്രിട്ടനും അമേരിക്കയും കാനഡയുമായിരുന്നു. മനുഷ്യരിലും മൃഗങ്ങളിലും മാരകമായ രോഗങ്ങൾക്ക് കാരണമാവുന്ന രോഗാണുക്കളെ ഉപയോഗിച്ചുള്ള ഗവേഷണത്തിന് ആദ്യകാലങ്ങളിൽ അമേരിക്കയിൽ നിയമപരമായ നിയന്ത്രണമുണ്ടായിരുന്നു. ഇക്കാരണത്താൽ 'പ്ലം ഐലൻഡ്'

(Plum Island) എന്ന വിജനമായ ദ്വീപിലായിരുന്നു ഇതിനായുള്ള പ്രവർത്തനങ്ങൾ നടത്തിയിരുന്നത്. ഇവിടെയുള്ള ഫോർട്ട് ടെറി (Fort Terry) എന്ന സൈനികത്താവളത്തിൽ, അമേരിക്കൻ രാസായുധ ഗവേഷണ സ്ഥാപന (US Army Chemical Corps) ത്തിന്റെ കീഴിലാണ് 1952-ൽ ഗവേഷണകേന്ദ്രം സ്ഥാപിക്കപ്പെട്ടത്. 840 ഏക്കറുകളോളം വിസ്തൃതിയുണ്ടായിരുന്ന ഈ മേഖലയിൽ കപ്പലടുക്കുവാനായി പ്രകൃതിദത്തമായ സൗകര്യം (Natural Harbour) നിലവിലുണ്ടായിരുന്നതും ഇതിന്റെ തന്ത്രപരമായ പ്രാധാന്യം വർധിപ്പിക്കുന്നതായി. മൃഗസമ്പത്തിനെ ആശ്രയിക്കുന്ന സോവിയറ്റ് യൂണിയന്റെ സമ്പദ്ഘടനയെ ലാക്കാക്കിയുള്ളതായിരുന്നു മുഖ്യമായും ഇവിടത്തെ ജൈവായുധഗവേഷണങ്ങൾ. കുതിര, പന്നി, മറ്റു കന്നുകാലികൾ എന്നിവയെ സംബന്ധിക്കുന്നതായിരുന്നു ഗവേഷണപഠനങ്ങൾ. കന്നുകാലിരോഗങ്ങളിൽ ഏറ്റവും കുപ്രസിദ്ധമായ 'ഫൂട്ട് ആന്റ് മൗത്ത് ഡിസീസ്' (Foot and Mouth Disease) ആയിരുന്നു ഇവിടത്തെ ആദ്യത്തെ ഗവേഷണവിഷയം. ഇതിനുകാരണമാവുന്ന വൈറസിനെ ഒരു ജൈവായുധമായി എങ്ങനെ പ്രയോജനപ്പെടുത്തണം എന്നുള്ളതായിരുന്നു അന്വേഷണം. അമേരിക്കയിൽ സാധാരണമല്ലാത്ത കന്നുകാലിരോഗങ്ങൾക്ക് കാരണമായ രോഗാണുക്കളെയും ഇവിടെയെത്തിച്ച് പരീക്ഷണങ്ങൾ നടത്തിയിരുന്നു. 'റിൻഡെർപെസ്റ്റ്' (Rinderpest) എന്ന രോഗത്തിന്റെ കാര്യത്തിൽ ബ്രിട്ടനിലെ പിർബ്രൈറ്റിലുള്ള (Pirbright FMD Laboratory) ഗവേഷണശാലയുടെ സഹകരണവും അമേരിക്കൻ ഗവേഷകർക്ക് ലഭിച്ചിരുന്നു. 1954-ൽ, ഫോർട്ട് ടെറിയിൽ നിന്നുള്ള ജൈവായുധശേഖരങ്ങളും രേഖകളും അന്ന് 'ക്യാമ്പ് ഡെറ്റ്റിക്' (Camp Detrick) എന്നറിയപ്പെട്ടിരുന്ന ഫോർട്ട് ഡെറിക്കിലേക്ക് മാറ്റുകയുണ്ടായി. 1957-ലെ, അമേരിക്കൻ വ്യോമസേനയുടെ ഒരു രഹസ്യരേഖയിലെ വിവരമനുസരിച്ച് മൃഗങ്ങൾക്കെതിരെ ഉപയോഗിക്കാവുന്ന രണ്ടിനം ജൈവായുധങ്ങൾ ഫോർട്ട് ടെറിയിൽ പരീക്ഷിച്ചിരുന്നു. പ്രധാനമായും മൂന്നുവിഭാഗങ്ങളിലായാണ് ജൈവായുധഘടകങ്ങളായ രോഗാണുക്കളെ വേർതിരിച്ചിരുന്നത്. അവ പട്ടികരൂപത്തിൽ താഴെ സംഗ്രഹിച്ചിരിക്കുന്നു.

ഷെഡ്യൂൾ	രോഗം	രോഗാണു
I	ഫൂട്ട് ആന്റ് മൗത്ത് രോഗം Foot and Mouth Disease)	ഫൂട്ട് ആന്റ് മൗത്ത് വൈറസ് (Foot and Mouth Virus)
	റിൻഡെർപെസ്റ്റ് (Rinderpest)	റിൻഡെർപെസ്റ്റ് വൈറസ് (Rinderpest Virus)
II	പന്നിപ്പനി (Classical Swine Fever)	സ്വൈൻഫീവർ വൈറസ് (Swine Fever Virus)
	ഫൗൾപ്ലേഗ് (Fowl Plague)	ഫൗൾപ്ലേഗ് വൈറസ് (Fowl Plague Virus)

	ന്യൂകാസ്റ്റിൽ രോഗം (Newcastle Disease)	ന്യൂകാസ്റ്റിൽ ഡിസീസ് വൈറസ് (Newcastle disease Virus)
III	ആഫ്രിക്കൻ സ്വൈൻ ഫീവർ (African Swine Fever)	ആഫ്രിക്കൻ പന്നിപ്പനി വൈറസ് (African Swine Fever Virus)
മറ്റിനങ്ങൾ	ബ്ലൂ ടങ് രോഗം (Blue Tongue Disease)	ബ്ലൂ ടങ് വൈറസ് (Blue Tongue Virus)
	ബൊവൈൻ ഇൻഫ്ളുവൻസ (Bovine Influenza)	ബൊവൈൻ ഇൻഫ്ളുവൻസാ വൈറസ് (Bovine Influenza Virus)
	കന്നുകാലികളിലെ വയറുകടി (Diarrhoea of Cattle)	ഡയറിയാ ഓഫ് കാറ്റിൽ വൈറസ് (Diarrhoea of Cattle Virus)
	ആടുകളിലെ ന്യൂമോണൈറ്റിസ് (Goat Pneumonitis)	ഗോട്ട് ന്യൂമോണൈറ്റിസ് വൈറസ് (Goat Pneumonitis Virus)
	ചെമ്മരിയാടുകളിലെ വസൂരി (Sheep pox)	ഷീപ്പ് പോക്സ് വൈറസ് (Sheep pox Virus)
	റിഫ്റ്റ് വാലി പനി (Rift Valley Fever)	റിഫ്റ്റ്വാലി ഫീവർ വൈറസ് (Rift Valley Fever Virus)

ക്യൂബയ്ക്കെതിരായ ജൈവയുദ്ധം

1959-ലെ വിപ്ലവത്തിലൂടെ ഫിദൽ കാസ്ട്രോ ക്യൂബയിൽ അധികാരത്തിലേറിയ നാൾമുതൽ അവിടെയുള്ള എതിർ സംഘങ്ങൾക്ക് രഹസ്യമായി പിന്തുണ നൽകുന്നതിലൂടെ നേരിട്ടും നേരിട്ടല്ലാതെയും അമേരിക്കൻ ചാരസംഘടനയായ സി ഐ ഐ ഇടപെട്ടിരുന്നു. 1961 ജനുവരി 3-ന് അമേരിക്ക ക്യൂബയുമായുള്ള നയതന്ത്രബന്ധം അവസാനിപ്പിച്ചിരുന്നു. അതിനും മാസങ്ങൾക്കുമുമ്പേ, 1960 ജൂലായിൽതന്നെ ക്യൂബയ്ക്കെതിരായുള്ള വിധ്വംസക പ്രവർത്തനങ്ങൾക്ക് സി ഐ എയ്ക്ക് ഔദ്യോഗികമായ അനുമതി ലഭിച്ചിരുന്നു. 1961 ഏപ്രിലിൽ 'ബേ ഓഫ് പിഗ്സി' (Bay of Pigs) ൽ സൈനിക നീക്കം നടത്തി പരാജയപ്പെട്ടതിനെത്തുടർന്നാണ് സി ഐ എ ഉപയോഗിച്ചുള്ള ഉപജാപങ്ങൾക്ക് കെന്നഡി പദ്ധതി തയാറാക്കിയത്. ഇതിനായി, സി ഐ എയുടെ കീഴിൽത്തന്നെ ഒരു രഹസ്യസംഘം (Special Group Augmented- SGA) രൂപീകരിക്കുകയും ബ്രിഗേഡിയർ ജനറൽ എഡ്വേർഡ് ലാൻസ് ഡെയലി (Edward Lansdale) നെ അതിന്റെ ചുമതലയേൽപ്പിക്കുകയും ചെയ്തു. പത്ത് ദശലക്ഷം ഡോളർ 'പോക്കറ്റ് മണി'യും 500 സി ഐ എ ഉദ്യോഗസ്ഥരും 90 ചാരന്മാരും ക്യൂബയ്ക്കുള്ളിലായി 10 പ്രവർത്തകസംഘടകങ്ങളുമായി തുടക്കമിട്ട ഈ ബൃഹത് പരിപാടി 'ഓപ്പറേഷൻ മംഗൂസ്' (Operation Mongoose) എന്ന പേരിലാണ് അറിയപ്പെട്ടിരുന്നത്. ഫിദൽകാസ്ട്രോയെ വകവരുത്തുക, ക്യൂബയുടെ സാമ്പത്തിക സ്രോതസുകൾ

‘ബേ ഓഫ് പിഗ്സി’ലെ അമേരിക്കൻ സൈനികനീക്കം

തകർക്കുക, ജനങ്ങളിൽ വംശീയത വളർത്തുക, കമ്യൂണിസ്റ്റ് ആശയങ്ങൾ തുടച്ചുനീക്കുക തുടങ്ങിയ ലക്ഷ്യങ്ങളായിരുന്നു ‘ഓപ്പറേഷൻ മംഗൂസി’ന്റേത്. ആദ്യഘട്ടങ്ങളിൽ ക്യൂബയിലെ കോഴിവളർത്തൽ മേഖലയ്ക്കെതിരെയായിരുന്നു ആക്രമണം. ‘ന്യൂകാസ്റ്റിൽരോഗം’ (New Castle Disease) പരത്തുന്ന പാരാമിക്സോവൈറസുകളെ (Paramyxovirus) യാണ് ഇതിനായി ഉപയോഗിച്ചത്. ടർക്കി, ഇറച്ചിക്കോഴി, ഫീസന്റ് തുടങ്ങിയ വിവിധ ഇനങ്ങൾക്കെതിരായ വൈറസുകളെ സി ഐ എ രഹസ്യ ഏജന്റുമാർ വഴി ക്യൂബയിലെത്തിച്ചിരുന്നു. കാനഡയിൽനിന്നും കോഴികളിലെ രോഗപ്രതിരോധ പ്രവർത്തനങ്ങൾക്കായി ക്യൂബയിലെത്തിയിരുന്ന ഒരു വെറ്ററിനറി ഡോക്ടറെയാണ് ഇതിനായി ഉപയോഗിച്ചത്. 5000 അമേരിക്കൻ ഡോളർ പ്രതിഫലം നൽകിക്കൊണ്ടായിരുന്നു ശ്രമം. 1962 -ജൂണിൽ ക്യൂബയിലെത്തിയ ഈ ഡോക്ടർ രോഗം കോഴികളിൽ പടർത്തി. തീറ്റയെടുക്കാതാവുന്ന കോഴികൾ, അഞ്ചുദിവസത്തിനുള്ളിൽ പച്ചനിറത്തിലുള്ള വിസർജ്യങ്ങൾ പുറന്തള്ളുകയും തുടർച്ചയായ വയറിളക്കത്തിലൂടെ ചാവുകയും ചെയ്യും, മുട്ടയുൽപ്പാദനവും പൊടുന്നനെ നിലയ്ക്കും. ഇതായിരുന്നു ന്യൂകാസ്റ്റിൽ രോഗത്തിന്റെ പ്രവർത്തനഫലം. വായുവിലൂടെയും വിസർജ്യങ്ങളിലൂടെയും പടർന്നുപിടിക്കുന്ന രോഗം ഞൊടിയിടയിൽ ഒരു പ്രദേശമാകെ വ്യാപിക്കാൻ പര്യാപ്തമായിരുന്നു. ക്യൂബയിലെ നാലു പ്രവിശ്യകളിലെ കോഴിഫാമുകൾ ഇതിന്റെ പിടി

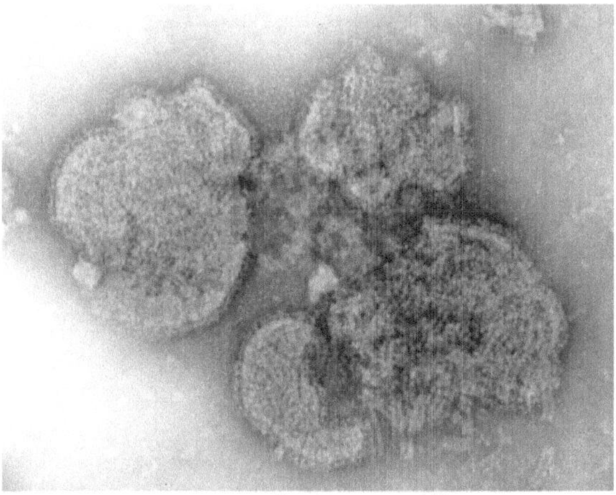

പാരാമിക്സോ വൈറസ്

യിലമർന്നിരുന്നു. 1963-ൽ, ഇക്കാര്യം ഐക്യരാഷ്ട്രസഭയുടെ കീഴിലുള്ള 'ഫുഡ് ആന്റ് അഗ്രിക്കൾചറൽ ഓർഗനൈസേഷനെ' (Food and Agricultural Organisation) ക്യൂബ അറിയിച്ചിരുന്നുവെങ്കിലും മറുപടിയായി സി ഐ എ അത് നിഷേധിക്കുകയാണുണ്ടായത്.

അമേരിക്കയുടെ അടുത്ത ലക്ഷ്യം ക്യൂബയിൽനിന്നുള്ള പഞ്ചസാര കയറ്റുമതി തകർക്കുകയായിരുന്നു. കരിമ്പിനെ ബാധിക്കുന്ന രോഗങ്ങളെ ഉപയോഗപ്പെടുത്തുന്നതിനെക്കാൾ, കരിമ്പുവ്യവസായമേഖലയിൽ പണിയെടുക്കുന്ന തൊഴിലാളികളെയാണ് അവർ ലക്ഷ്യമിട്ടത്. ഷഡ്പദങ്ങൾ വഴി പകരുന്ന ഒട്ടനവധി രോഗങ്ങളെ ഇതിനായി സി ഐ എ ക്യൂബയിലെത്തിച്ചു. വർഷങ്ങളോളം തുടർന്ന ഈ ശ്രമങ്ങൾ പക്ഷേ, ഫലപ്രാപ്തിയിലെത്തിക്കാൻ അമേരിക്കയ്ക്ക് കഴിഞ്ഞില്ല. 1971-ൽ പ്രസിഡന്റ് നിക്സൺ എല്ലാ തരത്തിലുമുള്ള രാസജൈവായുധശേഖരങ്ങളും നശിപ്പിക്കപ്പെടുമെന്ന് പ്രഖ്യാപിച്ചെങ്കിലും സി ഐ എ ഇത്തരം ആയുധങ്ങൾ കൈവശം വയ്ക്കുകയും പ്രയോഗിക്കുകയും ചെയ്തിരുന്നുവെന്ന് രേഖകൾ തെളിയിക്കുന്നു. ഏറ്റവും വിഷകരമായ രാസപദാർഥങ്ങൾ മുതൽ മൂർഖൻ പാമ്പിന്റെ വിഷംവരെ സി ഐ എയുടെ കരുതൽ ശേഖരത്തിൽ ഉണ്ടായിരുന്നതായാണ് സൂചന. ക്യൂബയുടെ ഇതര സാമ്പത്തിക സ്രോതസുകളിലായി പിന്നീട് അവരുടെ ശ്രദ്ധ. ഇതിന്റെ ഭാഗമായാണ് ആഫ്രിക്കൻ പന്നിപ്പനി വൈറസി (African Swine Fever Virus) നെ ക്യൂബയിലെത്തിക്കുന്നത്. 1971 മെയ് 6-നാണ് ഹവാനാ പ്രവിശ്യയിൽ ആദ്യമായി പന്നിപ്പനി പ്രത്യക്ഷപ്പെടുന്നത്. പടിഞ്ഞാറൻ അർധഗോളത്തിൽ പന്നിപ്പനി റിപ്പോർട്ട് ചെയ്യപ്പെടുന്ന ആദ്യസംഭവമായിരുന്നു ഇത്. ദേശീയ ഉടമസ്ഥതയിലുള്ള പന്നിവളർത്തൽ ഫാമുകൾക്ക് പുറമെ, വീടുകളോട് ചേർന്നുള്ള ചെറിയ ചെറിയ പന്നിഫാമുകൾ നിറഞ്ഞതായിരുന്നു ക്യൂബയുടെ പന്നിവ്യവസായമേഖല. ചുരുങ്ങിയ ദിവസങ്ങൾക്കുള്ളിൽ ഇവിടെയുള്ള 12,000 പന്നികൾ ചത്തൊടുങ്ങി. മുൻകരുതലെന്ന നിലയിൽ ഹവാന പ്രവിശ്യയിൽ മാത്രം 3,80,000 പന്നികളെ കൊന്നൊടുക്കേണ്ടി

വന്നു. ഒരു മാസത്തിനുള്ളിൽ ഈ സംഖ്യ 4,45,000-ആയി ഉയർന്നു. പനാമാകനാലിനടുത്തുള്ള 'ഫോർട്ട് ഗുലിക്കി' (Fort Gulick) ലുള്ള സി ഐഎ സങ്കേതത്തിൽനിന്നാണ് ഇതിനുപിന്നിലെ കറുത്തകരങ്ങൾ പ്രവർത്തിച്ചതെന്ന് പിന്നീടുണ്ടായ അന്വേഷണങ്ങൾ വെളിപ്പെടുത്തിയിരുന്നു. മിയാമി (Miami) യിലും ഇത്തരമൊരു കേന്ദ്രം പ്രവർത്തിക്കുന്നതായി വിവരം ലഭിച്ചിരുന്നു. എന്നാൽ പതിവുപോലെ അമേരിക്കയും സി ഐ എയും തങ്ങളുടെ പങ്ക് നിഷേധിക്കുകയായിരുന്നു. ഇതുസംബന്ധിച്ച രേഖകളൊന്നുപോലും പുറത്തുവിടാൻ അമേരിക്ക തയാറാവാത്തത് പക്ഷേ, അവരുടെ പങ്കാളിത്തം പകൽപോലെ വ്യക്തമാക്കുന്നു.

ഓപ്പറേഷൻ 'ഷാഡ്'

ഓപ്പറേഷൻ 'ഷിപ്പ് ബോർഡ് ഹസാർഡ് ആന്റ് ഡിഫൻസ്' (Shipboard Hazard and Defence- SHAD) ഇതാണ് ഓപ്പറേഷൻ 'ഷാഡി'ന്റെ പൂർണരൂപം. കെന്നഡി ഭരണകൂടം, കടലിലും തീരമേഖലയിലുമായി ജൈവായുധങ്ങൾ പരീക്ഷിക്കാനായി രൂപകൽപ്പന ചെയ്ത 'പ്രോജക്ട് 112' എന്ന രഹസ്യ സൈനിക നടപടിയുടെ ഭാഗമായിരുന്നു ഇത്. യുദ്ധക്കപ്പലുകളിൽനിന്ന് തീരപ്രദേശങ്ങളിലേക്ക് പ്രയോഗിക്കപ്പെടുന്ന ജൈവായുധങ്ങളുടെ ആക്രമണശേഷി പരീക്ഷിക്കുകയായിരുന്നു ഓപ്പറേഷൻ ഷാഡിന്റെ ലക്ഷ്യം. ഹവായി, കാലിഫോർണിയ എന്നിവയുടെ തീരമേഖലകൾ, മാർഷൽ ദ്വീപുകൾ, അലാസ്ക, പനാമ കനാൽ, ഫ്ളോറിഡ, കാനഡ എന്നിവയായിരുന്നു ഇതിനായി തെരഞ്ഞെടുത്തിരുന്നത്. കരയിൽനിന്ന് കപ്പലുകളിലേക്കും കപ്പലുകളിൽനിന്ന് കരയിലേക്കും ഇതിലൂടെ ജൈവായുധങ്ങൾ പരീക്ഷിക്കുകയുണ്ടായി. സ്പ്രേയറുകൾ, ചെറുബോംബുകൾ എന്നിവ ഇതിനായി ഉപയോഗിച്ചു. കുരങ്ങന്മാരായിരുന്നു പ്രധാനപ്പെട്ട പരീക്ഷണ ജീവികൾ. കാലാവസ്ഥയിലെ മാറ്റങ്ങൾ ജൈവായുധങ്ങളുടെ നശീകരണശേഷിയെ എങ്ങനെ സ്വാധീനിക്കുന്നുവെന്ന കാര്യവും പഠനവിധേയമാക്കിയിരുന്നു. എങ്കിലും, ഓപ്പറേഷൻ 'ഷാഡി'ന്റെ ഏറ്റവും വലിയ പ്രത്യേകത കൊതുകുകളെ എങ്ങനെ രോഗം പരത്താനായി ഉപയോഗിക്കാം എന്ന പരീക്ഷണമായിരുന്നു. ഈഡിസ് ഈജിപ്റ്റി (*Aedes aegypti*) ഇനത്തിൽപ്പെട്ട കൊതുകുകളെയാണ് ഇതിനായി ഉപയോഗിച്ചത്. 1961-ലായിരുന്നു ഈ പരീക്ഷണങ്ങൾ നടത്തിയതെങ്കിലും നമ്മുടെ നാട്ടിൽ അടുത്തിടെ പടർന്നുപിടിച്ച കൊതുകുജന്യ രോഗങ്ങൾക്ക് ഇത്തരമൊരു സ്രോതസിനെക്കുറിച്ച് ചിന്തിക്കുന്നത് തികച്ചും ബാലിശമായിരിക്കുമെന്ന് പറയുകവയ്യ.

ബ്രിട്ടനും കാനഡയും

ജൈവായുധസംബന്ധമായ അമേരിക്കയുടെയും ബ്രിട്ടന്റെയും കാനഡയുടെയും പ്രവർത്തനങ്ങൾ, ഒരു ത്രിതല പങ്കാളിത്തത്തിലൂടെയാണ് നടപ്പിലാക്കിയിരുന്നത്. 'ട്രൈപാർട്ടിയെറ്റ് പ്രോസസ്' (Tripartiate Process) എന്നറിയപ്പെട്ടിരുന്ന ഇതിൽ, അടിസ്ഥാനഗവേഷണങ്ങൾ നടത്തുക മാത്രമായിരുന്നു ബ്രിട്ടന്റെ ചുമതല. അമേരിക്കയിലോ ബ്രിട്ടണിലോ വച്ച് നടത്താൻ ബുദ്ധിമുട്ടുള്ള ആയുധപരീക്ഷണങ്ങൾക്ക് വേദിയൊരുക്കുക എന്നതായിരുന്നു കാനഡയുടെ ദൗത്യം. പുതിയതരം ജൈവായുധങ്ങൾ നിർമിക്കുക എന്നത് അമേരിക്കയുടെ കടമയും. 1940-കൾ മുതൽക്കാണ്, ജന്തുജീവികൾക്കെതിരായ ജൈവായുധങ്ങൾ (Anti animal Bioweapons) നിർമിക്കുന്നതിൽ ബ്രിട്ടനും അമേരിക്കയും കൈകോർക്കുന്നത്. കാനഡയുടെയും സഹകരണത്തോടെ ഇതിനായുള്ള ശ്രമങ്ങൾക്ക് തുടക്കമിടുന്നത് പോൾഫിൽഡെസ് (Paul Fildes) എന്ന സൂക്ഷ്മാണുശാസ്ത്രജ്ഞന്റെ നേതൃത്വത്തിലുള്ള സംഘമാണ്. വിൽറ്റ്ഷെയറിലുള്ള (Wiltshire) ഒരു ഗവേഷണശാലയിൽ രഹസ്യമായി തുടങ്ങിയ ഗവേഷണത്തിന്റെ ലക്ഷ്യം ആന്ത്രാക്സ് രോഗാണുക്കൾ വൻതോതിൽ നിർമിക്കുകയായിരുന്നു. ജർമനിയിൽനിന്നും സമാനമായ ആക്രമണങ്ങളുണ്ടായാൽ തിരിച്ചടിക്കുകയായിരുന്നു ബ്രിട്ടന്റെ ഉദ്ദേശ്യം. ഇതിനായി തയാറാക്കപ്പെട്ട ബോംബുകൾ 'എൻ-ബോംബുകൾ' (N-Bombs) എന്ന കോഡുനാമത്തിലാണ് അറിയപ്പെട്ടിരുന്നത്. 1940-കളിൽതന്നെ ഇതിനുള്ള ശ്രമങ്ങൾ തുടങ്ങിയിരുന്ന ബ്രിട്ടൺ തങ്ങളുടെ ആയുധ നിക്ഷേപങ്ങളിൽ അധികവും പങ്കുവെച്ചത് അമേരിക്കയുമായിട്ടായിരുന്നു. 1946-ൽ 'ബയോളജിക്കൽ റിസർച്ച് അഡ്വൈസറി ബോർഡ്' (Biological Research Advisory Board - BRAD) സ്ഥാപിതമായതിനെത്തുടർന്നാണ് ബ്രിട്ടൺ 'ഫൂട്ട് ആന്റ് മൗത്' രോഗ (Foot and Mouth Disease - FMD) ത്തിലേക്കുംകൂടി തങ്ങളുടെ ശ്രദ്ധ വ്യാപിപ്പിക്കുന്നത്. പിർബ്രൈറ്റിലെ വെറ്ററിനറി ലബോറട്ടറി (Veterinary Laboratory, Pirbright) യും വെയ്ബ്രിഡ്ജിലുള്ള (Weybridge, Surrey) അതിന്റെ സഹ-ഗവേഷണകേന്ദ്രവുമായിരുന്നു ഇതിന്റെ ശക്തിസ്രോതസുകൾ. ജന്തുജീവികൾക്കെതിരെയുള്ള ജൈവായുധ ഗവേഷണങ്ങൾ ബ്രിട്ടൻ ഒരിക്കലും നിരോധിക്കുകയുണ്ടായില്ല എന്നതും ശ്രദ്ധേയമാണ്. വിദ്യാഭ്യാസപരമായ ലക്ഷ്യങ്ങൾക്ക് പ്രാമുഖ്യം നൽകി പഴയ ഗവേഷണ പദ്ധതികളെ പുനർ നിർണയം ചെയുകമാത്രമാണ് കഴിഞ്ഞ ദശകങ്ങളിലായി ബ്രിട്ടനിലെ ഗവേഷണ സ്ഥാപനങ്ങൾ ചെയ്തത്. ബ്രിട്ടനിൽനിന്നും അമേരിക്കയിൽനിന്നുമുള്ള പരീക്ഷണങ്ങൾക്ക് വേദിയൊരുക്കിയിരുന്ന കാനഡയും പിൽക്കാലത്ത് മറ്റു ലക്ഷ്യങ്ങൾക്കായി ഗവേഷണങ്ങൾ വഴിമാറ്റി. ഗ്രോസ് ദ്വീപിലുള്ള (Gross Island, Quebec) പരീക്ഷണവേദിയായിരുന്നു കാനഡ ഇതിനായി നീക്കിവെച്ചിരുന്നത്.

മറ്റ് ആക്രമണങ്ങൾ.

സിംബാബ്‌വെ (Zimbabwe) യുടെ സ്വാതന്ത്ര്യ പ്രഖ്യാപനത്തിലേക്ക് നയിച്ച ആഭ്യന്തരയുദ്ധത്തിന്റെ അവസാന നാളുകളിൽ പടർന്നുപിടിച്ച ആന്ത്രാക്സ് ബാധയാണ് ചരിത്രത്തിൽ രേഖപ്പെടുത്തപ്പെട്ട മറ്റു പ്രധാനപ്പെട്ട ജൈവായുധ ആക്രമണങ്ങളിലൊന്ന്. ഏകദേശം 10,700 പേരെ ബാധിച്ച ആന്ത്രാക്സ് 182 പേരുടെ മരണത്തിനും ഇടയാക്കിയിരുന്നു. ഒളിപ്പോരാളികളെ കീഴ്പ്പെടുത്താനും അവരുടെ ഭക്ഷ്യസ്രോതസുകൾ ഇല്ലായ്മചെയ്യാനുമായി റൊഡേഷ്യ ഭരണകൂടം കൃത്രിമമായി സൃഷ്ടിച്ചതായിരുന്നു ഈ ആന്ത്രാക്സ് ബാധയെന്നാണ് ഡോ. മെറിൽ നാസി (Dr. Merryl Nass) നെപ്പോലെയുള്ള നിരീക്ഷകർ കരുതുന്നത്. 1979-നും 80-നുമിടയിലായിട്ടായിരുന്നു ഈ പകർച്ചവ്യാധി. 1997- ആഗസ്തിൽ, ന്യൂസിലാൻഡിലേക്ക് കടത്തിക്കൊണ്ടുവന്ന ഒരു രോഗാണുവിനെ ഉപയോഗിച്ച് അവിടെയുള്ള മുയലുകളുടെ എണ്ണം നിയന്ത്രിക്കാനുള്ള ഒരു ശ്രമം നടക്കുകയുണ്ടായി. ആരാണ് ഇതിന് പിന്നിൽ പ്രവർത്തിച്ചതെന്ന് തിരിച്ചറിയാൻ കഴിഞ്ഞില്ലെങ്കിലും മുയലുകളുടെ എണ്ണപ്പെരുപ്പം കാരണം വിഷമിച്ചിരുന്ന കർഷകർക്ക് അത് ഒരു പ്രശ്നമായി അനുഭവപ്പെട്ടില്ല. 2000-ൽ ബ്രസീലിലെ തെക്കൻ സംസ്ഥാനങ്ങളിൽ പടർന്നുപിടിച്ച 'ഫൂട്ട് ആന്റ് മൗത് രോഗം' (Foot and Mouth Disease) കരുതിക്കൂട്ടിയുള്ള ഒന്നായിരുന്നുവെന്ന് '*ന്യൂസയന്റിസ്റ്റ്*' (*New Scientist*) മാഗസിൻ പ്രസിദ്ധീകരിച്ച ഒരു പഠനം ആരോപിക്കുന്നു. എന്നാൽ, ഇതിനും ഉപോൽബലകമായ തെളിവുകൾ കണ്ടെത്താൻ ഇതുവരെ കഴിഞ്ഞിട്ടില്ല. 2002-ൽ ബ്രിട്ടനിൽ പടർന്നുപിടിച്ച 'ഭ്രാന്തിപ്പശുരോഗം' (Mad Cow Disease- Bovine Spongiform Encephalopathy), അടുത്ത കാലങ്ങളിലുണ്ടായ പക്ഷിപ്പനി (Avian Flu) 'പന്നിപ്പനി' (HINI Influenza) എന്നിവയും മനഃപൂർവമായ പകർച്ചവ്യാധികളായിരുന്നോ എന്നത് ഇനിയും പഠന വിധേയമാകേണ്ട വിഷയങ്ങളാണ്. കാരണം, ഒറ്റപ്പെട്ടവയാണെങ്കിലും ഇതിലേക്കുള്ള സൂചനകൾ പകരുന്ന അപൂർവം അന്വേഷണറിപ്പോർട്ടുകൾ ഇന്റർനെറ്റിൽ ഇടം തേടിയിട്ടുണ്ട്.

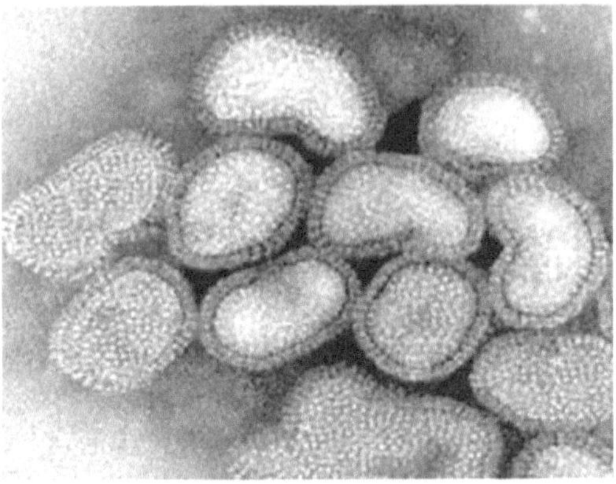

പക്ഷിപ്പനി വൈറസ്

6

ജീവീയ ഭീകരവാദം-പുതിയ ഭീഷണി

നിയമവിധേയമായി നടത്തപ്പെടുന്ന ഒരു കൂട്ടക്കൊലയാണല്ലോ യുദ്ധം. സാമ്പത്തികനേട്ടമോ പ്രതികാരവാഞ്ഛയിലൂന്നിയ രാഷ്ട്രീയ ലാഭമോ ആയിരിക്കും അത് ലക്ഷ്യമാക്കുന്നത്. മിക്കപ്പോഴും അംഗീകൃതരാഷ്ട്രങ്ങളെ പ്രതിനിധീകരിക്കുന്ന പ്രതിരോധ സേനകളായിരിക്കും അതിൽ ഇടപെടുന്നത്. ഇതിൽനിന്നെല്ലാം വ്യത്യസ്തമായ ഒരു വിധ്വംസക പ്രവർത്തനമാണ് തീവ്രവാദം അഥവാ ഭീകരവാദം (Terrorism). പ്രധാനമായും ഭയം ജനിപ്പിക്കുകയാണ് ഭീകരവാദത്തിന്റെ മുഖ്യലക്ഷ്യം. അതിലൂടെ തങ്ങളുടെ ആവശ്യങ്ങൾക്കും ആശയങ്ങൾക്കും നേരെ ലോകശ്രദ്ധ തിരിക്കാൻ അവർ ആഗ്രഹിക്കുന്നു. ചിലപ്പോഴൊക്കെ, മയക്കുമരുന്നു കച്ചവടത്തിന്റെയും ആയുധ കള്ളക്കടത്തിന്റെയും ഒരു പുകമറയായും ഭീകരവാദം ഉപയോഗിക്കപ്പെടാറുണ്ട്. പ്രാഥമികമായി തീവ്രവാദം മുഖമുദ്രയല്ലാത്ത സംഘടനകളും ഭീകരവാദപ്രവർത്തനങ്ങളിൽ ഏർപ്പെട്ടു എന്നുവരാം. ആശയ സംസ്ഥാപനത്തിനുള്ള മാർഗങ്ങളിലൊന്നായി അത് അനുവർത്തിക്കുന്ന സംഘടനകളുമുണ്ട്. അല്ലെങ്കിൽ തികച്ചും സ്വാർഥമായ കച്ചവടതാൽപ്പര്യങ്ങൾക്കുവേണ്ടിയും. ജൈവായുധങ്ങളെയോ അവയുടെ പ്രയോഗത്തിലധിഷ്ഠിതമായ മറ്റു മാർഗങ്ങളെയോ മേൽവിവരിച്ച ഇത്തരം ആവശ്യങ്ങൾക്കായി ഉപയോഗിക്കുമ്പോഴാണ് അത് ജീവീയഭീകരവാദമായി (Bio-terrorism) അറിയപ്പെടുന്നത്. ലോകചരിത്രത്തിൽ ഭീകരവാദം എന്നത് ഒരു പുതിയ പ്രവണതയായതിനാൽ, ജീവീയഭീകരവാദത്തിന്റെ പ്രചാരത്തിനും അധികമായ കാലപ്പഴക്കമില്ല. പലപ്പോഴും അത്തരം ആക്രമണങ്ങൾ സംബന്ധിച്ച ആരോപണങ്ങളുണ്ടായിട്ടുണ്ടെങ്കിലും വ്യക്തമായ തെളിവുകളുടെ പിൻബലമുള്ളത് ഒന്നോ രണ്ടോ സംഭവങ്ങളിൽമാത്രമാണ്. പലതും കുറ്റാരോപി

തരായവരുടെ കടുത്ത നിക്ഷേധത്തിനും വിഷയമായിത്തീർന്നവയുമാണ്. അക്കാരണത്താൽ, താരതമ്യേന പ്രശസ്തവും ശ്രധേയവുമായ ചുരുക്കം ചില അപകടങ്ങളെക്കുറിച്ച് മാത്രമേ ഇവിടെ വിവരിക്കുന്നുള്ളൂ.

ആമസോൺ തീരങ്ങളിൽ

1957-63 കാലഘട്ടത്തിൽ, ആമസോൺ തീരങ്ങളിൽ കഴിഞ്ഞിരുന്ന തദ്ദേശീയരായ അമേരിക്കനിന്ത്യൻ വംശജരെ കുടിയൊഴിപ്പിക്കുന്നതിനായി 'ഇന്ത്യൻ പ്രൊട്ടക്ടീവ് ഫോഴ്സ്' (Indian Protective Force- SPI) എന്ന ഗവൺമെന്റ് സേന നടത്തിയ ക്രൂരതകളാണ് ജീവീയഭീകരവാദത്തിന്റെ അധ്യായത്തിന് തുടക്കം കുറിച്ചത്. 1964-ൽ, ബ്രസീലിയൻ പട്ടാളം അധികാരം പിടിച്ചെടുത്തതിനെത്തുടർന്ന് നടന്ന അന്വേഷണങ്ങളിലൂടെയാണ് ഇവയിൽ പലതും പുറംലോകമറിഞ്ഞത്. ആഭ്യന്തരകാര്യങ്ങളുടെ ചുമതലയുണ്ടായിരുന്ന പട്ടാളമേധാവി അൽബുക്കർക്ക്ലിമ (Albuquerque Lima) യുടെ നിർദേശപ്രകാരം അറ്റോർണി ജനറലായിരുന്ന ജാഡെർഫിഗൈറെഡോ (Jader Figueiredo) തയാറാക്കിയ 5000 പേജുവരുന്ന അന്വേഷണ റിപ്പോർട്ടാണ് ഇതിനാധാരം. ആമസോൺ നദിയുടെ തെക്കൻതീരങ്ങളിലുള്ള മാട്ടേഗ്രോസോ (Matte Grosso) എന്ന വിശാലമായ പുൽമേടുകളെയും ചെറുവനങ്ങളെയും അധിവാസമാക്കിയിരുന്ന തദ്ദേശീയവംശജരെ ഉന്മൂലനം ചെയ്യുകയായിരുന്നു ലക്ഷ്യം. മേച്ചിൽപ്പുറങ്ങളെന്ന (Grazing Land) നിലയിൽ വിലമതിക്കാനാവാത്തതായിരുന്നു ഈ പ്രദേശം. അതുപോലെതന്നെയായിരുന്നു ആമസോണിന്റെ വടക്കൻതീരത്തുള്ള കൊടുംങ്കാടുകളും. ഇവിടത്തെ ജനങ്ങളെ കുടിയൊഴിപ്പിക്കുന്നതിലൂടെ ഈ പ്രദേശങ്ങൾ തൊട്ടടുത്ത് വെള്ളക്കാരുടെ അധീനതയിലുള്ള സ്വകാര്യഭൂമിയിലേക്ക് കൂട്ടിച്ചേർക്കുകയായിരുന്നു ലക്ഷ്യം. ഇതിനായി ഭൂവുടമകളുമായി ചേർന്നുകൊണ്ട് 'ഇന്ത്യൻ പ്രൊട്ടക്ടീവ് ഫോഴ്സി'ലെ ഉദ്യോഗസ്ഥന്മാരാണ് ആക്രമണം ആസൂത്രണം ചെയ്തത്. ക്രൂരമായ കൊലപാതകങ്ങൾ, തീവെയ്പ്, ബോംബാക്രമണം, ഭീഷണിപ്പെടുത്തൽ തുടങ്ങിയ പരമ്പരാഗതമാർഗങ്ങളിലൂടെയായിരുന്നു ആദ്യകാലങ്ങളിൽ അവർ ഇത് നിറവേറ്റാൻ ശ്രമിച്ചത്. എന്നാൽ, തുടർന്ന് രാസായുധങ്ങളിലേക്കും ജൈവായുധങ്ങളിലേക്കും ചെന്നെത്തുന്ന തരത്തിൽ ആക്രമണം കൂടുതൽ രഹസ്യവും ക്രൂരവുമായി. ആർസെനിക് (Arsenic) കലർത്തിയ പഞ്ചസാരയിലൂടെയായിരുന്നു തുടക്കം. തുടർന്ന് അത് വസൂരി (Smallpox), അഞ്ചാംപനി (Measles), ക്ഷയം (Tuberculosis), ഇൻഫ്ളുവൻസ തുടങ്ങിയവയുടെ രോഗാണുക്കൾ പടർത്തുന്നതിലേക്കു നീങ്ങി. ആമസോണിന്റെ വടക്കൻ തീരത്തെ കാടുകളിലെ ഗോത്രവർഗക്കാർക്കുനേരെയാണ് ഇവയിൽ മിക്കതും പ്രയോഗിക്കപ്പെട്ടത്. തന്ത്രപരമായ ഒരു ചതിപ്രയോഗത്തിലൂടെയാണ് വസൂരിയുടെ പകർച്ച സാധ്യമാക്കിയത്. വസൂരിബാധയ്ക്കെതിരായുള്ള പ്രതിരോധ കുത്തിവെപ്പെന്ന രീതിയിൽ വസൂരിയുടെ രോഗാണുക്കളെത്തന്നെ

ജനങ്ങളിലെത്തിക്കുകയായിരുന്നു. ക്ഷയം മുതലായവയുടെ കാര്യത്തിൽ, രോഗബാധിതരായ ആൾക്കാരുടെ ഇടയിലേക്ക് തദ്ദേശീയവാസികളെ എത്തിച്ചതിനുശേഷം അവരെയുപയോഗിച്ച് രോഗാണുക്കളെ പടർത്തുന്ന രീതിയായിരുന്നു അവലംബിക്കപ്പെട്ടത്. ശാന്തസമുദ്രത്തിലും ഇന്ത്യൻമഹാസമുദ്രത്തിലുമുള്ള മിക്കവാറും ദ്വീപസമൂഹങ്ങളിലെ ജനങ്ങൾ ഇത്തരത്തിലുള്ള കൃത്രിമരോഗബാധയാൽ നാമാവശേഷമാക്കപ്പെട്ടിട്ടുണ്ട് എന്നാണ് കരുതുന്നത്. പുറമേ നിന്നുള്ള രോഗങ്ങൾക്കെതിരെയുള്ള സ്വാഭാവികരോഗപ്രതിരോധശേഷി (Natural Immunity) തദ്ദേശീയവാസികളിൽ കുറവായിരുന്നത് ഇത്തരം പ്രവർത്തനങ്ങൾ വിജയപ്രദമാവാൻ കാരണമായി. എന്നാൽ, ഇവയിൽ പലതും രേഖപ്പെടുത്തപ്പെടാതെ അവസാനിക്കുകയായിരുന്നു പതിവ്. ഇതിൽ, തെളിവുകളുടെ പിൻബലത്തോടെ സ്ഥാപിക്കപ്പെട്ടവയിൽ ആദ്യത്തേതായിരുന്നു ബ്രസീലിലേത് എന്നുമാത്രം. ഗോത്രവർഗക്കാരെല്ലാം ചത്തുതുലഞ്ഞപ്പോൾ, ഒട്ടും വൈകാതെ തന്നെ അവരുടെ അധിവാസമേഖലകൾ തൊട്ടടുത്തുള്ള സ്വകാര്യ നിലങ്ങളിലേക്ക് കൂട്ടിച്ചേർക്കപ്പെടുകയായിരുന്നു. അന്വേഷണ റിപ്പോർട്ടിലൂടെ ഇതെല്ലാം പുറത്തായതിനെതുടർന്ന് ഇരുന്നൂറോളം 'ഇന്ത്യൻ പ്രൊട്ടക്ടീവ് സർവീസ്' ഉദ്യോഗസ്ഥന്മാർ പിരിച്ചുവിടപ്പെടുകയും 134 പേർ നിയമനടപടികൾക്ക് വിധേയരാവുകയും ചെയ്തു. എന്നാൽ, ഇക്കാര്യത്തിൽ ആരും 'ക്രിമിനൽ' ഗൂഢാലോചനയ്ക്കായോ നരഹത്യക്കായോ ശിക്ഷിക്കപ്പെട്ടതായി വിവരമൊന്നുമില്ല 'ഇന്ത്യൻ പ്രൊട്ടക്ടീവ് സർവീസ്' പിരിച്ചുവിടപ്പെടുകയും അതിന്റെ പ്രവർത്തനങ്ങൾ പുതുതായി രൂപീകരിച്ച 'നാഷണൽ ഇന്ത്യൻ ഫൗണ്ടേഷനി' (National Indian Foundation, FUNAI) ൽ വിലയിപ്പിക്കുകയും ചെയ്തു. എങ്കിലും, കുടിയൊഴിപ്പിക്കപ്പെട്ടവർക്ക് അവരുടെ ജന്മഭൂമി തിരിച്ചുകിട്ടിയെന്നോ അതിന് അവരിലാരെങ്കിലും ശേഷിച്ചിരുന്നോ എന്നുമുള്ള കാര്യങ്ങൾക്ക് രേഖകളേതുമില്ല. ഇരുപതാം നൂറ്റാണ്ടിലെ അധിനിവേശചരിത്രത്തിലെ കറുത്ത ഏടുകളിലൊന്നായി ബ്രസീലിലെ ഈ വംശഹത്യ ഇന്നും നിലകൊള്ളുന്നു.

അമേരിക്കയിലെ 'ഓഷോ' കമ്യൂണുകളിൽ

ഏറ്റവും സംശയരഹിതമായി ഉപയോഗിക്കപ്പെടാവുന്ന ഒന്നാണ് ജൈവായുധമെന്ന് ലോകത്തെ ബോധ്യപ്പെടുത്തിയത് അമേരിക്കയിലെ വാസ്കസോ കൗണ്ടി (Wasco County) യിൽ 'ഓഷോ' അനുയായികൾ നടത്തിയ തന്ത്രപരമായ ഒരു നീക്കമാണ്. തങ്ങളുടെ പ്രവർത്തനങ്ങൾക്ക് അനുകൂലമല്ലാത്ത ഒരു ഭരണകൂടം അധികാരത്തിൽ വരുന്നത് തടയാനായി, വോട്ടുചെയ്യുന്നതിൽനിന്ന് താൽക്കാലികമായി ജനങ്ങളെ തടയുകയായിരുന്നു ലക്ഷ്യം. ഇന്ത്യയിലുണ്ടായ ചില നിയമപ്രശ്നങ്ങൾ കാരണമാണ് 1981-ൽ 'ഓഷോ രജനീഷ്' എന്ന 'ഭഗവാൻ' അമേരിക്കയിലേക്ക് മാറുന്നത്. അവിടെ, വാസ്കോ, ജെഫേഴ്സൺ (Jefferson) എന്നീ കൗണ്ടി

കൾക്കു സമീപത്തായി 'രജനീഷ്പുരം' എന്ന കമ്യൂൺ സ്ഥാപിച്ചുകൊണ്ടായിരുന്നു തുടക്കം. 1984 ആയപ്പോഴേക്കും ഏതാണ്ട് രണ്ടായിരത്തോളം അന്തേവാസികളെ ഉൾക്കൊള്ളുന്ന ഒരു ബൃഹദ് സമൂഹമായി അത് മാറി. സമീപത്തുള്ള കൗണ്ടികളുമായി അതിർത്തിത്തർക്കം അടക്കമുള്ള ചില പ്രശ്നങ്ങൾ ഉടലെടുത്തതോടെ അവയെ രാഷ്ട്രീയമായി വരുതിയിലാക്കാനായിരുന്നു ഓഷോ കമ്യൂണിന്റെ ശ്രമം. ഭരണനേതൃത്വമേഖലയിൽ തങ്ങളുടെതായ സ്ഥാനാർഥികളെ നിർത്തി ജയിപ്പിച്ചെടുക്കുകയായിരുന്നു അതിലൊന്ന്. തൊട്ടടുത്തുള്ള ആന്റിലോപ്പ് (Antilope) നഗരത്തിൽ അത് സാധിക്കുന്നതിൽ അവർ വിജയിക്കുകയുംചെയ്തു. തുടർന്ന് വാസ്കോ കൗണ്ടിയുടെ മൊത്തം നിയന്ത്രണം കൈക്കലാക്കാനായിരുന്നു പരിശ്രമം. എന്നാൽ, ഇത് പ്രതീക്ഷിച്ചതുപോലെ അത്ര എളുപ്പമായിരുന്നില്ല. 15,000 അംഗീകൃത വോട്ടർമാരുള്ള കൗണ്ടിയിൽ, തങ്ങളെ പിന്തുണയ്ക്കുന്നവർക്ക് ഭൂരിപക്ഷമുണ്ടാക്കുക എന്നത് വിഷമകരമായ ജോലിയായിരുന്നു. രണ്ട് മാർഗങ്ങളാണ് ഇത് പരിഹരിക്കാനായി അവർ കണ്ടെത്തിയത്. ഒന്ന്, അമേരിക്കയുടെ വിവിധ ഭാഗങ്ങളിൽ ഭവനരഹിതരായി അലയുന്ന ആയിരക്കണക്കിന് ആളുകളെ കമ്യൂണിലെത്തിച്ച് വോട്ടവകാശം നേടിക്കൊടുക്കുക. മറ്റൊന്ന്, വോട്ടിടൽദിവസം താൽക്കാലികമായി എതിരാളികളായ വോട്ടർമാരെ പോളിങ്ബൂത്തുകളിൽനിന്നും അകറ്റിനിർത്തുക. ഇതിനായാണ് 'സാൽമൊണെല്ല' (Salmonella) ബാക്ടീരിയകളെ ഉപയോഗിച്ചുള്ള ഒരു പ്രവർത്തനതന്ത്രം രൂപീകരിക്കപ്പെട്ടത്. ഭഗവാൻ രജനീഷിന്റെ പേഴ്സണൽ സെക്രട്ടറിയും കമ്യൂണിന്റെ ഭരണാധിപയുമായിരുന്ന ഷീല (Sheela) യാണ് ഇത് നിർദേശിച്ചത്. പൂജ എന്ന രജിസ്ട്രേഡ് നെഴ്സിന്റെ (രജനീഷ്പുരത്തെ ആരോഗ്യകേന്ദ്രത്തിന്റെ ചുമതലക്കാരി) സഹായത്തോടെ ഷീല ഇതിനുള്ള നീക്കങ്ങൾ തുടർന്നു. 'രജനീഷ് മെഡിക്കൽ കോർപ്പറേഷൻ' (Rajaneesh Medical Corporation) എന്ന സ്ഥാപനത്തിന്റെ മേൽവിലാസമുപയോഗിച്ചുകൊണ്ട് 'സാൽമൊണെല്ല' യുടെ സാമ്പിൾ നേടിയെടുക്കാൻ പൂജയ്ക്ക് കഴിഞ്ഞു. ഇവയെ വളർത്തുന്നതിനായി, കമ്യൂണിനുള്ളിൽ രഹസ്യമായി ഒരു പരീക്ഷണശാല സജ്ജമാക്കുകയും അതിൽ ജീവനക്കാരെ നിയമിക്കുകയും ചെയ്തു. യഥാർഥ ലക്ഷ്യത്തിനുമുമ്പെ, പരീക്ഷണാർഥത്തിൽ അതുപയോഗിക്കാനായി അവർ തെരഞ്ഞെടുത്തത് ഒരു ടൂറിസ്റ്റ് സങ്കേതത്തെയായിരുന്നു. കൊളംബിയ നദി (Columbia River) ക്കു സമീപത്തുള്ള 'ഡള്ളസ്' (The Dalles) ആയിരുന്നു അത്. അവിടെയുള്ള രണ്ട് ഹോട്ടലുകളിലൂടെ ഭക്ഷണത്തിൽ 'സാൽമൊണെല്ല'കളെ കടത്തിവിടാൻ അവർക്ക് സാധിച്ചു. 1984 സെപ്തംബർ എട്ടിനാവാം ഇതിനുള്ള ആദ്യശ്രമം നടന്നതെന്നാണ് കരുതുന്നത്. പഴകിയ ഭക്ഷണം പുതിയ ഭക്ഷണവുമായി ചേർത്തുപയോഗിക്കുന്ന ശീലമുണ്ടായിരുന്ന ഹോട്ടലുകാരുടെ പ്രവർത്തനം ഇത് പടർന്നുപിടിക്കാൻ സഹായകമാവുകയായിരുന്നു. സെപ്തംബർ ഒമ്പതുമുതൽ രോഗബാധ പ്രകടമായിത്തുടങ്ങുകയും ഒക്ടോബർ ഒമ്പതിനിടയിൽ എഴുന്നൂറ്റി

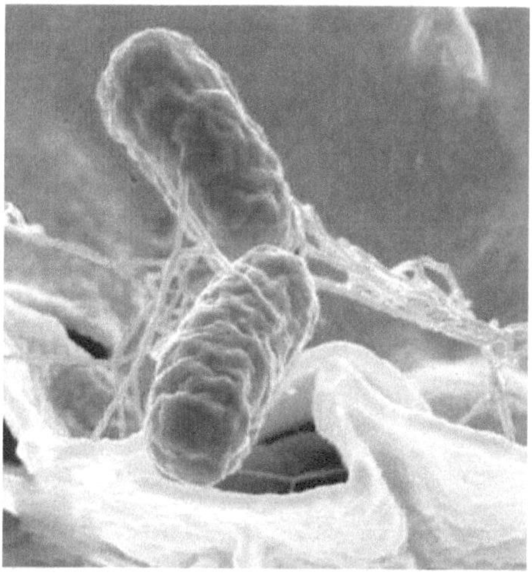

സാൽമോണെല്ല ടൈഫിമ്യൂറിയം
ബാക്ടീരിയ

അൻപതോളം ആൾക്കാർ ചികിത്സതേടി ആശുപത്രികളിൽ അഭയം പ്രാപിക്കുകയും ചെയ്തു. സെപ്തംബർ 25 ആയപ്പോഴേക്കും നഗരത്തിലെ ഒട്ടുമിക്ക ഹോട്ടലുകളിൽ നിന്നും സാൽമൊണെല്ല ബാധ സ്ഥിരീകരിക്കപ്പെടുകയും അതിന്റെ ഫലമായി എല്ലാ ഭക്ഷണശാലകളും അടച്ചിടേണ്ടിവരികയുമുണ്ടായി. 'സെന്റർ ഫോർ ഡിസീസ് കൺട്രോൾ ആന്റ് പ്രിവൻഷൻ' നടത്തിയ അന്വേഷണത്തിൽ സാധാരണ ഭക്ഷ്യവിഷബാധകളിൽ കാണാത്ത 'സാൽമൊണെല്ല ടൈഫിമ്യൂറിയം' (*Salmonella typhimurium*) എന്ന ബാക്ടീരിയയെ കണ്ടെത്തുകയും അതിന്റെ സ്രോതസിനായി അന്വേഷണം ആരംഭിക്കുകയും ചെയ്തു.

ഭഗവാൻ രജനീഷിന്റെ നേതൃത്വത്തിലുള്ള ഭക്തജനസമൂഹം നേരത്തെ തന്നെ അമേരിക്കൻ രഹസ്യപൊലീസിന്റെ (Federal Bureau of Investigation- FBI) ന്റെ നിരീക്ഷണത്തിലായിരുന്നു. അവിടത്തെ അന്തേവാസികളിൽ പലരും 'എമിഗ്രേഷൻ' നിയമങ്ങൾ ലംഘിച്ചതായിരുന്നു കാരണം. അതേസമയം, ആദ്യപരീക്ഷണം വിജയമായിരുന്നുവെങ്കിലും രജനീഷ് നേതൃത്വം തിരഞ്ഞെടുപ്പിനോടനുബന്ധിച്ച ദിവസങ്ങളിൽ 'സാൽമൊണെല്ല'യെ ഉപയോഗിക്കാൻ തയാറായിരുന്നില്ല. നവംബറിലായിരുന്നു തിരഞ്ഞെടുപ്പ്. എന്നാൽ, അതിനിടയിൽ കമ്യൂണിൽ നിരീക്ഷണത്തിനായെത്തിയ രണ്ട് ഗവൺമെന്റ് ഉദ്യോഗസ്ഥർക്ക് 'സാൽമൊണെല്ല' അടങ്ങിയ വെള്ളം കൊടുക്കുന്നതിലൂടെ മറ്റൊരു പരീക്ഷണത്തിന് (അഥവാ ബുദ്ധിമോശത്തിന്!) അവർ തയാറായി. അതിലൂടെയാണ് രഹസ്യ ലബോറട്ടറിയെയും സാൽമൊണെല്ല വളർത്തലിനെയും സംബന്ധിച്ച കാര്യങ്ങൾ പുറത്താവുന്നത്. ഷീലയും പൂജയുമടക്കം ഉന്നതനേതൃത്വത്തിലുള്ള പലരും യൂറോപ്പിലേക്ക് ഒളിച്ചുകടന്നുവെങ്കിലും അന്വേഷണ ഏജൻസികളുടെ പ്രവർത്തനം അവരെ നിയമത്തിന്റെ മുന്നിലെത്തിക്കുന്നതിൽ വിജയിച്ചു. വിവിധ കുറ്റകൃത്യങ്ങളുടെ പേരിൽ അമ്പത്തിനാലര വർഷത്തെ തടവുശിക്ഷയാണ് ഷീലയ്ക്ക് ലഭിച്ചത്. പൂജയ്ക്കും സമാനമായ ശിക്ഷ ലഭിച്ചുവെങ്കിലും ജയിലിനുള്ളിലെ

മാന്യമായ പെരുമാറ്റത്തിലൂടെ രണ്ടുപേരും രണ്ടരവർഷത്തിനുള്ളിൽ അവിടെനിന്നും സ്വതന്ത്രരാക്കപ്പെട്ടു. അങ്ങനെ രജനീഷ്‌യുഗം അവസാനിച്ചുവെങ്കിലും (ആശ്രമം കോടതിവ്യവഹാരങ്ങളിൽപ്പെട്ട് സാമ്പത്തികമായി തകർന്നിരുന്നു) ഒരു ആത്മീയസ്ഥാപനം ജൈവായുധപ്രയോഗത്തിലേർപ്പെടുന്നതിന്റെ ആദ്യ ഉദാഹരണമായി മാറുകയായിരുന്നു അമേരിക്കൻ മണ്ണിലെ ഈ പരാജിതശ്രമം.

ജപ്പാനിലെ ഓം ഷിൻറികിയോ

ജന്മനാ തിമിരംബാധിച്ച (Congenital Glaucoma) ഒരു വ്യക്തിയായിരുന്നു ചിസുവോ മാറ്റ്സുമോട്ടോ (Chizuo Matsumoto). 1955-ൽ ജപ്പാനിലെ കോംഗോ (Kongo) എന്ന ഗ്രാമത്തിൽ ജനിച്ച അദ്ദേഹം അന്ധവിദ്യാർഥികൾക്കുള്ള സ്കൂളിലായിരുന്നു വിദ്യാഭ്യാസം പൂർത്തിയാക്കിയത്. അക്യൂപങ്ചർ (Acupuncture) ചികിത്സാരീതിയിൽ ലൈസൻസ് നേടിയ അദ്ദേഹം, 1984-ൽ, 'ഓം നോകായ്' (Aum No Kai) എന്ന പേരിൽ ഒരു ചെറിയ യോഗപഠനകേന്ദ്രം ആരംഭിക്കുകയും 'ഷോകോ അസഹാര' (Shoko Asahara) എന്ന പേര് സ്വീകരിക്കുകയും ചെയ്തു. രണ്ടുവർഷത്തിനുശേഷം, 'ബോധോദയമുണ്ടായ ഏകവ്യക്തി' (Enlightenment) യെന്ന് സ്വയം പ്രഖ്യാപിച്ച അസഹാര 'ഓം ഷിൻറികിയോ' (Aum Shinrikyo) എന്ന പേരിലുള്ള ഒരു ആത്മീയസംഘടനയായി തന്റെ യോഗക്ലാസിനെ വിപുലപ്പെടുത്തി. 1987 -ലെ ഈ രൂപാന്തരണത്തെത്തുടർന്ന്, 1989-ൽ ടോക്കിയോ ഭരണാധികാരികളിൽനിന്നും ഒരു മതസ്ഥാപനത്തിനുള്ള അനുമതി നേടിയെടുക്കാനും അസഹാരയ്ക്ക് കഴിഞ്ഞു. താൻ വായുവിൽ ഉയരുന്നതായുള്ള ഒരു ഫോട്ടോ (Levitation) പത്രമാസികയിൽ അച്ചടിച്ചുവന്നതോടെയാണ് അസഹാര പ്രശസ്തനാവുന്നത്. ജപ്പാനിൽനിന്നു മാത്രമായി 15,000ത്തോളം അനുയായികൾ അദ്ദേഹത്തിനുണ്ടായി. ആയിരക്കണക്കിന് ആരാധകർ വിദേശങ്ങളിലും. മോക്ഷം (Salvation) നേടുകയാണ് ഓരോരുത്തരുടെയും ലക്ഷ്യം എന്ന് പറഞ്ഞ അസഹാര അതിനുള്ള ഏകമാർഗം തന്റേതായ ആത്മീയസംഘടനയിലൂടെയാണെന്ന് അണികളെ വിശ്വസിപ്പിച്ചു. തെറ്റായ പ്രവൃത്തികൾ (Bad 'Karma') മൂലം ജപ്പാൻ അശുദ്ധമായിരിക്കുന്നുവെന്ന് പ്രഖ്യാപിച്ച അസഹാര, അത് ശുദ്ധിയാക്കാൻ നിശ്ചയിച്ചു. ജപ്പാന്റെ ഭരണത്തിൽ രാഷ്ട്രീയമായ മേൽക്കൈ നേടിയാൽ മാത്രമേ അതിനുകഴിയൂ എന്നുപറഞ്ഞ അദ്ദേഹം 'ഷിൻറിടൊ' (Shinrito) എന്ന പേരിൽ ഒരു രാഷ്ട്രീയ പാർട്ടിയും രൂപീകരിച്ചു. 1990 ഫെബ്രുവരിയിൽ നടന്ന ഇലക്ഷനിൽ മത്സരിക്കുകയായിരുന്നു ലക്ഷ്യം. എന്നാൽ, എല്ലാ പ്രതീക്ഷകളെയും തകിടം മറിച്ചുകൊണ്ട് അസഹാര അടക്കമുള്ള 'ഷിൻറിടൊ' അനുയായികൾ തിരഞ്ഞെടുപ്പിൽ തോറ്റു തുന്നംപാടി. ഇതേത്തുടർന്നാണ്, മറ്റു മാർഗങ്ങളിലൂടെ ജപ്പാനിലെ അധികാരം നേടാൻ അസഹാര പദ്ധതി തയാറാക്കിയത്.

പ്രധാനമായും രണ്ട് ജൈവായുധങ്ങളെയാണ് അസഹാരയും സംഘവും തങ്ങളുടെ രഹസ്യ ആക്രമണങ്ങൾക്കായി തെരഞ്ഞെടുത്തത്- ബോട്ടുലിനം (Botulinum) എന്ന വിഷപദാർഥവും ആന്ത്രാക്സിനു കാരണമാവുന്ന രോഗാണു (Bacillus anthracis) വും. ടോമോമാസ നാകാഗാവ (Tomomasa Nakagawa) എന്ന ഡോക്ടറിൽനിന്നാണ് ബോട്ടുലിനം എന്ന വിഷത്തെക്കുറിച്ച് അസഹാര മനസിലാക്കുന്നത്. അസഹാരയുടെ സംഘടനയിലെ ഒരു അംഗമായിരുന്നു നാകാഗാവ. അതേത്തുടർന്ന്, ജൈവായുധങ്ങളെയും വിഷങ്ങളെയും കൈകാര്യം ചെയ്യാനായി ഒരു പ്രത്യേകവിഭാഗം അസഹാര തന്റെ ആസ്ഥാനത്ത് രൂപീകരിക്കുകയും സെയ് ഇചി എൻഡൊ (Sei-ichi-Endo) എന്ന സൂക്ഷ്മാണു വിദഗ്ധനെ അതിന്റെ തലവനായി നിയമിക്കുകയും ചെയ്തു. ക്യോട്ടോ സർവകലാശാലയിലെ വൈറസ് ഗവേഷണ വിഭാഗത്തിലുള്ള (Institute of Virus Research, Kyoto University) തന്റെ പ്രവർത്തനങ്ങൾ ഉപേക്ഷിച്ച് അസഹാരയുടെ സംഘത്തിൽ അംഗമായ ആളായിരുന്നു എൻഡൊ. 1990 മാർച്ചോടെ, ഫുജി പർവത (Mount Fuji) ത്തിന്റെ അടിവാരത്തിലുള്ള കാമികു ഇഷികി (Kamiku- Isshiki) എന്ന സ്ഥലത്ത് സ്വന്തമായി ഒരു ലബോറട്ടറി നിർമിക്കാനും പ്രവർത്തനങ്ങൾ തുടരാനും അവർക്ക് കഴിഞ്ഞു. ഒരു ആധുനിക പരീക്ഷണശാലയ്ക്കുവേണ്ട എല്ലാ സജ്ജീകരണങ്ങളും ഉൾക്കൊള്ളുന്നതായിരുന്നു 200 ചതുരശ്ര മീറ്റർ വിസ്തൃതിയുള്ള ഈ ലബോറട്ടറി.

ക്ലോസ്റ്റ്റിഡിയം ബോട്ടുലിനം (*Clostridium botulinum*) എന്ന ബാക്ടീരിയയെ ലഭ്യമാക്കാനുള്ള നടപടികളായിരുന്നു ലബോറട്ടറി ആദ്യമായി ഏറ്റെടുത്തത്. മിക്കവാറും രാജ്യങ്ങൾ 'ബോട്ടുലിനം' എന്ന വിഷപദാർഥം ജൈവായുധമായി വികസിപ്പിച്ചിരുന്നുവെങ്കിലും ബാക്ടീരിയയിൽനിന്നും എങ്ങനെയാണ് അത് തയാറാക്കുകയെന്ന കാര്യം അജ്ഞാതമായിരുന്നു. അക്കാരണത്താൽ, എൻഡോയുടെ നേതൃത്വത്തിലുള്ള ഗവേഷണസംഘത്തിന് അക്കാര്യത്തിൽ സ്വന്തമായ മാർഗങ്ങൾ അവലംബിക്കേണ്ടിവന്നു. ഒരുവേള, അസഹാരയുടെ ആക്രമണങ്ങളിൽ മിക്കവയും വൃഥാവിലായിപ്പോയതും ഇതുകാരണമായിരുന്നു. ബോട്ടുലിനം വിഷം എങ്ങനെ പ്രയോഗിക്കണം എന്നകാര്യത്തിലും കാര്യക്ഷമമായ ഒരു മാർഗം കണ്ടെത്താൻ അവർക്ക് കഴിഞ്ഞില്ല. രണ്ടാംലോകമഹായുദ്ധകാലത്ത്, ജപ്പാൻകാർ ഉപയോഗിച്ചതുപോലെയുള്ള ബലൂൺ ബോംബുകൾ (Balloon Bombs) വഴി അത് വിതരണം ചെയ്യാനായിരുന്നു അവരുടെ പരിപാടി. അസഹാരയുടെ അനുമതിയും അതിനു ലഭിച്ചിരുന്നു. ഏപ്രിൽ പകുതിയോടെ ആക്രമണം തുടങ്ങാൻ നിശ്ചയിച്ചിരുന്ന അവർ പക്ഷേ, എന്തുകൊണ്ടോ അത് മാറ്റിവെക്കുകയായിരുന്നു. വിഷം 'സ്പ്രേ' ചെയ്യാൻ കഴിയുന്ന യന്ത്രസംവിധാനം ഘടിപ്പിച്ച വാഹനങ്ങൾ ഉപയോഗിച്ചുകൊണ്ടായിരുന്നു അടുത്ത ശ്രമം. യോകോസുക (Yokosuka) യിലുള്ള അമേരിക്കൻ നാവിക ആസ്ഥാനം, രാജാവിന്റെ

കൊട്ടാരം, ഗവൺമെന്റ് സ്ഥാപനങ്ങൾ തുടങ്ങിയവയെ ഈ രീതിയിൽ അവർ ആക്രമിച്ചു. 1990 ജൂലായിൽ, ഒരു ജലസേചന പ്ലാന്റിൽ വിഷം കലർത്തിക്കൊണ്ട്, അസഹാര വൻതോതിലുള്ള ഒരു ആക്രമണത്തിന് ശ്രമിച്ചു. എന്നാൽ, പൊലീസ് സമയോചിതമായി ഇടപെട്ടതുകാരണം ഇത് വിഫലമായി. പക്ഷേ, കുഴപ്പക്കാർക്കെതിരെ നടപടി സ്വീകരിക്കാൻ പൊലീസ് തയാറായില്ല. ടോക്കിയോയിലെ കാസുമി-ഗാസെകി (Kasumi-Gaseki) സബ്-വേയിൽ ബോട്ടുലിനം സ്പ്രേയർ ഘടിപ്പിച്ച പെട്ടികൾ നിക്ഷേപിച്ചുകൊണ്ടും വിഫലമായ ഒരു ശ്രമം അസഹാരയുടെ അനുയായികൾ നടത്തി. എന്നാൽ, ഈ ആക്രമണങ്ങളിലൊന്നിൽപ്പോലും ആളപായമുണ്ടായതായി റിപ്പോർട്ടുകളില്ല.

1992-ലാണ്, പുതിയൊരുതരം ജൈവായുധത്തെക്കുറിച്ച് ചിന്തിക്കാൻ അസഹാര, എൻഡോയോട് ആവശ്യപ്പെടുന്നത്. അങ്ങനെയാണ് ആന്ത്രാക്സ് രോഗാണുവായ 'ബാസിലസ് ആന്ത്രാസിസ്' (*Bacillus anthracis*) തെരഞ്ഞെടുക്കപ്പെടുന്നത്. എങ്കിലും, ജൈവായുധമായി ഉപയോഗിക്കുന്നതരത്തിൽ അത് വികസിപ്പിക്കാനും പ്രയോഗിക്കാനും എൻഡോക്ക് കഴിഞ്ഞില്ല എന്നാണ് പിന്നീടുള്ള സംഭവവികാസങ്ങൾ തെളിയിക്കുന്നത്. 1993 മെയിലെ, ഹിറോണോമിയ രാജകുമാരന്റെ (Prince Hironomiya) വിവാഹഘോഷയാത്രയ്ക്കുനേരെ അത് പ്രയോഗിക്കുകയായിരുന്നു ആദ്യലക്ഷ്യമെങ്കിലും പിന്നീട് അത് മാറ്റി. തുടർന്ന്, 1993 ജൂൺ 29 മുതൽ ഏറ്റവുമധികം ആൾക്കാരെ ഉന്മൂലനം ചെയ്യാനുള്ള ഒരു പദ്ധതിക്ക് അവർ തുടക്കമിട്ടു. ടോക്കിയോയിലുള്ള സംഘടനയുടെ ആസ്ഥാനമന്ദിരത്തിന്റെ മേൽക്കൂരയിൽനിന്നും ആന്ത്രാക്സ് രോഗാണുക്കളെ സ്പ്രേ ചെയ്യാനായിരുന്നു പരിപാടി. എട്ടുനിലയുള്ള കെട്ടിടത്തിന്റെ മുകളിൽനിന്നും രണ്ട് സ്പ്രേയറുകൾ ഉപയോഗിച്ചുകൊണ്ട് രോഗാണുക്കൾ അടങ്ങുന്ന ദ്രാവകമിശ്രിതം തെറിപ്പിക്കുകയായിരുന്നു ലക്ഷ്യം. എന്നാൽ, ഉപകരണസംവിധാനത്തിലെ തകരാറുമൂലം ഇത് ഉദ്ദേശിച്ചതരത്തിൽ ഫലം ചെയ്യുന്നതായില്ല. ജൂലായ് രണ്ടുവരെ ഈ പ്രവർത്തനം തുടർന്നുവെങ്കിലും 'വൃത്തികെട്ട മണം' വരുന്നു എന്ന പ്രാദേശികവാസികളുടെ പരാതിയും പൊലീസിന്റെ ഇടപെടലും കാരണം പെട്ടെന്നു തന്നെ അവർക്ക് അത് നിർത്തേണ്ടിവന്നു. ഉപയോഗിക്കപ്പെട്ട ആന്ത്രാക്സ് രോഗാണുവിന് ആക്രമണശേഷി കുറവായിരുന്നുവെന്നും പിന്നീടുള്ള പഠനങ്ങൾ തെളിയിക്കുകയുണ്ടായി.

1993 പകുതിയോടെ, രാജകൊട്ടാരത്തിനും ഗവൺമെന്റ് സ്ഥാപനങ്ങൾക്കും നേരെ ആന്ത്രാക്സ് രോഗാണുക്കൾ സ്പ്രേചെയ്യാൻ കഴിയുന്ന വാഹനങ്ങൾ ഉപയോഗിച്ചുകൊണ്ട് ആക്രമണം നടത്താൻ അസഹാര വീണ്ടും പദ്ധതിയിട്ടു. എങ്കിലും സ്പ്രേ ചെയ്യുന്ന ഉപകരണം ശരിയായി പ്രവർത്തിക്കാത്ത കാരണം ആ ശ്രമം പരാജയപ്പെട്ടു. രോഗാണുവിന്റെ ആക്രമണശേഷിയും സംശയകരമായിരുന്നു. 1993 നവംബറിൽ, ബോട്ടുലിനം വിഷം ഉപയോഗിച്ചുകൊണ്ട് അസഹാര ടോക്കിയോ നഗരത്തിൽ

വീണ്ടും ആക്രമം നടത്തി. സോകാ ഗക്കായി ഇൻസ്റ്റിറ്റ്യൂട്ടായിരുന്നു (Soka Gakkai) ലക്ഷ്യം. പക്ഷേ, സ്പ്രേയറിലെ തകരാറുകാരണം വീണ്ടും ഉദ്യമം പരാജയപ്പെട്ടു. റഷ്യയിൽനിന്നും വാങ്ങിയ ഹെലികോപ്റ്ററിൽ, സ്പ്രേയറുകൾ ഘടിപ്പിച്ച് ഉപയോഗിക്കാനുള്ള ഒരു പദ്ധതി തയാറാക്കിയിരുന്നുവെങ്കിലും അത് നടപ്പിലാക്കാനായില്ല. ഇങ്ങനെ ജൈവായുധ പരീക്ഷണങ്ങൾ തുടർച്ചയായി പരാജയപ്പെട്ടതുകാരണമാണ് 1995 മാർച്ച് 20-ന് ടോക്കിയോയിലെ ഭൂഗർഭ റെയിൽവേ സ്റ്റേഷനിൽ അസഹാരയുടെ സംഘം 'സാറിൻ' (Sarin) എന്ന രാസായുധം പ്രയോഗിക്കുന്നത്. തൊള്ളായിരത്തിലധികം ആളുകൾ ആശുപത്രിയിലെത്തിക്കപ്പെടുകയും 12 പേർ മരണമടയുകയും ചെയ്ത ഈ ആക്രമണം പക്ഷേ, 'ഓം ഷിൻറികിയോ' യുടെയും മരണമണി മുഴക്കുന്നതായി. രണ്ടായിരത്തിഅഞ്ഞൂറോളം പൊലീസ് സേനാംഗങ്ങൾ അസഹാരയുടെ ആസ്ഥാനം വളയുകയും നാനൂറോളം അന്തേവാസികളെ അറസ്റ്റുചെയ്യുകയും ചെയ്തു. ഇതിൽ ഇരുനൂറിലധികം പേരെ കുറ്റക്കാരെന്ന് കണ്ട് പിന്നീട് ശിക്ഷവിധിക്കുകയുണ്ടായി. അസഹാരയും മറ്റ് ചില മുതിർന്ന നേതാക്കളുമടക്കം 12 പേർ വധശിക്ഷയ്ക്ക് വിധേയരാക്കപ്പെട്ടു. സംഘടന തകരുകയും അതിന്റെ ജനസമ്മിതി നഷ്ടമാവുകയും ചെയ്തു. എങ്കിലും 'അലെഫ്' (Aleph) എന്ന പുതിയ പേരിൽ അസഹാരയുടെ അവശേഷിക്കുന്ന അനുയായികൾ ഇപ്പോഴും സജീവമായി രംഗത്തുള്ളത് നിലയ്ക്കാത്ത ഭീഷണിയായി നിലകൊള്ളുകയും ചെയ്യുന്നു.

അമേരിക്കയിലേക്കുള്ള ആന്ത്രാക്സ് കത്തുകൾ

2001 സെപ്തംബർ 11-ലെ വേൾഡ് ട്രേഡ് സെന്റർ ആക്രമണത്തെത്തുടർന്നാണ് അമേരിക്കയിലെ മാധ്യമ ഓഫീസുകളിലേക്കും ഡെമോക്രാറ്റിക് സെനറ്റർമാരുടെ ഓഫീസുകളിലേക്കും ആന്ത്രാക്സ് രോഗാണുക്കളടങ്ങിയ കത്തുകൾ ലഭിക്കുന്നത്. ആകെ നാലു കത്തുകളാണ് ലഭിച്ചത്. ന്യൂജെഴ്സിയിലുള്ള ട്രെന്റൺ (Trenton, New Jersey) പോസ്റ്റ് ഓഫീസിൽനിന്നും അയച്ചവയായിരുന്നു ഈ കത്തുകളെല്ലാം. 'അമേരിക്കൻ മീഡിയ' എന്ന കമ്പനി പ്രസിദ്ധീകരിക്കുന്ന *ദ സൺ* (The Sun) എന്ന ടാബ്ലോയ്ഡിൽ ഫോട്ടോ എഡിറ്ററായിരുന്ന റോബർട്ട് സ്റ്റീവൻസാണ് (Robert Stevens) ശ്വാസകോശ ആന്ത്രാക്സ് (Pulmonary Anthrax) ബാധിച്ച് ആദ്യം ആശുപത്രിയിലാവുന്നത്. സെപ്തംബർ 30-ന് രോഗബാധിതനായ അദ്ദേഹത്തെ ഒക്ടോബർ രണ്ടിനാണ് ആശുപത്രിയിലെത്തിക്കുന്നത്. ഒക്ടോബർ അഞ്ചിന് അദ്ദേഹം മരണമടയുകയും ചെയ്തു. ദശാബ്ദങ്ങൾക്കുശേഷം ആദ്യമായാണ് അമേരിക്കയിൽ ആന്ത്രാക്സ് റിപ്പോർട്ട് ചെയ്യപ്പെട്ടത്. അതുകൊണ്ടുതന്നെ, ആശുപത്രി അധികൃതർ വിവരം 'സെന്റർ ഫോർ ഡിസീസ് കൺട്രോൾ ആന്റ് പ്രിവൻഷന്' കൈമാറുകയും അമേരിക്കൻ രഹസ്യപൊലീസ് (FBI) അന്വേഷണം ഏറ്റെടുക്കുകയും ചെയ്തു. റോബർട്ട് സ്റ്റീവൻസിന് പുറ

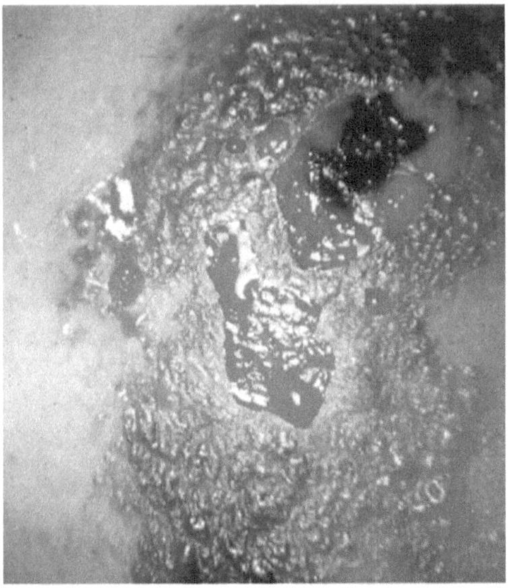

ആന്ത്രാക്സ് രോഗാണുബാധിച്ച ചർമം

ത്തെവിടെനിന്നെങ്കിലും രോഗബാധയേറ്റതാവാം എന്നായിരുന്നു പ്രാഥമിക നിഗമനം. കാരണം, കത്തുകൾ കണ്ടെടുക്കുന്നതിനും ദിവസങ്ങൾക്കു മുമ്പു തന്നെ ഫ്ളോറിഡയിലെ ബോക്കാറാറ്റണി (Boca Raton, Florida) ലുള്ള ഒരാൾ ആന്ത്രാക്സ് കാരണം മരിച്ചതായി അന്വേഷണസംഘം കണ്ടെത്തിയിരുന്നു. എന്നാൽ *ദ സൺ* ടാബ്ലോയ്ഡിന്റെ ഓഫീസിലെ മറ്റൊരു ജീവനക്കാരൻ കൂടി ആന്ത്രാക്സ് ബാധയാൽ ആശുപത്രിയിലെത്തിയതോടെ, രോഗത്തിന്റെ സ്രോതസ് പുറത്തുനിന്നല്ല എന്ന കാര്യം വെളിപ്പെട്ടു. വൈകാതെ തന്നെ മറ്റൊരു ജീവനക്കാരനും രോഗബാധിതനായി. ഓഫീസ് പരിശോധനയിൽ, സംഭവത്തിനാസ്പദമായ കത്ത് കണ്ടെടുക്കാനായില്ലെങ്കിലും, സെപ്തംബർ 26-ന് ഒഴിവുകാലം ചെലവഴിക്കാനായി അവധിയിൽ പ്രവേശിക്കുന്നതിനുമുമ്പ്, സ്റ്റീവൻസ് തപാലിലെത്തിയ ഒരു കത്ത് തുറന്നിരുന്നതായി അവർക്ക് ബോധ്യപ്പെട്ടു. രോഗാണുക്കളുടെ ഒരു വൻശേഖരണം ശ്വാസകോശത്തിലേക്ക് കടന്നതിനുശേഷമാണ്, അതൊന്നുമറിയാതെ സ്റ്റീവൻസ് അവിടം വിട്ടുപോയത്.

സ്റ്റീവൻസിന് കത്ത് ലഭിച്ച ഏതാണ്ട് അതേ സമയത്തുതന്നെ, ന്യൂയോർക്ക് നഗരത്തിലെ എൻ ബി സി ന്യൂസിലും (NBC News) ടോം ബ്രോക്കാ (Tom Brokaw) എന്നയാളുടെ പേരിൽ ഒരു തപാലിലെത്തിയിരുന്നു. ഒരു വനിതാ ജീവനക്കാരിയായിരുന്നു അത് തുറന്നത്. ഒക്ടോബർ ഒന്നിന്, ആന്ത്രാക്സ് ബാധയുണ്ടായി ഡോക്ടറെ കാണേണ്ടിവന്ന അവർക്ക് ത്വക്കിനെ ബാധിക്കുന്നതരം ആന്ത്രാക്സാണെന്ന് (Cutaneous Anthrax) പിന്നീട് സ്ഥിരീകരിക്കപ്പെടുകയുണ്ടായിരുന്നു. രണ്ടാഴ്ചയ്ക്കുള്ളിൽ സി ബി എസ് ന്യൂസിലെ മറ്റൊരു ജീവനക്കാരൻ കൂടി രോഗബാധയുമായി ആശുപത്രിയിലെത്തി. ഒപ്പം, എ ബി സി ന്യൂസിലെ മാധ്യമപ്രവർത്തകന്റെ മകനും. ന്യൂയോർക്ക് നഗരത്തിൽ തന്നെയുള്ള ഇവർക്കും ത്വക്കിനെ ബാധിക്കുന്നതരം ആന്ത്രാക്സ് തന്നെയായിരുന്നു. കത്തുകൾ കണ്ടെത്താനുള്ള ശ്രമം പക്ഷേ, ഇവിടെയും വിഫലമായി.

എങ്കിലും, ജൈവായുധങ്ങൾ ഉപയോഗിച്ചുള്ള ഭീകരാക്രമണമായി മുൻസംഭവങ്ങളടക്കം തിരിച്ചറിയപ്പെടാൻ ഇത് കാരണമായി. സെപ്തംബർ 18-ന് ട്രെന്റൺ പോസ്റ്റാഫീസിൽനിന്നും അയച്ചവയാണെന്ന് കണ്ടെത്താൻ കഴിഞ്ഞെങ്കിലും അയച്ച ആളുടെ മേൽവിലാസമില്ലാത്തതിനാൽ അന്വേഷണം പാതിവഴിയിൽ കുടുങ്ങി. രോഗബാധയിൽനിന്നും മുക്തി നേടിയവർ കൂടുതൽ വിവരങ്ങൾ നൽകിയെങ്കിലും അന്വേഷണത്തിന്റെ പുരോഗതിക്ക് സഹായകമാവുന്നതായിരുന്നില്ല അവയൊന്നും.

അങ്ങനെയിരിക്കെയാണ്, ടോം ഡാഷെൽ (Tom Daschel) എന്ന ഡെമോക്രാറ്റിക് സെനറ്ററുടെ ഓഫീസിലേക്ക് ഒക്ടോബർ ഒമ്പതാംതീയതി പോസ്റ്റ് ചെയ്തതായി സൂചിപ്പിക്കുന്ന ഒരു കത്ത് ലഭിക്കുന്നത്. ട്രെന്റൺ പോസ്റ്റോഫീസിൽ നിന്നുതന്നെയായിരുന്നു അതും അയച്ചിരുന്നത്. മുൻ കത്തുകളിൽനിന്നും വ്യത്യസ്തമായി, അതിൽ ഇസ്ലാമിക ഭീകരവാദത്തിന്റെ സൂചന നൽകുന്ന ചില കുറിപ്പുകളും അടങ്ങിയിട്ടുണ്ടായിരുന്നു. ഒപ്പമുള്ള വെളുത്ത പൊടി ആന്ത്രാക്സ് രോഗാണുക്കളെ ഉൾക്കൊള്ളുന്നതാണെന്ന് പരിശോധനയിൽ വ്യക്തമായി. തുടർന്ന്, ഓഫീസിലുള്ള മുപ്പതോളം പേരെ അടിയന്തിരചികിത്സയ്ക്കും പരിശോധനയ്ക്കും വിധേയരാക്കുകയും അവരിൽ പലരും ശ്വാസത്തിലൂടെ പകരുന്ന ആന്ത്രാക്സിന് അടിപ്പെട്ടിരുന്നതായി കണ്ടെത്തുകയും ചെയ്തു. അമേരിക്കൻ പ്രതിനിധിസഭ അന്വേഷണസംഘത്തിന്റെ അലംഭാവത്തിനെതിരെ ശക്തമായി പ്രതികരിക്കാൻ ഈ സംഭവം കാരണമായി. അന്വേഷണസംഘങ്ങൾ തലങ്ങും വിലങ്ങും പാഞ്ഞുനടന്നെങ്കിലും കത്ത് അയച്ചയാളിനെപ്പറ്റി ഒന്നുംതന്നെ കണ്ടെത്താൻ അവർക്കായില്ല. അതിനിടെ, ട്രെന്റൺ പോസ്റ്റാഫീസിലെ ജീവനക്കാരിൽ പലരെയും ആന്ത്രാക്സ് ബാധയാൽ ആശുപത്രിയിലെത്തിക്കപ്പെട്ടുതുടങ്ങി. 'ബ്രന്റ്വുഡ് പോസ്റ്റൽ ഫെസിലിറ്റി' (Brentwood Postal Facility, Washington) യിലെ രണ്ട് തപാൽ ജീവനക്കാർ ശ്വാസകോശ ആന്ത്രാക്സിലൂടെ മരണമടയുകയും പതിനൊന്നോളം പേർ രോഗബാധയാൽ ആശുപത്രികളിൽ അഭയം തേടുകയുമുണ്ടായി. ഇതേതുടർന്ന്, ഗുരുതരമായ ഭീകരാക്രമണസാധ്യത നിലനിൽക്കുന്നതായി കണ്ട് വാഷിങ്ടണിലേക്കുള്ള എല്ലാ തപാൽ ഉരുപ്പടികളും കർശനമായ പരിശോധനയ്ക്ക് വിധേയമാക്കാൻ നിർദേശമായി. ഇതുകാരണം, തപാൽ വിതരണം മൂന്നുമാസത്തോളം വൈകിയെങ്കിലും പാട്രിക് ലീഹി (Patric Leahy) എന്ന സെനറ്ററുടെ പേരിൽ വന്ന ഒരു ആന്ത്രാക്സ് കത്ത് അപകടമൊന്നും വരുത്തുന്നതിനുമുമ്പ് നിരീക്ഷകരുടെ കൈകളിലെത്തി. ന്യൂജേഴ്സിയിലെ ഫ്രാങ്ക്ളിൻ പാർക്കിലുള്ള 'ഗ്രീൻഡെയ്ൽ സ്കൂളി' (Greendale School, Franklin Park, New Jersey)ന്റെ വിലാസമാണ് കത്തിൽ മടക്കവിലാസമായി കാണിച്ചിരുന്നത്. എന്നാൽ, അന്വേഷണത്തിൽ ഇത്തരമൊരു സ്കൂൾ നിലവിലില്ല എന്ന് കണ്ടെത്തുകയായിരുന്നു. കത്തിനുള്ളിലെ ആന്ത്രാക്സ് രോഗാണുക്കൾ

അടങ്ങിയ പൊടി പരിശോധനയ്ക്കായി ഫോർട്ട് ഡെറ്ററിക്കിലുള്ള (Fort Detrick) രാസായുധഗവേഷണശാലയിലേക്കാണയച്ചത്.

ഏറ്റവും മികച്ച ജൈവസാങ്കേതികതയാൽ തയാറാക്കപ്പെട്ടവയായാണ് നാലാം കത്തിലെ ആന്ത്രാക്സ് ഉള്ളടക്കം വെളിവാക്കപ്പെട്ടത്. ഓരോ ഗ്രാമിലും ഏകദേശം 10^{12} രോഗാണുക്കൾ (Spores) അടങ്ങിയിട്ടുള്ളതായാണ് പരിശോധനയിൽ തെളിഞ്ഞത്. രേണുക്കൾ തമ്മിൽ ഒട്ടിപ്പിടിക്കാതിരിക്കാനായി സിലിക്ക (Silica) കൊണ്ട് പൊതിഞ്ഞ നിലയിലായിരുന്നു അവ. വായുവിൽ തങ്ങിനിൽക്കാനും ഇത് അവയെ സഹായിച്ചിരുന്നു. വിദേശത്തുനിന്നുള്ള ഭീകരാക്രമണത്തെക്കാൾ തദ്ദേശീയമായതും ഒറ്റപ്പെട്ടതുമായ ഒരു ശ്രമമായാണ് അന്വേഷണ ഏജൻസികൾ ഇതിനെ അന്തിമമായി വിലയിരുത്തിയത്. അവസാനത്തെ കത്തിൽ കണ്ട വാക്കുകൾ തെറ്റിദ്ധാരണ പടർത്താനായി കൂട്ടിച്ചേർത്തവയായും വ്യാഖ്യാനിക്കപ്പെട്ടു. അമേരിക്കൻ സൈന്യത്തിന്റെ ജൈവായുധപദ്ധതികളുമായി ബന്ധമുള്ള അരോ ആകാം ഇതിനുപിന്നിലെന്നായിരുന്നു ഒടുവിലത്തെ സംസാരം. രാസായുധത്തിന്റെയും ജൈവായുധത്തിന്റെയും പേരിൽ ഗൾഫ്മേഖലയിൽ പിടിമുറുക്കാനുള്ള ഒരു തുറുപ്പുചീട്ടായും ചില രാഷ്ട്രീയനിരീക്ഷകർ ഇതിനെ കണ്ടു. എന്തായാലും, അമേരിക്കൻ ജനതയെയാകെ അദൃശ്യമായ ഒരു അപകടത്തിന്റെ മുൾമുനയിൽ നിർത്താൻ നിസ്സാരമായേക്കാമായിരുന്ന ഈ നാല് കത്തുകൾക്ക് സാധിച്ചു. ഇരുപത്തിരണ്ട്പേരാണ് ഈ ജൈവാക്രമണത്തലൂടെ ആന്ത്രാക്സിന് കീഴ്പ്പെട്ടത്. അഞ്ചുപേർ മരിക്കുകയും ചെയ്തു. നാലുപേർ ആന്ത്രാക്സ് കത്തുകളുമായി നേരിട്ട് ഇടപെടുന്നതിലൂടെയും, കണക്ടി-കട്ടി (Connecticut) ലുള്ള ഒരു വയോധിക, ആന്ത്രാക്സ് കത്തുകളുമായി സമ്പർക്കത്തിലായ ഒരു സാധാരണകത്തിലൂടെയും!

ജൈവയുദ്ധത്തിന്റെ സാധ്യത

അമേരിക്കയിലെ ആന്ത്രാക്സ് കത്തുകളുടെ വിജയം ഭീകരസംഘടനകൾ നന്നായി ഉപയോഗിച്ചുവെന്നാണ് പിൽക്കാല ചരിത്രം വെളിവാക്കുന്നത്. അമേരിക്കൻ രഹസ്യപൊലീസിനും ഔദ്യോഗിക സംവിധാനത്തിനും അതിനുശേഷം ഏതാണ്ട് ആയിരത്തോളം ഭീഷണികളെ നേരിടേണ്ടിവന്നു. എങ്കിലും അന്വേഷണത്തിൽ അവയിൽ മിക്കവയും വ്യാജമാണെന്നാണ് തെളിയിക്കപ്പെട്ടത്. എന്നാൽ, ഭീകരസംഘടനകൾക്ക് ജൈവായുധങ്ങൾ സ്വയം നിർമിക്കാനും പ്രയോഗിക്കാനും കഴിയും എന്നത് സംബന്ധിച്ച് വ്യക്തമായ സൂചനനൽകുന്ന ഒരു സംഭവം 2003 ഒക്ടോബറിൽ അരങ്ങേറുകയുണ്ടായി. 'മിനിസോട്ട പാട്രിയട്ട്സ് കൗൺസിൽ' (Minnesota Patriots Council) എന്ന തീവ്ര-വലതുപക്ഷ സംഘടനയാണ് 'റിസിൻ' (Ricin) എന്ന വിഷപദാർഥം ഉപയോഗിച്ചുകൊണ്ട് ഇത് തെളിയിച്ചത്. ഒരു പ്രാദേശിക ഗവൺമെന്റ് പ്രതിനിധിയെ കൊല്ലാനായാണ് അവർ ആദ്യമായി 'റിസിൻ' പ്രയോഗിച്ചത്. തുടർന്ന്,

വൈറ്റ്ഹൗസിലേക്കും അമേരിക്കൻ ഗതാഗതവകുപ്പിന്റെ ആസ്ഥാനത്തി ലേക്കും രണ്ട് കത്തുകൾ അവർ അയച്ചു. രണ്ടിലും 'റിസിൻ' വിഷം അടങ്ങിയിരുന്നതായി പരിശോധനയിൽ കണ്ടെത്തപ്പെട്ടു. അൽ-ക്വയിദ (Al Qaeda) ആന്ത്രാക്സ് രോഗാണുക്കളെ ഉപയോഗിച്ചുള്ള ജൈവയു ദ്ധത്തിന് തയാറെടുക്കുന്നതായി ഒരു ഭീഷണിയും ഒരുകാലത്ത് വ്യാപ കമായിരുന്നു. അവർ 'റിസിൻ'വിഷവും സംഭരിക്കാൻ ശ്രമിക്കുന്നതായി ആരോപണമുയർന്നിരുന്നു. ഇവയൊന്നിനും വ്യക്തമായ തെളിവുകളുടെ പിൻബലമില്ലായിരുന്നുവെങ്കിലും അവയൊക്കെയും അസംഭവ്യമെന്നു കരുതുക ഇനിയും സാധ്യമല്ല. ലോകരാജ്യങ്ങൾ നിർമിച്ച് സൂക്ഷിച്ചിരി ക്കുന്ന ജൈവ-രാസായുധങ്ങളോ അവയുടെ നിർമാണത്തിനാവശ്യമായ സാങ്കേതികജ്ഞാനമോ ഭീകരവാദ സംഘടനകളുടെ കൈകളിലെത്ത പ്പെടാനുള്ള സാധ്യത തള്ളിക്കളയാവുന്നതല്ല. ഭീകരവാദം പലപ്പോഴും രാഷ്ട്രീയമായ ഒരു മറയായി ഉപയോഗിക്കപ്പെടുന്ന സാഹചര്യം നില നിൽക്കുന്നതിനാലാണിത്. ഒരു പരിധിയിൽ കൂടുതൽ, തങ്ങളുടെ പൗര ന്മാരെയോ സ്ഥാപനങ്ങളെയോ സംരക്ഷിക്കാൻ ഒരു രാജ്യത്തിനും കഴി യാത്ത സാഹചര്യമാണ് ഇന്നുള്ളത്. പണച്ചെലവ്, പൗരാവകാശം, വ്യക്തിസ്വാതന്ത്ര്യം തുടങ്ങിയവയുമായി സമരസപ്പെടുന്ന തരത്തിലുള്ള സുരക്ഷാക്രമീകരണങ്ങൾ പൊതുജനപങ്കാളിത്തത്തോടെ നടപ്പിലാക്കുക മാത്രമാണ് അഭികാമ്യമായുള്ളത്.

7

ജൈവ-രാസായുധങ്ങളുടെ നിയന്ത്രണം

'യുദ്ധത്തിൽ നിയമങ്ങളില്ല' എന്നു പറയാറുണ്ട്. എന്തുവിലകൊടുത്തും ശത്രുവിനെ തോൽപ്പിക്കുകയാണ് ലക്ഷ്യം. മനുഷ്യസംസ്കാരത്തിന്റെ തുടക്കം മുതൽക്കേ ഏറ്റുമുട്ടലുകളും യുദ്ധങ്ങളും സാധാരണമായിരുന്നു. അന്നു മുതലിന്നുവരെ യുദ്ധത്തിൽ ആരു ജയിച്ചു എന്നതായിരുന്നു പ്രധാനം. എങ്ങനെ ജയിച്ചു എന്നത് ഒരു ചോദ്യമായിരുന്നില്ല. എങ്കിലും, ശാസ്ത്രത്തിന്റെ വളർച്ച ഇത്തരമൊരു ചോദ്യത്തെ അനിവാര്യമാക്കുകയായിരുന്നു. കുറച്ചു സമയംകൊണ്ട് കൂടുതൽ പേരെ കൊല്ലാനുള്ള അവസരം മാത്രമല്ല ശാസ്ത്രപുരോഗതി സാധ്യമാക്കിയത്. പുതിയ സങ്കേതങ്ങൾ പലപ്പോഴും മനുഷ്യത്വത്തിന്റെ അംശം തുലോം കുറഞ്ഞവയായിരുന്നു. ഇതിന്റെ വെളിച്ചത്തിൽ യുദ്ധരംഗത്തെ ക്രൂരത നിയന്ത്രിക്കുക എന്ന ലക്ഷ്യത്തോടെ ആദ്യമുണ്ടായ ഉടമ്പടി 1868-ലെ 'സെന്റ് പീറ്റേഴ്സ്ബർഗ് ഡിക്ലറേഷനാ' (St Petersburg Declaration) യിരുന്നു. മുനയില്ലാത്ത, പരന്ന വെടിയുണ്ടകളുടെ (Dumdum Bullets) ഉപയോഗം വിലക്കുന്നതായിരുന്നു ഈ ഉടമ്പടി. ഇത്തരം വെടിയുണ്ടകൾ മൂലമുണ്ടാവുന്ന മുറിവിന്റെ ഭീകരത കണക്കിലെടുത്തായിരുന്നു നിയന്ത്രണം. എന്നാൽ, വിഷങ്ങൾ ഉപയോഗിച്ചുള്ള ആക്രമണരീതി നിയന്ത്രിക്കുകന്നതിനുള്ള ശ്രമങ്ങൾ ഇതിനും വളരെമുമ്പേ നിലവിലെത്തിയിരുന്നതായി കാണാം. വിഷം പുരട്ടിയ വെടിയുണ്ടകൾ ഉപയോഗിക്കുന്നതു സംബന്ധിച്ച് ഫ്രഞ്ചുകാരും ജർമൻകാരും തമ്മിലേർപ്പെട്ട സ്ട്രാസ്ബെർഗ് ഉടമ്പടി (Treaty of Strasbourg) യാണ് ഇതിനുദാഹരണം. ജൈവരാസായുധങ്ങളെ നിരോധിക്കുന്നതിനുള്ള ആദ്യശ്രമമെന്ന തരത്തിൽ ഇത് കണക്കിലെടുക്കാവുന്നതാണ്. യുദ്ധഭൂമിയിൽ വിഷങ്ങളോ രാസായുധങ്ങളോ ഉപയോഗിക്കുന്നതിൽ നിയന്ത്രണം വേണമെന്ന ആവശ്യം പക്ഷേ,

അന്തർദേശീയതലത്തിൽ ആദ്യമുയർന്നത് 1874-ലാണ്. ബ്രസൽസിലെ സമ്മേളനത്തിനുശേഷം നിലവിൽ വന്ന കരാറിൽ (International Declaration Concerning the Laws and Customs of War) ഇത് ഒരു നിർദേശമായി ഉൾപ്പെടുത്തിയിരുന്നു. എന്നാൽ, പങ്കെടുത്ത പതിനാല് യൂറോപ്യൻ രാജ്യങ്ങളും അത് അംഗീകരിക്കുവാൻ തയാറായില്ല. തുടർന്ന്, 1899 -ലെ ഒന്നാം ഹേഗ് ഉച്ചകോടി (First Hague Convention) യിൽ കരയുദ്ധത്തിൽ അനുവർത്തിക്കേണ്ട ചിട്ടവട്ടങ്ങൾ സംബന്ധിച്ചുള്ള ഉടമ്പടി (Laws and Customs of War on Land) പരിഗണിക്കുകയുണ്ടായി. 'ശ്വാസം മുട്ടിക്കുന്നതോ മറ്റുതരത്തിൽ മാരകമോ ആയ വാതകങ്ങൾ' ഉപയോഗിക്കുന്നത് തടയുന്നതായിരുന്നു നിർദേശം. ഫ്രാൻസ്, ജർമനി, ഇറ്റലി, ജപ്പാൻ, ബ്രിട്ടൻ തുടങ്ങി ഇരുപത്തിയേഴു രാജ്യങ്ങൾ ഇതംഗീകരിക്കാൻ തയാറായിരുന്നു. പക്ഷേ, അമേരിക്ക വിട്ടുനിന്നു. 1907-ലെ രണ്ടാം ഹേഗ് ഉച്ചകോടി (Second Hague Convention), ജീവനാശം ഉണ്ടാക്കുന്നതോ മാരകമോ ആയ വാതകങ്ങൾ ഉപയോഗിക്കുന്നതിന് പ്രത്യേകമായ നിയന്ത്രണമേർപ്പെടുത്തിക്കൊണ്ട് കരാറിലെത്തി. എന്നാൽ, ഈ ഉടമ്പടിയെയും അംഗീകരിക്കാൻ അമേരിക്ക തയാറായില്ല. ഒന്നാം ലോകമഹായുദ്ധത്തിലെ കാലയളവിൽ ഒപ്പുവയ്ക്കപ്പെട്ട ഈ ഉടമ്പടികളും കാറ്റിൽപ്പറന്നു. ജർമനിയെ മുട്ടുകുത്തിച്ച സഖ്യശക്തികൾ (Allied Forces) കർശനമായ ഒട്ടനവധി നിർദേശങ്ങളോടൊപ്പം ജർമനിയിലെ രാസായുധസംവിധാനം തകർക്കുന്നതിനും ഉപാധികളേർപ്പെടുത്തിക്കൊണ്ട് വെർസെയ്‌ലസ് സന്ധി (Treaty of Versailles) നിലവിലെത്തിച്ചു. രാസായുധങ്ങൾ പ്രയോഗിക്കുന്നതിൽ ആരും മോശക്കാരല്ല എന്ന് തെളിയിച്ചുകൊണ്ടായിരുന്നു ഒന്നാം ലോകമഹായുദ്ധം അവസാനിച്ചത്. അതോടൊപ്പം രാസയുദ്ധമുറകൾ എത്രകണ്ട് മനുഷ്യത്വരഹിതമാണെന്നും. രാസായുധങ്ങൾക്കെതിരെ ലോകവ്യാപകമായി ഒരു പ്രതിഷേധമുയരാൻ വാർത്തകളിലൂടെ വെളിപ്പെട്ട ഈ ക്രൂരതകൾ സാക്ഷ്യങ്ങളായി. അങ്ങനെയാണ്, രാസായുധങ്ങളുടെയും ജൈവായുധങ്ങളുടെയും പ്രയോഗം സമ്പൂർണമായി നിരോധിക്കുന്ന ഒരു അന്തർദേശീയ കരാറിന് കളമൊരുക്കിയത്. അതായിരുന്നു 1925-ലെ ജനീവാകരാർ (Geneva Protocol).

ജനീവ കരാർ (Ganeva Protocol)

ജൈവായുധങ്ങളുടെയും രാസായുധങ്ങളുടെയും ഉപയോഗം നിരോധിച്ചുകൊണ്ട് 1928 ഫെബ്രുവരി എട്ടിന് നിലവിൽവന്ന കരാറാണിത്. ജനീവ കരാർ എന്നാണ് അറിയപ്പെടുന്നതെങ്കിലും ഇതിന്റെ പൂർണരൂപം 'Geneva Protocol for the Prohibition of the Use in War of Asphyxiating, Poisonous or Other Gases' എന്നാണ്. 1925 ജൂൺ 17-നാണ് ഇത് ഒപ്പുവയ്ക്കലിനായി സമർപ്പിക്കപ്പെടുന്നത്. ആഗോള ആയുധകൈ

മാറ്റം നിരീക്ഷിക്കാനായി ഒത്തുചേർന്ന 1925-ലെ ജനീവ സമ്മേളനത്തിൽ, ഫ്രാൻസാണ് ഇത്തരമൊരു കരാറിനായി ആവശ്യമുന്നയിച്ചത്. പോളിഷ് റിപ്പബ്ലിക്ക് ബാക്ടീരിയകളെ ഉപയോഗിച്ചുള്ള ആയുധങ്ങൾക്കെതിരായും വാദിച്ചു. ജൈവ-രാസായുധങ്ങൾക്കെതിരായി, ഒന്നാംലോകമഹായുദ്ധത്തിനു ശേഷം വളർന്നുവന്ന പ്രതിഷേധമാണ് പ്രധാനമായും ജനീവാ കരാറിലേക്ക് നയിച്ചത്.

സ്ട്രാസ്ബെർഗ് ഉടമ്പടി (Treaty of Strasbourg)

യുദ്ധത്തിൽ ഏതെങ്കിലും തരത്തിലുള്ള വിഷപദാർഥം ഉപയോഗിക്കപ്പെടുന്നത് വിലക്കിക്കൊണ്ടുള്ള ആദ്യ അന്തർദേശീയ ഉടമ്പടിയാണ് സ്ട്രാസ്ബെർഗ് ഉടമ്പടി. ഫ്രാൻസും റോമൻസൈന്യവുംതമ്മിൽ 1675 ആഗസ്റ്റ് 27-നാണ് ഉടമ്പടി ഒപ്പുവയ്ക്കപ്പെട്ടത്. 1925-ലെ ജനീവാകരാർ നിലവിൽവരുന്നതുവരെ, ഈ മേഖലയിൽ പിന്നീട് അന്തർദേശീയ ധാരണാപത്രങ്ങളൊന്നും നിലവിൽ വന്നിട്ടില്ലായിരുന്നു എന്നതാണ് സ്ട്രാസ് ബെർഗ് ഉടമ്പടിയെ പ്രസക്തമാക്കുന്നത്. ഇതേപേരിൽ അറിയപ്പെടുന്ന മറ്റൊരു കരാറാണ് കണ്ടുപിടുത്തങ്ങൾക്കായി നൽകപ്പെടുന്ന പേറ്റന്റുകളെ സംബന്ധിച്ച് നിലവിൽവന്ന സ്ട്രാസ്ബെർഗ് എഗ്രിമെന്റ് (Strasbourg Agreement). 'ഇന്റർനാഷണൽ പേറ്റന്റ് വർഗീകരണം' (International Patent Classification -IPC) എന്ന പേരിൽ ഇക്കാര്യത്തിൽ ഒരു രാജ്യാന്തര നിയമാവലി നിലവിൽ വരുന്നതിന് ഇത് കാരണമായി. 1971 മാർച്ച് 24നാണ് ഇത് ഒപ്പുവയ്ക്കപ്പെട്ടത്.

ബ്രസൽസിലെ യുദ്ധനിയമങ്ങൾ (Laws and Customs of War, Brussels)

റഷ്യയിലെ അലക്സാണ്ടർ രണ്ടാമൻ സാർ ചക്രവർത്തിയുടെ കാർമികത്വത്തിൽ, 14 യൂറോപ്യൻ രാജ്യങ്ങൾ തമ്മിൽ 1874 ജൂലായ് 27-ന്, ബ്രസൽസിൽ ഒത്തുകൂടി ചർച്ച ചെയ്ത നിയമാവലിയാണ് 'ബ്രസൽസിലെ യുദ്ധനിയമങ്ങൾ' എന്നറിയപ്പെടുന്നത്. ഇതിനുള്ള കരട് തയാറാക്കിയത് റഷ്യൻ ഗവൺമെന്റായിരുന്നു. എന്നാൽ, പങ്കെടുത്ത രാജ്യങ്ങൾ തമ്മിൽ ഏകാഭിപ്രായം ഇല്ലാത്തതിനാൽ ഇത് പരാജയപ്പെടുകയായിരുന്നു. എങ്കിലും, അതേവർഷം ജനീവയിൽ സമ്മേളിച്ച

'അന്തർദേശീയ നിയമപഠനസ്ഥാപനം' (Institute of International Law) അത് പഠിക്കാനായി ഒരു സമിതിയെ നിയമിക്കുകയുണ്ടായി. 1880-ൽ ഓക്സ്ഫോർഡിൽവെച്ച് രൂപീകൃതമായ നിയമാവലി (Mannuel of the Laws and Customs of War) ക്കും തുടർന്നുവന്ന ഹേഗ് സമ്മേളനങ്ങൾക്കും അടിസ്ഥാനമായത് 'ബ്രസൽസിലെ യുദ്ധനിയമങ്ങളായിരുന്നു.

ഹേഗ് ഉച്ചകോടികൾ (Hague Conventions)

യുദ്ധനിയമങ്ങളെയും യുദ്ധകുറ്റകൃത്യങ്ങളെയും സംബന്ധിച്ച വ്യക്തമായ നിർവചനങ്ങൾ അവതരിപ്പിക്കപ്പെട്ട ആദ്യ അന്തർദേശീയ ഉച്ചകോടികളായിരുന്നു 1899-ൽ ഹേഗിലും 1907-ൽ നെതർലൻഡ്സിലും വെച്ചുനടന്ന സമ്മേളനങ്ങൾ. പൊതുവായി ഇവ 'ഹേഗ് ഉച്ചകോടികൾ' എന്ന പേരിലാണ് അറിയപ്പെടുന്നത്. ഹേഗിലെ 'സമാധാന ഉടമ്പടികൾ' എന്ന പേരിലും ഇവ അറിയപ്പെടുന്നുണ്ട്. 1899 ജൂലായ് 29-നാണ് ഒന്നാം ഹേഗ് ഉടമ്പടി ഒപ്പുവയ്ക്കപ്പെടുന്നത്. മൂന്ന് ധാരണാപത്രങ്ങൾ (Declarations) ഉൾപ്പെട്ടിരുന്ന അതിലൊന്നായിരുന്നു 'ശ്വാസംമുട്ടിക്കുന്നതോ മാരകമോ ആയ വാതകങ്ങ'ളുടെ (Asphyxiating or Deleterious Gases) പ്രയോഗം നിരോധിച്ചിരുന്നത്. അതുവഴി ഇത് രാസായുധപ്രയോഗത്തിനെതിരെയുള്ള ഒരു വിലക്കായി മാറി. 1907 ഒക്ടോബർ 18-നാണ് രണ്ടാം ഹേഗ് ഉടമ്പടി ഒപ്പുവയ്ക്കപ്പെട്ടത്. ഇതിലെ പതിമൂന്ന് നിർദേശങ്ങളിൽ പന്ത്രണ്ടെണ്ണവും അംഗീകരിക്കപ്പെട്ടിരുന്നു. പിന്നീട് ഇതു സംബന്ധിച്ച വ്യക്തമായ മാർഗനിർദേശങ്ങളോടെ നിലവിൽവന്ന ജനീവാകരാറിന് അടിത്തറ പാകിയത് ഹേഗ് ഉച്ചകോടികളുടെ നിരീക്ഷണങ്ങളായിരുന്നു.

വെർസെയ്ലസ് സന്ധി (Treaty of Versailles)

ഒന്നാംലോകമഹായുദ്ധത്തിന്റെ അവസാനത്തിൽ, ജർമനിയും സഖ്യകക്ഷികളും തമ്മിൽ ഒപ്പുവെച്ച സമാധാനകരാറാണ് വെർസെയ്ലസ് സന്ധി. 1919 ജൂൺ 28-ന് ഒപ്പുവെച്ച ഈ കരാറിലൂടെ വെടിനിർത്തൽ പ്രാബല്യത്തിലായെങ്കിലും ജർമനിയെ സംബന്ധിച്ചിടത്തോളം ഏറെ ദോഷകരമായ കരാറായിരുന്നു ഇത്. രണ്ടാം ലോകമഹായുദ്ധത്തിന് കാരണമാവുന്നതരത്തിൽ വീണ്ടും ജർമനിയെ യുദ്ധത്തിലേക്ക് നയിക്കാൻ ഹിറ്റ്ലറെ സഹായിച്ചത് വെർസെയ്ലസ് സന്ധിയുടെ കർശന

സ്വഭാവങ്ങളായിരുന്നു. രാസായുധങ്ങൾ (Poison gases) ഇറക്കുമതി ചെയ്യുന്നതിലും കയറ്റുമതിചെയ്യുന്നതിലും ഏർപ്പെടുത്തിയ നിയന്ത്രണങ്ങളുടെ പേരിലാണ് ഈ സന്ധി ഇവിടെ പ്രസക്തമാവുന്നത്.

ജനീവാ കരാറിന്റെ പരിമിതികൾ

രാസായുധങ്ങളുടെയും ജൈവായുധങ്ങളുടെയും ഉപയോഗത്തെ അന്തർദേശീയമായ ഒരു നിയമത്തിന്റെ പരിധിയിൽ കൊണ്ടുവരാൻ കഴിഞ്ഞു എന്നതിലായിരുന്നു ജനീവാ കരാറിന്റെ മേന്മ. അതേസമയം അത് പരിമിതികളിൽനിന്നും ന്യൂനതകളിൽനിന്നും പരിപൂർണമായും മുക്തവുമല്ലായിരുന്നു. തുടക്കത്തിൽ രാസായുധങ്ങളുടെ പ്രയോഗത്തിൽമാത്രമാണ് ജനീവാകരാർ നിയന്ത്രണമേർപ്പെടുത്താൻ തയാറായിരുന്നത്. എന്നാൽ, പോളണ്ടിൽനിന്നുള്ള പ്രതിനിധിസംഘം അത് സൂക്ഷ്മജീവികളെ ഉപയോഗിച്ചുള്ള ആക്രമണരീതിയെയും ഉൾപ്പെടുത്തണമെന്ന് നിർദേശിക്കപ്പെട്ടതിനെത്തുടർന്ന് അത് പരിഷ്കരിക്കപ്പെടുകയായിരുന്നു. പക്ഷേ, സൂക്ഷ്മജീവികൾ എന്നതിനുപകരമായി 'ബാക്ടീരിയകളെ ഉപയോഗിച്ചുള്ള ആയുധങ്ങൾ' (Bacteriological Agents) എന്ന 'സാങ്കേതികപദ'മാണ് കരാറിൽ ഉൾപ്പെടുത്തപ്പെട്ടത്. അക്കാലത്ത്, സൂക്ഷ്മജീവികളെന്നാൽ പ്രധാനമായും ബാക്ടീരിയകൾ മാത്രമാണെന്ന് വിശ്വസിക്കപ്പെട്ടിരുന്നതായിരുന്നു കാരണം. ഇതുകാരണം വൈറസുകളെ ഉപയോഗിച്ച് മനുഷ്യരിലോ മൃഗങ്ങളിലോ കാർഷികവിളകളിലോ നടപ്പിലാക്കുന്ന നാശനഷ്ടങ്ങൾ ജനീവാകരാറിന്റെ പരിഗണനയിൽ വരില്ലെന്നായി. ഈ പിഴവ് ആദ്യമായി ചൂണ്ടിക്കാട്ടിയത് ബ്രിട്ടനായിരുന്നു, 1968-ൽ. രണ്ടാംലോക മഹായുദ്ധകാലത്തിനുശേഷം ബ്രിട്ടനുൾപ്പെടെയുള്ള രാജ്യങ്ങൾ രോഗകാരികളായ വൈറസുകളെ യഥേഷ്ടം വിനിയോഗിച്ച പശ്ചാത്തലത്തിലായിരുന്നു ബ്രിട്ടന്റെ ഭാഗത്തുനിന്നുതന്നെയുള്ള വിചിത്രമായ ഈ ആവശ്യപ്പെടൽ. അമേരിക്കൻ പിന്തുണയോടെ വന്ന ഇത് വ്യാപകമായി അംഗീകരിക്കപ്പെടുകയും ചെയ്തു. നിയമത്തിന്റെ ദൃഷ്ടിയിൽ 'ബാക്ടീരിയകളെ ഉപയോഗിച്ചുള്ളത്' എന്നത് 'എല്ലാതരത്തിലുമുള്ള സൂക്ഷ്മജീവികളെ ഉപയോഗിച്ചുള്ളത് എന്ന തരത്തിൽ വിവക്ഷിക്കപ്പെടാൻ വഴിയൊരുക്കുന്നതായിരുന്നു ഈ നിർദേശം.

ജനീവാകരാറിന്റെ ഏറ്റവും പ്രധാനപ്പെട്ട ന്യൂനത, അത് രാസായുധങ്ങളുടെയോ ജൈവായുധങ്ങളുടെയോ സ്വമേധയാ ഉള്ള ആദ്യ ആക്രമണത്തെ മാത്രം ('no-first-use') തടയുന്നതായിരുന്നു എന്നതാണ്. മറ്റൊരു രാജ്യം രാസായുധമോ ജൈവായുധമോ ഉപയോഗിച്ച് ആക്രമിച്ചാൽ, തിരിച്ചടിക്കുന്നതിൽ കരാർ ബാധകമാവില്ല എന്നതായിരുന്നു ഈ ന്യൂനത. രണ്ടാംലോകമഹായുദ്ധത്തിലും അതിനുശേഷവും രാജ്യങ്ങൾ തമ്മിലുള്ള യുദ്ധസഖ്യങ്ങൾ നിലനിന്നിരുന്നതിനാൽ, ഒരു സഖ്യത്തിലെ

പങ്കാളിയായ രാജ്യമാണ് ആക്രമിക്കുന്നതെങ്കിലും ആ സഖ്യത്തിലെ മറ്റേതൊരു രാജ്യത്തെ തിരിച്ചാക്രമിക്കുന്നതിന് ഇത് മൗനാനുവാദം നൽകി. ശീതയുദ്ധത്തിന്റെകാലത്ത്, സംശയത്തിന്റെയും ആരോപണത്തിന്റെയും പേരിൽ ജൈവ-രാസായുധങ്ങൾ വ്യാപകമാവാൻ ഇത് അവസരമൊരുക്കി. മറ്റൊന്നായിരുന്നു ആയുധങ്ങൾ എവിടെ ഉപയോഗിക്കപ്പെടുന്നു എന്നതു സംബന്ധിച്ച നിർദേശം. യുദ്ധസമയത്ത്, യുദ്ധഭൂമിയിൽ രാസായുധമോ ജൈവായുധമോ ഉപയോഗിക്കുന്നതുമാത്രമെ ജനീവാകരാർ വിലക്കിയിരുന്നുള്ളൂ. യുദ്ധാനന്തരകാലത്ത്, പരസ്യമായും രഹസ്യമായുമുള്ള സൈനിക നടപടികളിലും കലാപസഹായങ്ങളിലും മറ്റും ലോകരാഷ്ട്രങ്ങൾ രാസായുധങ്ങളെ വിപുലമായിത്തന്നെ പ്രയോഗിക്കുന്നതിന് ഇത് കാരണമായി. യുദ്ധത്തിൽ ഉപയോഗിക്കുന്നതിനെക്കാളും ഭീകരമായ തരത്തിലായിരുന്നു ഇത്.

ജനീവാകരാറിന്റെ മറ്റൊരു പോരായ്മ, അത് ആയുധങ്ങൾ കൈവശംവയ്ക്കുന്നതിനെക്കുറിച്ച് (Possession) ഒന്നുംപറഞ്ഞില്ല എന്നുള്ളതാണ്. തിരിച്ചടിക്ക് അനുമതി നൽകുന്നതിലൂടെ ഇക്കാര്യം കൂടുതൽ അപ്രസക്തവുമായി. രാസായുധങ്ങളും ജൈവായുധങ്ങളും കുന്നുകൂട്ടിയിരുന്നുവെങ്കിലും രണ്ടാംലോകമഹായുദ്ധകാലത്ത് സഖ്യശക്തികളോ അച്ചുതണ്ടുശക്തികളോ അവ പ്രയോഗിക്കാൻ പൊതുവെ മടിച്ചിരുന്നു. മാധ്യമങ്ങളിലൂടെയുള്ള പ്രചാരണവും രാഷ്ട്രീയമായ എതിർപ്പും ഭയപ്പെട്ടായിരുന്നു ഇത്. എന്നാൽ യുദ്ധത്തിനുശേഷം അതായിരുന്നില്ല സ്ഥിതി. തോൽപ്പിക്കപ്പെട്ട രാജ്യങ്ങളിൽ ഒരു ന്യൂനപക്ഷംമാത്രം കർശനമായ ആയുധ നിയന്ത്രണകരാറുകളിൽ കുരുക്കപ്പെട്ടപ്പോൾ ഭൂരിഭാഗം സ്വതന്ത്രമായി ഗവേഷണങ്ങൾ തുടരുകയായിരുന്നു. ആണവായുധങ്ങൾ കൈവശമാക്കുക എന്നതായിരുന്നു ആദ്യകാലങ്ങളിൽ പരമാധികാരത്തിന്റെ മുഖമുദ്ര. വമ്പിച്ച ജീവനാശത്തിലേക്ക് (Mass Destruction) വഴിയൊരുക്കുന്നത് ആണവായുധങ്ങൾ മാത്രമാണെന്നായിരുന്നു അക്കാലത്തെ ധാരണ. 'പാവപ്പെട്ടവന്റെ ആറ്റംബോംബാണ് രാസായുധം' എന്ന തരത്തിലായിരുന്നു അവ അന്ന് വിവക്ഷിക്കപ്പെട്ടിരുന്നത്. എന്നാൽ, ഇതിൽനിന്ന് വ്യത്യസ്തമാണ് സംഗതികൾ എന്ന് യുദ്ധാനന്തരസംഭവവികാസങ്ങൾ തെളിയിച്ചുകൊണ്ടിരുന്നു. കലാപകാരികളും കലാപകാരികൾക്കെതിരായ ഗവൺമെന്റ് സേനകളും രാസായുധങ്ങളും ജൈവായുധങ്ങളും യഥേഷ്ടമായി ഉപയോഗിച്ചുതുടങ്ങി. നിരായുധീകരണം (Disarmament) ലക്ഷ്യമാക്കുന്ന അന്തർദേശീയ ശ്രമങ്ങൾ മിക്കവെയും ആണവായുധങ്ങളെ മാത്രം കേന്ദ്രീകരിച്ചിരുന്നതിനാൽ ജൈവ-രാസായുധങ്ങൾ ശ്രദ്ധിക്കപ്പെടാതെയുമായി. വിയറ്റ്നാമിലും സ്വന്തം ജനതയ്ക്കു നേരെയും അമേരിക്ക നടത്തിയ രാസായുധ ആക്രമണങ്ങളും പരീക്ഷണങ്ങളും ലോകവ്യാപകമായി അതിശക്തമായ പ്രക്ഷോഭങ്ങളിലേക്ക് നയിച്ചു. ഇതേതുടർന്ന്, 1969-ൽ ഇത്തരം പ്രശ്നങ്ങൾ പഠിച്ചുകൊണ്ട് ഒരു വിദഗ്ധ സമിതി ഐക്യരാഷ്ട്രസഭാ സെക്രട്ടറിജനറലിന് വിപുലമായ ഒരു റിപ്പോർട്ട് സമർപ്പിക്കുകയുണ്ടായി. ഇതോടൊപ്പം, ബ്രിട്ടീഷ്

ഗവൺമെന്റ് ജൈവ-രാസായുധങ്ങളുടെ നിയന്ത്രണം സംബന്ധിച്ച നിർദേശങ്ങളടങ്ങുന്ന മറ്റൊരു റിപ്പോർട്ടും ഐക്യരാഷ്ട്രസഭയിൽ അവതരിപ്പിച്ചു. ഇവയുടെ അടിസ്ഥാനത്തിലാണ്, ജൈവ-രാസായുധങ്ങളെ അമർച്ച ചെയ്യുന്നതരത്തിൽ ശക്തമായ ജൈവ-രാസായുധ ഉടമ്പടി (Biological and Toxin Weapons Convention- BTWC) ക്ക് കളമൊരുങ്ങിയത്.

ജൈവ-രാസായുധ ഉടമ്പടി (Biological and Toxin Weapons Convention)

ജൈവ-രാസായുധങ്ങൾ നിർമിക്കുന്നതും കുന്നുകൂട്ടുന്നതും തടയുന്നതിനായി 1975-ൽ നിലവിൽവന്ന അന്തർദേശീയ ഉടമ്പടിയാണ് BTWC എന്ന ചുരുക്കപ്പേരിലറിയപ്പെടുന്ന 'ജൈവ-രാസായുധ ഉടമ്പടി. BWC എന്ന ചുരുക്കരൂപവും ചിലപ്പോൾ ഈ ഉടമ്പടിയെ വിവക്ഷിക്കാനായി ഉപയോഗിക്കാറുണ്ട്. 1925-ലെ ജനീവാ കരാറിനു ശേഷം, മാരകഫലങ്ങളുണ്ടാക്കുന്ന ജൈവ-രാസായുധങ്ങളെ നിയന്ത്രിക്കുന്നതിനായി അന്തർദേശീയതലത്തിൽ രൂപീകൃതമാവുന്ന പ്രധാന ഉടമ്പടികളിലൊന്നാണിത്. 1972-ഏപ്രിൽ 10-നാണ് ഈ ഉടമ്പടി ഒപ്പുവയ്ക്കുന്നതിനായി സമർപ്പിക്കപ്പെട്ടത്. 1975 മാർച്ച് 26നാണ് ഉടമ്പടി ഒപ്പുവയ്ക്കുന്നതിനുള്ള അവസാന തീയതിയായി നിശ്ചയിച്ചിരുന്നത്. ഇന്ത്യയുൾപ്പെടെ 22 രാജ്യങ്ങൾ ഈ കാലാവധിക്കുള്ളിൽ BWC കരാറിൽ ഒപ്പുവയ്ക്കുകയുണ്ടായി. ഇതിനു ശേഷവും പലരാജ്യങ്ങളും ഈ കരാർ അംഗീകരിക്കുകയും അതിന്റെ നിബന്ധനകൾക്കായി സമ്മതം അറിയിക്കുകയും ചെയ്തിട്ടുണ്ട്. ഏറ്റവും ഒടുവിലത്തെ വിവരമനുസരിച്ച് 163 രാജ്യങ്ങൾ ഈ കരാറിൽ ഒപ്പുവെച്ചിട്ടുണ്ട്. പതിനഞ്ച് ആർട്ടിക്കിളുകളായി നിജപ്പെടുത്തിയിരിക്കുന്ന കരാറിലെ വ്യവസ്ഥകൾ താഴെപ്പറയുന്ന തരത്തിൽ സംഗ്രഹിക്കാം.

ആർട്ടിക്കിൾ 1 : ജൈവ-രാസായുധങ്ങൾ നിർമിക്കുകയോ സമാഹരിക്കുകയോ സംഭരിക്കുകയോ ചെയ്യാതിരിക്കുക.

ആർട്ടിക്കിൾ 2 : കുന്നുകൂടപ്പെട്ട ജൈവ-രാസായുധങ്ങൾ നശിപ്പിക്കുക.

ആർട്ടിക്കിൾ 3 : ജൈവരാസായുധങ്ങൾ കൈമാറ്റം ചെയ്യുകയോ ഉപയോഗത്തിനായി മറ്റു രാഷ്ട്രങ്ങളെ സഹായിക്കുകയോ പ്രേരിപ്പിക്കുകയോ ചെയ്യാതിരിക്കുക.

ആർട്ടിക്കിൾ 4 : രാജ്യത്തിനുള്ളിലെ ജൈവ-രാസായുധങ്ങൾ ഭരണഘടനാപരമായി നിയന്ത്രിക്കുക.

ആർട്ടിക്കിൾ 5 :	പ്രശ്നപരിഹാരത്തിനുള്ള ചർച്ചകളിലും ശ്രമങ്ങളിലും സഹകരിക്കുക.
ആർട്ടിക്കിൾ 6 :	ഐക്യരാഷ്ട്രസഭയുടെ സെക്യൂരിറ്റി കൗൺസിലിൽ പരാതി സമർപ്പിക്കാനുള്ള സ്വാതന്ത്ര്യം.
ആർട്ടിക്കിൾ 7 :	കരാർ ലംഘിക്കപ്പെടുന്നതായി കണ്ടാൽ സഹായം അഭ്യർഥിക്കാനുള്ള അവകാശം.
ആർട്ടിക്കിൾ 8 :	ജനീവാകരാറിന്റെ നിർദേശങ്ങൾ പാലിക്കുക.
ആർട്ടിക്കിൾ 9 :	രാസായുധങ്ങളെ സംബന്ധിച്ച കാര്യങ്ങളിൽ സഹകരണത്തിനുള്ള ബാധ്യത.
ആർട്ടിക്കിൾ 10 :	സമാധാനശ്രമങ്ങളുമായി സഹകരിക്കാനുള്ള ബാധ്യസ്ഥത.
ആർട്ടിക്കിൾ 11 :	ഉടമ്പടിയിൽ മാറ്റങ്ങൾ നിർദേശിക്കുന്നതിനുള്ള അവകാശം.
ആർട്ടിക്കിൾ 12 :	ഉടമ്പടി പുനഃപരിശോധിക്കുന്നതിനുള്ള അവകാശം.
ആർട്ടിക്കിൾ 13 :	ഉടമ്പടിയുടെ സമയപരിധി (സമയപരിധിയില്ല).
ആർട്ടിക്കിൾ 14 :	ഒപ്പുവയ്ക്കൽ സംബന്ധിച്ചുള്ള നിർദേശങ്ങൾ.
ആർട്ടിക്കിൾ 15 :	ഏതെല്ലാം ഭാഷകളിൽ ഉടമ്പടി സാധുതയുള്ളതായിരിക്കുമെന്ന് (ഇംഗ്ലീഷ്, റഷ്യൻ, ഫ്രഞ്ച്, സ്പാനിഷ്, ചൈനീസ്).

ജൈവ-രാസായുധ ഉടമ്പടിയിലെ പഴുതുകൾ

ജൈവ-രാസായുധ ഉടമ്പടിക്കെതിരെ ഉയർന്ന ഏറ്റവും പ്രധാന വിമർശനം അതിലെ നിർദേശങ്ങളുടെ അവ്യക്തത സംബന്ധിച്ചുള്ളതായിരുന്നു. ഉദാഹരണമായി, ഒന്നാം ആർട്ടിക്കിളിൽ 'സൂക്ഷ്മജീവികളോ മറ്റ് ജീവികളോ വിഷപദാർഥങ്ങളോ' (Microbial or other biological agents or toxins) വികസിപ്പിക്കാനോ വൻതോതിൽ നിർമിക്കാനോ സംഭരിക്കാനോ പാടില്ല എന്നുമാത്രമാണ് പറയുന്നത്. ഏതൊക്കെ ജീവീയ, അജീവീയ ഘടകങ്ങളെ ഇത്തരത്തിൽ ഉപയോഗിക്കാം എന്നതിനെക്കുറിച്ച് കരാർ വ്യക്തമാക്കാത്തത്, അതിന്റെ കർശന സ്വഭാവം നഷ്ടപ്പെടുത്തിയെന്നായിരുന്നു മുഖ്യ പരാതി. ഇതേക്കുറിച്ചുള്ള വിമർശനം ആദ്യമുയർന്നത്, ഉടമ്പടിയുടെ പുനഃപരിശോധനയ്ക്കായി ഒത്തുചേർന്ന ഒന്നാം സമ്മേളന (First Review Conference, 1980) ത്തിലായിരുന്നു. 1967-നും 1976-നുമിടയിലെ ചുരുങ്ങിയ കാലയളവിനുള്ളിൽത്തന്നെ എബോളാ വൈറസ് (EbolaVirus), ലാസ്സാ വൈറസ് (Lassa Virus), മാർബർഗ് വൈറസ് (Marburg Virus), ലെജിയൊണെല്ല (Legionella) തുടങ്ങിയവയെ തിരിച്ചറിഞ്ഞ പശ്ചാത്തലത്തിലായിരുന്നു ഇത്. മാത്രവുമല്ല, ജനിതക ശാസ്ത്രം (Genetics) അഭൂതപൂർവമായ മുന്നേറ്റത്തിന്റെ പാതയിലുമായിരുന്നു. ഉടമ്പടിയിലെ നിർദേശങ്ങൾ കാലാനുസൃതമായി പരിഷ്ക

രിക്കപ്പെടേണ്ട ആവശ്യകതയിലേക്ക് ഇത് വിരൽചൂണ്ടി. രണ്ടാം പുനഃപരിശോധനാ കമ്മിറ്റി (Second Review Conference, 1986) വിഷപദാർഥങ്ങളുടെ കാര്യത്തിൽ കൂടുതൽ വിശദീകരണം നൽകുന്നതിൽ ശ്രദ്ധിക്കുകയുണ്ടായി. പ്രകൃതിയിൽനിന്ന് ലഭിക്കുന്നവയുടെ കൃത്രിമ പ്രതിരൂപങ്ങൾ (Synthetic analogues) നിർമിക്കപ്പെടാനുള്ള സാധ്യതയും അവർ വരച്ചുകാട്ടി. മൂന്നാം പുനഃപരിശോധനാ കമ്മിറ്റി (Third Review Conference, 1991), പ്രകൃതിദത്തമെന്നും കൃത്രിമമെന്നുമുള്ള ഈ വേർതിരിവുകൾക്കിടയിൽ ഒരു ഉപവിഭാഗത്തെക്കൂടി ഉൾപ്പെടുത്തേണ്ട ആവശ്യകതയാണ് പ്രധാനമായും ചർച്ചചെയ്തത്. ജനിതക എൻജിനീയറിംഗിലൂടെ മാറ്റംവരുത്തപ്പെട്ട ബാക്ടീരിയ, വൈറസ്, ടോക്സിനുകൾ എന്നിവ സംബന്ധിച്ചുള്ളതായിരുന്നു അത്. ജൈവസാങ്കേതികതയും (Bio technology) സൂക്ഷ്മജീവി വിജ്ഞാനവും (Microbiology) ജനിതക എൻജിനീയറിങ്ങും (Genetic Engineering) ചേർന്നൊരുക്കുന്ന പുത്തൻ ആയുധങ്ങളെ വ്യക്തമായും പരാമർശിക്കുന്നതായി തുടർന്നുവന്ന നാലാം സമ്മേളനം (Fourth Review Conference, 1995). തന്മാത്രാതല ജീവശാസ്ത്രത്തിന്റെ സാധ്യതകളെ നശീകരണ ആയുധങ്ങളായി ഉപയോഗിക്കപ്പെടാനുള്ള സാധ്യതയെ എടുത്തുകാണിച്ച അത് 'ജനിതകപഠനത്തിൽനിന്നും ഉരുത്തിരിയുന്ന എന്തും' മനുഷ്യരാശിക്ക് വൻ വിപത്തുകൾ സമ്മാനിച്ചേക്കാം എന്ന് മുന്നറിയിപ്പു നൽകുകയുമുണ്ടായി. അതോടൊപ്പം ജൈവ-രാസായുധ ഉടമ്പടിയുടെ പാലനത്തിൽ വന്നുചേർന്ന പാളിച്ചകൾക്ക് ഒരു പ്രധാന കാരണവും സമ്മേളനം വിലയിരുത്തുകയുണ്ടായി. ഉടമ്പടിയോടുള്ള ബാധ്യതയെന്ന നിലയിൽ, തങ്ങളുടെ കൈവശമുള്ള ജൈവ-രാസായുധശേഖരത്തെക്കുറിച്ചും ഗവേഷണ പ്രവർത്തനങ്ങളെക്കുറിച്ചുമുള്ള വിവരങ്ങൾ അപ്പപ്പോഴായി പ്രസിദ്ധപ്പെടുത്തണമെന്ന വ്യവസ്ഥ, 1986-ലെ രണ്ടാം സമ്മേളനം നിർദേശിച്ചിരുന്നതാണ്. എന്നാൽ, അംഗരാജ്യങ്ങളൊന്നും ഇത് ഗൗരവമായെടുക്കാൻ തയാറായിരുന്നില്ല. ഇതിനുള്ള പരിഹാരമെന്ന നിലയിലാണ് വിവിധ രാജ്യങ്ങളിൽനിന്നുള്ള വിദഗ്ധർ ഉൾപ്പെടുന്ന ഒരു ഉന്നതാധികാര പരിശോധനാസമിതി രൂപീകരിക്കപ്പെട്ടത്. 'വെറെക്സ്' (VEREX) എന്നായിരുന്നു ഇതറിയപ്പെട്ടത്.

'വെറെക്സി'ന്റെ പ്രവർത്തനം

ജൈവ-രാസായുധങ്ങളുടെ കാര്യത്തിൽ ലോകരാജ്യങ്ങൾ തമ്മിൽ പരസ്പരവിശ്വാസം വളർത്തുകയായിരുന്നു 'വെറെക്സി'ന്റെ മുഖ്യലക്ഷ്യം. ഓരോ രാജ്യവും ജൈവ-രാസായുധ ഗവേഷണത്തിനായി ചിലവഴിക്കുന്ന മൂലധനവും സാങ്കേതികതയും മാനവശേഷിയും സംബന്ധിച്ച റിപ്പോർട്ട് തയാറാക്കുന്നതിലൂടെയായിരുന്നു ഇത് സാധിച്ചിരുന്നത്. ഒരു ഇരുപത്തിയൊന്നിന കർമപരിപാടിയാണ് ഇതിനായി നിശ്ചയിക്കപ്പെട്ടത്. ഗവൺമെന്റ് പ്രസിദ്ധീകരണങ്ങൾ, നിയമനിർദേശങ്ങൾ, ആയുധ/വിവര

ടിബർടോത്ത്

കൈമാറ്റങ്ങൾ, സന്ദർശനങ്ങൾ, നിരീക്ഷണസംവിധാനങ്ങൾ, സുരക്ഷാ ഏർപ്പാടുകൾ തുടങ്ങിയവ പഠനവിധേയമാക്കുന്നതിലൂടെയായിരുന്നു തെളിവുകൾ ശേഖരിക്കപ്പെട്ടത്. സാങ്കേതികസംവിധാനങ്ങളുടെയും വ്യക്തികളുടെയും നിരന്തരമായ നിരീക്ഷണവും ഇതിൽ ഉൾപ്പെട്ടിരുന്നു. ഇത്തരത്തിലുള്ള സുതാര്യത ഉറപ്പുവരുത്തുന്നതിലൂടെ 'വെറെക്സ്' ലക്ഷ്യമാക്കിയത് ഒറ്റപ്പെട്ട ഭീകരവാദപ്രവർത്തനങ്ങളുടെ രാജ്യങ്ങളിൽ നിന്നും തീവ്രവാദികൾക്കു ലഭിക്കുന്ന സഹായങ്ങളുടെ നിരോധനമോ ആയിരുന്നു. ചുരുക്കത്തിൽ ജൈവ-രാസായുധങ്ങളെ ഉപയോഗിച്ചു കൊണ്ടുള്ള വിധ്വംസകപ്രവർത്തനങ്ങൾ (Offensive Programs) ഒരു രാജ്യവും നടപ്പിലാക്കുന്നില്ല എന്ന് ഉറപ്പുവരുത്തുകയായിരുന്നു 'വെറെക്സി'ന്റെ ആത്യന്തികലക്ഷ്യം. ഇത് വളരെ ചിട്ടയായ പ്രവർത്തനത്തിലൂടെ നേടിയെടുത്തതിന്റെ പേരിൽ 'വെറെക്സി'ന്റെ അന്തിമറിപ്പോർട്ട് ലോകരാജ്യങ്ങൾക്കിടയിൽ ഏറെ സ്വാഗതം ചെയ്യപ്പെട്ട ഒന്നായി മാറിയിരുന്നു. ജൈവ-രാസായുധ ഉടമ്പടിയുടെ പുനഃപരിശോധനയ്ക്കായി ഒരു സവിശേഷ സമ്മേളനം ഉടൻ ആവശ്യമാണെന്ന് ലോകരാജ്യങ്ങളിൽ മിക്കവയും ആവശ്യമുന്നയിച്ചത് റിപ്പോർട്ടിന്റെ സ്വീകാര്യത വിളിച്ചോതുന്നതായിരുന്നു. ഇതിന്റെ അടിസ്ഥാനത്തിൽ 1994 സെപ്തംബറിൽ ഒത്തുചേർന്ന വിശേഷാൽ സമ്മേളനം ഇക്കാര്യത്തിലുള്ള നിയമപരമായ സമവായത്തിനായി അന്തർദേശീയതലത്തിൽ ഒരു അഡ്ഹോക്ക് കമ്മിറ്റി രൂപീകരിക്കുകയുണ്ടായി. ജൈവ-രാസായുധ സങ്കേതങ്ങൾ സമാധാനാവശ്യങ്ങൾക്കായി ഉപയോഗിക്കുന്നത് സംബന്ധിച്ചുള്ള പരാമർശങ്ങളുൾക്കൊള്ളുന്ന പത്താം ആർട്ടിക്കിളാണ് കമ്മിറ്റിയുടെ മുഖ്യമായ നിരീക്ഷണത്തിന് വിധേയമായത്. 1995 ജനുവരിയിലാണ് അഡ്ഹോക് കമ്മിറ്റിയുടെ ആദ്യ ഒത്തുചേരൽ നടന്നത്. 1997- ജൂലായ്- ആഗസ്ത് മാസങ്ങളിലായി പരിഷ്കരണങ്ങളോടെ ഉടമ്പടിയുടെ കരടുരൂപം (Rolling Text) തീരുമാനിക്കപ്പെട്ടു. 1999 ജനുവരി ആയപ്പോഴേക്കും പുതിയ മാറ്റങ്ങളുടെ സ്വഭാവം ഏറെക്കുറെ ഉൾക്കൊള്ളുന്ന തരത്തിൽ കരാർ പരിഷ്കരിക്കപ്പെട്ടിരുന്നു. വർഷത്തിൽ രണ്ടോ മൂന്നോ തവണ ഒത്തുകൂടിയ കമ്മിറ്റിയുടെ പ്രവർത്തനങ്ങളിൽനിന്നും 2000-ന്റെ പകുതിയോടെ ഉടമ്പടിയുടെ അന്തിമരൂപം ഏതാണ്ട് വ്യക്തമാക്കപ്പെട്ടിരുന്നു. എങ്കിലും, പല കാര്യങ്ങളിലും സമവായത്തിലെത്താൻ കഴിയാതിരുന്നതുമൂലം ഉടമ്പടിയിലുടനീളം 'പൊളി

ച്ചെഴുത്തുകൾ' ആവശ്യമാണെന്ന സൂചന സാധാരണമായിരുന്നു. ഹംഗറിയുടെ അംബാസിഡറായ ടിബർടോത്ത് (Tibor Toth) ആയിരുന്നു 'വെറെക്സി'ന്റെ അധ്യക്ഷനായിരുന്നത്. അദ്ദേഹം പരിഹാരങ്ങൾക്കുള്ള സൂചനകളെ ഏറെക്കുറെ ഒഴിവാക്കിക്കൊണ്ട് ഉടമ്പടിയുടെ പൂർണരൂപം സൃഷ്ടിക്കുന്നതിൽ പ്രധാന പങ്കുവഹിക്കുകയുണ്ടായി. അതിന്റെ ഫലമായി, 2001 മാർച്ച് അവസാനത്തോടെ ഉടമ്പടി സമർപ്പിക്കാൻ പാകമായ തരത്തിൽ തയാറായി. അഞ്ചാം പുനഃപരിശോധനാസമ്മേളനം (Fifth Review Coference, 2001) ഇത് പരിഗണിക്കുകയുണ്ടായി. എന്നാൽ, അമേരിക്കയിൽ പുതുതായി അധികാരത്തിൽ വന്ന ബുഷ് ഭരണകൂടം അത് പാടെ തള്ളിക്കളയാനാണ് തീരുമാനമെടുത്തത്. സെപ്തംബർ 11-ലെ, വേൾഡ് ട്രേഡ് സെന്റർ ആക്രമണത്തിന്റെയും 'ആന്ത്രാക്സ്-കത്തു'കളുടെയും പശ്ചാത്തലത്തിലാണ് അമേരിക്കൻ ഗവൺമെന്റ് ഇത്തരമൊരു തീരുമാനത്തിലേക്ക് നീങ്ങിയത്. അമേരിക്ക വിയോജിച്ചതോടെ ഉടമ്പടിക്ക് പ്രസക്തിയില്ലാതായി. 2001 നവംബർ-ഡിസംബർ മാസങ്ങളിലായി നടന്ന അഞ്ചാം പുനഃപരിശോധനാ സമ്മേളനം അസാധുവാക്കാനും അടുത്തവർഷം വീണ്ടും ചേരാനും തീരുമാനമായി. തുടർന്ന്, ജൈവ-രാസായുധമേഖലയിലെ മാറ്റങ്ങളും ലോകവ്യാപകമായുള്ള പകർച്ചവ്യാധികളുടെ പ്രചാരവും കർശനമായി നിരീക്ഷിക്കാൻ ഓരോ വർഷവും 'വെറക്സ്' കമ്മിറ്റിയും മറ്റു വിദഗ്ധരും ഒത്തുചേരണമെന്ന് തീരുമാനമായി. 2003 മുതൽ 2005 വരെ നടന്ന വാർഷിക സമ്മേളനങ്ങളിൽ ശാസ്ത്രജ്ഞർക്കായി പെരുമാറ്റച്ചട്ടങ്ങളും രൂപീകരിക്കപ്പെട്ടു. ജൈവ-രാസായുധങ്ങളെ സംബന്ധിക്കുന്ന ചർച്ചകളിലൂടെ സന്നദ്ധസംഘടനകൾക്കും അവരുടേതായ നിർദേശങ്ങൾ സമർപ്പിക്കാൻ അവസരമൊരുക്കി എന്നതിലായിരുന്നു ഈ വാർഷികസമ്മേളനങ്ങളുടെ പ്രസക്തി.

മറ്റൊരു കരാർ

ജനീവാ കരാറിനും ജൈവ-രാസായുധ കരാറിനും ശേഷം മറ്റൊരു കരാറിന് പ്രസക്തിയെന്ത് എന്നൊരു ചോദ്യം സ്വാഭാവികമാണ്. എന്നാൽ, അന്തർദേശീയ നിയമവിചക്ഷണന്മാരുടെ വീക്ഷണത്തിൽ നിന്നും വ്യത്യസ്തമായി വിവിധ രാജ്യങ്ങളുടെ രാഷ്ട്രീയ പൊതുമണ്ഡലത്തിൽ ഇവ വീക്ഷിക്കപ്പെട്ടത് വ്യത്യസ്തമായ തരത്തിലായിരുന്നു. യുദ്ധത്തിൽ 'വിഷവാതകങ്ങൾ' ഉപയോഗിക്കുന്നതു തടയുന്നതായിരുന്നു ജനീവാ കരാർ, 'രോഗാണു'ക്കളെ ഉപയോഗിക്കുന്നതു തടയുന്നതായിരുന്നു ജൈവ-രാസായുധ ഉടമ്പടി എന്നിങ്ങനെയായിരുന്നു അതിന്റെ വ്യവഹാരതലം. ഇക്കാരണത്താൽ, 1975 ൽ ജൈവ-രാസായുധ ഉടമ്പടി നിലവിൽ വന്നതിനുശേഷവും രാസായുധങ്ങളുടെ വികാസവും സംഭരണവും നിർബാധം തുടർന്നു. 'ടോക്സിൻ' (Toxin) എന്ന പദത്തിലൂടെ രാസവസ്തുക്കളുമടങ്ങുന്ന വിഷപദാർഥങ്ങളെയാണ് വിവക്ഷിച്ചിരുന്നതെങ്കിലും അക്കാര്യം മറന്ന മട്ടിലായിരുന്നു ഭരണകൂടങ്ങളുടെ പ്രവർത്തനം. ജൈവ-രാസാ

യുധ ഉടമ്പടിയുടെ പാലനം ഉറപ്പുവരുത്തുന്ന തരത്തിലുള്ള ഒരു നിരീക്ഷണസമിതിയുടെ അഭാവം ഈ അലംഭാവം പൂർണമാക്കുകയും ചെയ്തു. അതോടൊപ്പം, ശാസ്ത്രത്തിന്റെ വളർച്ച ജൈവായുധമെന്നോ രാസായുധമെന്നോ വേർതിരിച്ചുകാണാനാവാത്ത തരത്തിൽ നൂതനമായ ചില ആയുധങ്ങൾ വികസിപ്പിക്കുകയും ചെയ്തു. ടെട്രാഹൈഡ്രോകനാബിനോൾ (Tetrahydrocannabinol- THC), ക്വീൻയൂക്ലിഡിനൈൽ ബെൻസിലേറ്റ് (Quinuclidinyl benzilate) തുടങ്ങിയവയായിരുന്നു ഇതിനുദാഹരണം. മാനസികഘടനയെ ശിഥിലമാക്കുന്ന ഇത്തരം പദാർഥങ്ങളെ (Psychotomimetic compounds) വൻതോതിൽ നിർമിക്കാനും സംഭരിക്കാനുമുള്ള നടപടികൾ അമേരിക്ക അടക്കമുള്ള രാജ്യങ്ങൾ സ്വീകരിക്കുകയുണ്ടായി. ഇറാൻ-ഇറാക്ക് യുദ്ധകാലത്ത് ഇറാനെതിരെ ഉപയോഗിക്കുന്നതിനായി ഇറാക്ക് സൈന്യം രാസായുധങ്ങൾ കുന്നുകൂട്ടിയിരുന്നു. മറ്റ് ആയുധങ്ങളെ അപേക്ഷിച്ച് രാസായുധങ്ങൾ വളരെ കുറഞ്ഞ അളവിൽ മതിയാവും എന്നതും അവയുടെ കണ്ടെത്തൽ പ്രയാസമുള്ളതാക്കി. ഇതിനു പരിഹാരമെന്ന നിലയിൽ നിലവിൽ വന്നതാണ് 'കെമിക്കൽ വെപ്പൺസ് കൺവെൻഷൻ' എന്നറിയുന്ന രാസായുധ കൺവെൻഷൻ/ ഉടമ്പടി (Chemical Weapon Convention, 1993)

രാസായുധ ഉടമ്പടി (Chemical Weapon Convention)

രാസായുധങ്ങളുടെ നിർമാണവും സംഭരണവും സമഗ്രമായി നിരോധിക്കുന്ന അന്തർദേശീയ ഉടമ്പടിയാണ് CWC എന്ന ചുരുക്കപ്പേരിലറിയപ്പെടുന്ന 'കെമിക്കൽ വെപ്പൺസ് കൺവെൻഷൻ'. 1997 ഏപ്രിൽ 29-ന് നിലവിൽ വന്ന ഈ ഉടമ്പടിയുടെ പൂർണമായ പേര് 'Convention on the Prohibition of the Development, Production, Stockpiling and Use of Chemical Weapons on their Destruction' എന്നാണ്. 1992 സെപ്തംബർ മൂന്നിലെ 'നിരായുധീകരണ സമ്മേളന (Conference on Disarmament) ത്തിന്റെ ഭാഗമായി, ഐക്യരാഷ്ട്ര സഭയുടെ ജനറൽ അസംബ്ലി മുമ്പാകെ സമർപ്പിക്കപ്പെട്ട വാർഷികറിപ്പോർട്ടിലാണ് 'രാസായുധ ഉടമ്പടി'യുടെ കരടുരൂപം ആദ്യമായി ഉൾക്കൊള്ളിക്കപ്പെടുന്നത്. നവംബർ 30-ലെ ജനറൽ അസംബ്ലിയുടെ അംഗീകാരത്തിനുശേഷം 1993 ജനുവരി 13-ന് ഉടമ്പടി വിവിധ രാജ്യങ്ങളുടെ ഒപ്പുവയ്ക്കലിനായി സമർപ്പിക്കപ്പെട്ടു. ഒപ്പുവയ്ക്കലിനും അംഗീകാരത്തിനുമായി നിശ്ചയിക്കപ്പെട്ട 180 ദിവസത്തെ സമയപരിധിക്കുശേഷം 1997 ഏപ്രിൽ 29-ന് കരാർ നിലവിൽവരികയും ചെയ്തു. 2009 മെയ്മാസത്തിനകം 188 രാജ്യങ്ങൾ കരാർ അംഗീകരിക്കാൻ തയാറായിട്ടുണ്ട്. കർശനമായ നിരീക്ഷണസംവിധാനമാണ്

രാസായുധ ഉടമ്പടിയുടെ സവിശേഷത. എങ്കിലും ജൈവായുധങ്ങൾ ഈ ഉടമ്പടിയുടെ പരിധിയിൽ ഉൾപ്പെടുന്നില്ല. മൂന്നു വിഭാഗങ്ങളിലായി (Schedule) ഉൾപ്പെടുത്തപ്പെട്ടിരുന്ന നിർദിഷ്ട ഇനം പദാർഥങ്ങൾ മാത്രമാണ് രാസായുധ ഉടമ്പടിയുടെ പരിഗണനയിൽ വരുന്നത്. അവതന്നെ A- വിഭാഗമായും B- വിഭാഗമായും വേർതിരിക്കപ്പെട്ടിരിക്കുന്നു. നേരിട്ട് രാസായുധങ്ങളായി ഉപയോഗിക്കാവുന്നതാണ് A- വിഭാഗത്തിൽ ഉൾപ്പെടുന്നത്. ആവശ്യമെങ്കിൽ രാസായുധ നിർമാണത്തിനായി പ്രയോജനപ്പെടുത്തുന്നവ ബി- വിഭാഗത്തിലും.

ഷെഡ്യൂൾ 1 : രാസായുധം എന്നതിൽക്കവിഞ്ഞ് മറ്റ് ഉപയോഗങ്ങളില്ലാത്ത രാസവസ്തുക്കൾ. ഇവയുടെ വാർഷിക ഉൽപ്പാദനം 100 ഗ്രാമിൽ കൂടുതലാകാൻ പാടില്ല. ഉദാ. മസ്റ്റാർഡ് ഏജന്റ്, മറ്റ് 'നെർവ് ഏജന്റുകൾ.'

ഷെഡ്യൂൾ 2 :കുറഞ്ഞ അളവിൽ മാത്രം ഉൽപ്പാദിപ്പിക്കാൻ അനുവദിക്കപ്പെട്ട ഇവ രാസായുധ ഉടമ്പടിയിൽ ഒപ്പുവയ്ക്കാത്ത രാജ്യങ്ങളിലേക്ക് കയറ്റുമതി ചെയ്യാൻ പാടുള്ളതല്ല. ഉദാ. തയോഡി ഗ്ലൈക്കോൾ (Thyodiglycol)

ഷെഡ്യൂൾ 3 :രാസായുധങ്ങൾ എന്ന നിലയിലല്ലാതെയും മറ്റ് ഉപയോഗങ്ങളുള്ള പദാർഥങ്ങൾ. വാർഷിക ഉൽപ്പാദനം 30 ടണ്ണിൽ കൂടാൻ പാടില്ല. ഉദാ. ഫോസ്ജീൻ (Phosgene)

ജൈവ-രാസായുധ ഉടമ്പടിയെ അപേക്ഷിച്ച് കർശനവും സുതാര്യവുമാണ് രാസായുധ ഉടമ്പടിയുടെ പ്രയോഗതലം. രാസായുധ ഉടമ്പടിയിലെ നിർദേശങ്ങൾ പാലിക്കപ്പെടുന്നുവോ എന്നറിയാനുള്ള വ്യവസ്ഥാപിതമായ ഒരു സംവിധാനമുള്ളതാണ് ഇതിനു കാരണം. 'ഓർഗനൈസേഷൻ ഫോർ ദ പ്രൊഹിബിഷൻ ഓഫ് കെമിക്കൽ വെപ്പൺസ്' (Organisation for the Prohibition of Chemical Weapons- OPCW) എന്ന അന്തർദേശീയ സംഘടനയാണ് ഈ പ്രവർത്തനം നിർവഹിക്കുന്നത്. ഓരോ രാജ്യവും രാസായുധ സംബന്ധമായി ഏർപ്പെട്ടിട്ടുള്ള കാര്യങ്ങൾ നേരിട്ട് വിലയിരുത്താനുള്ള അധികാരം ഈ സംഘടനയുടെ പ്രതിനിധിയായെത്തുന്ന ദൗത്യസംഘത്തിനുണ്ട്. ഉടമ്പടി പ്രകാരം നിയന്ത്രിത രാസവസ്തു (Controlled Substances) ക്കളായി നിശ്ചയിക്കപ്പെട്ടിരിക്കുന്നവയുടെ ഉൽപ്പാദനം, കയറ്റുമതി, ഉപയോഗം എന്നിവ സംബന്ധിച്ച് ഉടമ്പടിപ്രകാരം നിജപ്പെടുത്തിയിരിക്കുന്ന വസ്തുതകൾ ദൗത്യസംഘത്തിന് പരിശോധിക്കാവുന്നതാണ്. അതേസമയം, സംഘടനയെ അറിയിച്ചുകൊണ്ടുള്ള അധിക ഉൽപ്പാദനം നിയമവിധേയമായി പ്രഖ്യാപിക്കാനുള്ള അധികാരവും OPCW -യിൽ നിക്ഷിപ്തമാണ്. രാസായുധങ്ങളുടെ കരുതൽ ശേഖരം സംബന്ധിച്ച വിവരങ്ങളും OPCW- യെ അറിയിക്കാൻ ഉടമ്പടി

യിൽ ഒപ്പിട്ട രാജ്യങ്ങൾ ബാധ്യസ്ഥമാണ്. അംഗോള, വടക്കൻ കൊറിയ, ഈജിപ്ത്, സോമാലിയ, സിറിയ, ബർമ, ഇസ്രായേൽ തുടങ്ങിയ ഏഴു രാജ്യങ്ങളൊഴികെ മറ്റ് രാജ്യങ്ങളെല്ലാം ഉടമ്പടി അംഗീകരിക്കാൻ തയാറായിട്ടുണ്ട്. ഇതിൽത്തന്നെ ബർമയും ഇസ്രായേലും കരാർ ഒപ്പിട്ടില്ലെങ്കിലും അതനുസരിച്ച് പ്രവർത്തിക്കാൻ സന്നദ്ധമാണെന്ന് അറിയിച്ചിട്ടുണ്ട്. എന്നാൽ, രാസായുധങ്ങളുടെ കരുതൽശേഖരം ഉള്ളതായി അറിയിച്ചിട്ടുള്ളത് നാലു രാജ്യങ്ങൾ മാത്രമാണ്- ഇറാക്ക്, ലിബിയ, റഷ്യ, അമേരിക്ക എന്നിവയാണവ. ഇതനുസരിച്ച് ലോകത്തെമ്പാടുമായി സംഭരിക്കപ്പെട്ടിരിക്കുന്ന രാസായുധ ശേഖരത്തിന്റെ അളവ് 71,315 ടണ്ണാണ്. ഇവ സമയബന്ധിതമായി നശിപ്പിക്കപ്പെടുന്നതിന് മേൽനോട്ടം വഹിക്കുകയും OPCW- യുടെ ചുമതലയാണ്. അൽബേനിയയാണ് ഇതിനുസരിച്ച രാസായുധങ്ങൾ സമ്പൂർണമായി നശിപ്പിച്ച ആദ്യരാജ്യം. 2009 ഏപ്രിലോടെ തങ്ങളുടെ കൈവശമുള്ള മുഴുവൻ രാസായുധങ്ങളും നശിപ്പിച്ചതായി ഇന്ത്യ പ്രഖ്യാപിക്കുകയുണ്ടായി. ലിബിയ അവരുടെ രാസായുധശേഖരം 2011-ഓടെ നശിപ്പിക്കും എന്നാണ് അറിയിച്ചിട്ടുള്ളത്. റഷ്യ ഇതിനായി ആവശ്യപ്പെട്ടിരിക്കുന്ന സമയം 2012- ആണ്. അമേരിക്ക 2023-ഉം.

അനുബന്ധം 1

ജൈവ-രാസായുധങ്ങൾ : വർഷാനുചരിതം

ബി സി 1750 ഏഷ്യാമൈനറിൽനിന്നുള്ള യുദ്ധവീരന്മാരായ ഹിറ്റൈറ്റുകൾ (Hittites), പ്ലേഗ്മൂലം മരണമടഞ്ഞവരുടെ ശവശരീരങ്ങൾ യുദ്ധഭൂമിയിലേക്കെത്തിക്കുകയും ശത്രുക്കൾക്കെതിരെ പ്രയോഗിക്കുകയും ചെയ്തിരുന്നു.

ബി സി 600 അസീറിയനുകൾ (Assyrians) ശത്രുക്കളുടെ ജലസ്രോതസുകളെ 'എർഗോട്ട്' (Ergot) എന്നയിനം പൂപ്പലുകൾകൊണ്ട് വിഷലിപ്തമാക്കിയതായി പറയപ്പെടുന്നു. എന്നാൽ, 'എർഗോട്ട്' എന്ന പൂപ്പലിന്റെ വിഷസ്വഭാവത്തെക്കുറിച്ച് അറിയാമായിരുന്നുവെങ്കിലും, അസീറിയനുകൾ അങ്ങനെ ചെയ്തിട്ടില്ല എന്നു വിശ്വസിക്കുന്നവരുണ്ട്.

ബി സി 590 ഗ്രീക്കുകാരുടെ ഒന്നാം വിശുദ്ധയുദ്ധകാലത്ത് (First Sacred War in Greece) ഏഥൻസുകാർ അവർ കീഴടക്കിയ കിർഹാ (Kirrha) നഗരത്തിലെ കിണറുകളെല്ലാം 'ഹെല്ലോബോർ' (Hellobore) എന്ന വിഷസസ്യത്തെ ഉപയോഗിച്ച് മലിനപ്പെടുത്തുകയുണ്ടായി.

ബി സി 429 സ്പാർട്ടക്കാരും ഏഥൻസുകാരും തമ്മിലുള്ള പീലോപൊനേസിയൻ യുദ്ധത്തിൽ (Peloponnesian War), സ്പാർട്ടാക്കാർ ഏഥൻസുകാർക്കെതിരെ വിഷപ്പുക ഉപയോഗിച്ചതായി പറയുന്നു. മെഴുകും ഗന്ധക (Sulfur)വും ചേർത്ത് കത്തിച്ചാണ് പുകയുണ്ടാക്കിയത്.

ബി സി 184 കാർത്തേജു (Carthage) കാരുടെ തലവനായ ഹാനിബാൾ (Hannibal) റോമൻ കപ്പൽപ്പടയെ എതിരിടാൻ തെരഞ്ഞെടുത്തത് വിഷപ്പാമ്പുകളെയായിരുന്നു. മൺകുടങ്ങളിൽ അടച്ചുവെച്ച പാമ്പുകളെ യുദ്ധക്കപ്പലുകളുടെ മുകൾത്തട്ടിലേക്ക് എറിയുകയായിരുന്നു അദ്ദേഹം ചെയ്തത്.

എ ഡി 198 സെപ്റ്റിമിയസ് സെവേറസി (Septimius Severus) ന്റെ നേതൃത്വത്തിലുള്ള റോമൻ സൈന്യത്തെ നേരിടാൻ ഹാറ്റ്റാ (Hatra) നഗരവാസികൾ മൺകലങ്ങളിൽ അടച്ചുവെച്ച തേളുകളെയാണ് ഉപയോഗിച്ചത്.

എ ഡി 1340 ഇന്നത്തെ ഫ്രാൻസിന്റെ ഭാഗമായ ഹെയ്നാൾട്ടി (Hainault) ലുള്ള കോട്ട (Thun I'veque) തകർക്കാൻ ശ്രമിച്ച ആക്രമണകാരികൾ അവർക്കെതിരെ അഴുകിയ മൃഗശരീരങ്ങൾ വലിച്ചെറിഞ്ഞു.

1346 കാഫാ (Kaffa) എന്ന ക്രീമിയൻ (Crimean) നഗരത്തെ കീഴടക്കാൻ താർത്താറുകൾ (Tartars) പ്ലേഗ് ബാധിച്ചുമരിച്ച സ്വന്തം യോദ്ധാക്കളുടെ ശവശരീരങ്ങൾ കോട്ടമതിലുകൾക്ക് മുകളിലൂടെ അവിടേക്കെറിഞ്ഞു. ക്രീമിയനുകൾ പ്ലേഗിനെ ഭയന്ന് അവിടം വിട്ടോടിയപ്പോൾ നഗരം താർത്താറുകൾക്ക് സ്വന്തമായി. ഈ സമയം അവിടെയുണ്ടായിരുന്ന കച്ചവടക്കപ്പലുകൾ പ്ലേഗ്പരത്തുന്ന എലികളുമായി ഇറ്റലിയിലെത്തി. അവിടെനിന്നും പ്ലേഗ് യൂറോപ്പിലാകെ പടർന്നു.

1422 ബൊഹീമിയയിലെ കാൾസ്റ്റെയിൻ കോട്ട (Karlstein Castle in Bohemia) കീഴടക്കാൻ ശ്രമിച്ച ഹസൈറ്റുകൾ (Hussites), ശവശരീരങ്ങൾ അവിടേക്ക് വലിച്ചെറിഞ്ഞു. അതോടൊപ്പം ഭീമമായ അളവിൽ മൃഗവിസർജ്യങ്ങളും കവണി (Cata Pult) യുപയോഗിച്ച് മതിലുകൾക്കപ്പുറത്തേക്ക് മറിച്ചു.

1495 സ്പെയിൻകാർ, ഫ്രാൻസുകാരുടെ മദ്യത്തിൽ (French Wine) കുഷ്ഠരോഗികളുടെ രക്തം കലർത്തി.

1675 വിഷം പുരട്ടിയ വെടിയുണ്ടകൾ ഉപയോഗിക്കാൻ പാടില്ല എന്നുകാണിച്ച് ഫ്രഞ്ചുകാരും ജർമൻകാരും തമ്മിൽ സന്ധിയിലേർപ്പെട്ടു. സ്ട്രാസ്ബെർഗിൽവച്ച് ഒപ്പിട്ട ഈ ഉടമ്പടി (Treaty at Strausbourg) യാണ് ജൈവ-രാസായുധങ്ങളെ സംബന്ധിക്കുന്ന ആദ്യകരാർ.

1763 പെൻസിൽവാനിയയിലെ ഫോർട്ട്പിറ്റ് (Fort Pitt, Pennsylvania) ആക്രമിച്ച അമേരിക്കനിന്ത്യൻ ഗോത്രവർഗക്കാരെ തുരത്താൻ ബ്രിട്ടീഷ് കമാൻഡറായ ജെഫ്റി ആംഹേസ്റ്റ് (Jeffrey Amherst) അവർക്ക് കരിമ്പടങ്ങൾ (Blankets) നൽകാൻ ഉത്തരവിട്ടു. വസൂരി (Small pox) ബാധിച്ചു മരിച്ചവർ ഉപയോഗിച്ചിരുന്നവയായിരുന്നു ഈ കരിമ്പടങ്ങൾ. ഗോത്രവർഗക്കാരുടെ വലിയൊരു സമൂഹം ഇതിലൂടെ നശിച്ചു.

1855 ക്രീമിയൻ (Crimean) യുദ്ധകാലത്ത് റഷ്യക്കാരുടെ അധിനിവേശം തടയാൻ 'കാക്കോഡിൽ സയനൈഡ്' (Coco-dyl Cyanide) എന്ന ഉഗ്രവിഷം പീരങ്കിയുണ്ടകളിൽ ഉപയോഗിക്കണമെന്ന് ലയോൺ പ്ലെഫെയർ (Lyon Play Fair) ബ്രിട്ടീഷ് ഗവൺമെന്റിനോട് ആവശ്യപ്പെട്ടു. എന്നാൽ ഇതിനുള്ള അനുമതി നിഷേധിക്കപ്പെട്ടു എന്നാണ് രേഖപ്പെടുത്തപ്പെട്ടിരിക്കുന്നത്.

1863 അമേരിക്കൻ ആഭ്യന്തരയുദ്ധ (American Civil War) ത്തിന്റെ കാലത്ത്, തെക്കേ അമേരിക്കക്കാർ, വടക്കേ അമേരിക്കക്കാരുടെ ജലസ്രോതസുകളിലേക്ക് മൃഗങ്ങളെ വെടിവെച്ചിട്ടു. ഇതിനെതിരായി വടക്കേ അമേരിക്കക്കാർ ക്ലോറിൻവാതകം നിറച്ച പീരങ്കിയുണ്ടകൾ ഉപയോഗിച്ചു. സൾഫ്യൂറിക് ആസിഡും ഹൈഡ്രോക്ലോറിക് ആസിഡും ഉപയോഗിച്ച് വിഷപ്പുക സൃഷ്ടിക്കുകയും ചെയ്തു.

1874 ബ്രസൽസിൽ വച്ച് നടന്ന സമ്മേളനത്തിൽ യുദ്ധഭൂമിയിൽ വിഷങ്ങളോ രാസായുധങ്ങളോ ഉപയോഗിക്കുന്നതിനെതിരെ നിയന്ത്രണം വേണമെന്ന ആവശ്യമുയർന്നു. നിലവിൽവന്ന കരാറിൽ ഇത് ഒരു നിർദേശമായി ഉൾപ്പെടുത്തിയിരുന്നു :(International Declaration Concerning the Laws and Customs of War) എന്നാൽ, പങ്കെടുത്ത പതിനാല് യൂറോപ്യൻ രാജ്യങ്ങളും അത് അംഗീകരിക്കാൻ തയാറായില്ല.

1887 യുദ്ധരംഗത്ത് കണ്ണീർവാതകം (Tear Gas) ഉപയോഗിക്കുന്നത് സംബന്ധിച്ചുള്ള തീരുമാനമെടുക്കാൻ ബ്രിട്ടീഷ്, ഫ്രഞ്ച്, ജർമൻ ഗവൺമെന്റുകൾ ആലോചിക്കുന്നു.

1899 ഒന്നാം ഹേഗ് ഉച്ചകോടി (First Hague Convention) ജൂലായ് 29-ന് കരയിലെ യുദ്ധത്തിൽ അനുവർത്തിക്കേണ്ട ചിട്ടവട്ടങ്ങൾ (Laws and Customs of War on

Land) സംബന്ധിച്ചുള്ള ഉടമ്പടി പരിഗണിച്ചു. 'ശ്വാസം മുട്ടിക്കുന്നതോ മറ്റുതരത്തിൽ മാരകമോ ആയ വാതക ങ്ങൾ' ഉപയോഗിക്കുന്നത് ഇതിലൂടെ തടയപ്പെട്ടിരുന്നു. ഫ്രാൻസ്, ജർമനി, ഇറ്റലി, ജപ്പാൻ, റഷ്യ, ബ്രിട്ടൺ തുടങ്ങി ഇരുപത്തിയേഴു രാജ്യങ്ങൾ ഒപ്പുവെച്ചു. അമേ രിക്കയൊഴികെ.

1907 രണ്ടാം ഹേഗ് ഉച്ചകോടി (Second Hague Convention) ജീവനാശം ഉണ്ടാക്കുന്നതോ മാരകമോ ആയ വാതക ങ്ങൾ സംബന്ധിച്ച് അന്താരാഷ്ട്ര ഉടമ്പടി പ്രത്യേകമായി നിജപ്പെടുത്തി. ജൂലായ് 29-ന് വിവിധ രാജ്യങ്ങൾ ഒപ്പു വെച്ച ഈ ഉടമ്പടിയെയും അമേരിക്ക അംഗീകരിച്ചില്ല.

1914 ഒന്നാം ലോകമഹായുദ്ധം തുടങ്ങുന്നു. ഏതാണ്ട് ഒരുല ക്ഷത്തോളം ആളുകൾ വിഷവാതകപ്രയോഗത്താൽ മരി ക്കുന്നു. ഒമ്പതുലക്ഷംപേർക്ക് മാരകമായ പരിക്കുപറ്റു ന്നു. അമേരിക്കയിൽ, ഗാരെറ്റ് മോർഗൻ (Garrett Morgan), അഗ്നിശമനസേനാംഗങ്ങൾക്കായി 'ശ്വസനകവചം' കണ്ടുപിടിക്കുന്നു. ഇത് അമേരിക്കൻ സേനയുടെ 'വിഷ വാതക കവച' (Gas Mask) ത്തിന് മാതൃകയാവുന്നു.

1915 സഖ്യശക്തി (Allied Forces) കൾക്കെതിരായി, ഏപ്രിൽ 22ന് യെയ്പ്രസി (Ypres)ൽ വച്ച് നടന്ന യുദ്ധത്തിൽ, ജർമൻകാർ 168 ടൺ ക്ലോറിൻ വാതകം ഉപയോഗിച്ചു. ബ്രിട്ടീഷുകാർ, ലൂസി (Loos) ലെ യുദ്ധമുഖത്ത് 150 ടൺ ക്ലോറിൻവാതകം ഉപയോഗിച്ചുകൊണ്ട് തിരിച്ചടിച്ചു.

1916 ബ്രിട്ടീഷുകാർ ജർമൻ പട്ടാളക്കാർക്കെതിരായി ഫോസ് ജീൻ (Phosgene) എന്ന വിഷവാതകം പ്രയോഗിച്ചു. ജർമൻകാർ അതിനുപകരമായി, മെയ്മാസം മുതൽ ഡൈഫോസ്ജീൻ (Diphosgene) ഉപയോഗിക്കാൻ തുടങ്ങി. ഫ്രഞ്ചുകാർ ജൂലായ്മുതൽ ഹൈഡ്രജൻ സയനൈഡും (Hydrogen cyanide) സയനോജെൻ ക്ലോറൈഡും (Cyanogen chloride) വൻതോതിൽ പ്രയോഗിക്കാനാരംഭിച്ചു. നശീകരണക്ഷമത കൂട്ടാൻ വിവിധ വിഷപദാർഥങ്ങൾ ചേർത്തുപയോഗിക്കുന്ന രീതിക്കും തുടക്കമായി.

1917 ജൂലായ് 12-ന്, ജർമൻകാർ 'മസ്റ്റാർഡ് ഗ്യാസ്' (Mustard Gas) എന്ന പുതിയൊരു വിഷവാതകത്തെ അവ തരിപ്പിച്ചു. അമേരിക്കൻ സൈന്യം, വിഷവാതകങ്ങളെ ക്കുറിച്ച് പഠിക്കാനും പുതിയവ സൃഷ്ടിക്കാനുമായി ഒരു

പരീക്ഷണശാല മേരിലാൻഡിലെ ആർസെനലിൽ (Arsenal, Maryland) സ്ഥാപിച്ചു.

1918 സെപ്തംബറിൽ, ബ്രിട്ടീഷുകാർ ജർമൻകാർക്കെതിരായി 'മസ്റ്റാർഡ് ഗ്യാസ്' പ്രയോഗിച്ചു. അമേരിക്കയിൽ രാസയുദ്ധത്തിനുവേണ്ടി മാത്രമായി ഒരു പ്രത്യേക വിഭാഗം (Chemical Warfar Service) സ്ഥാപിച്ചു.

1919 സഖ്യശക്തികളും ജർമനിയുമായി ഒന്നാംലോകമഹായുദ്ധത്തിന്റെ അവസാനത്തിൽ ഒപ്പുവെച്ച വെർസെയ്‌ലസ് സന്ധി (Treaty of Versailles) ജർമനിയിലെ രാസായുധങ്ങളുടെ നിർമാണവും ഇറക്കുമതിയും സമ്പൂർണമായി തടഞ്ഞു.

1920 ബ്രിട്ടൺ ഇറാക്കിലെ കുർദിഷ് കലാപകാരികൾക്കെതിരായി 'പരീക്ഷണാടിസ്ഥാന'ത്തിൽ രാസായുധങ്ങൾ പ്രയോഗിക്കാൻ തുടങ്ങി.

1922 വാഷിങ്ടണിൽ നടന്ന സമ്മേളനത്തിൽ (Arms Conference) അമേരിക്കൻ പ്രതിനിധിസംഘം രാസയുദ്ധമുറകൾ നിർത്തൽ ചെയ്യണമെന്ന് ആവശ്യമുന്നയിച്ചു.

1925 ജനീവാ പ്രോട്ടോകോൾ (Ganeva Protocol) രാസായുധങ്ങളുടെയും ജൈവായുധങ്ങളുടെയും പ്രയോഗം സമ്പൂർണമായി നിരോധിച്ചു. എങ്കിലും അവയുടെ ഉൽപ്പാദനം, സംഭരണം, വിതരണം എന്നിവയിൽ നിയന്ത്രണമേർപ്പെടുത്തിയില്ല. മറ്റ് 28 രാജ്യങ്ങളോടൊപ്പം അമേരിക്ക ജൂൺ 17-ന് ഈ ഉടമ്പടിയിൽ ഒപ്പുവെച്ചുവെങ്കിലും സെനറ്റ് അതിന്റെ അംഗീകാരം റദ്ദാക്കി.

1935 എത്യോപ്യയിൽ അബിസീനിയൻ ഒളിപ്പോരാളികൾക്കു നേരെ ഇറ്റാലിയൻ സൈന്യം മസ്റ്റാർഡ് ബോംബുകളും എയ്റോസോൾ സ്പ്രേയറുകളും ഉപയോഗിക്കുന്നു. എത്യോപ്യ ഐക്യരാഷ്ട്രസഭ (Leage of Nations) യോട് പരാതിപ്പെട്ടതുപ്രകാരം ഇറ്റലിക്കെതിരെ സാമ്പത്തിക ഉപരോധം ഏർപ്പെടുത്തപ്പെട്ടു.

1936 ജർമൻ ശാസ്ത്രജ്ഞൻ ടാബുൻ' (Tabun), 'സാറിൻ' (Sarin) എന്നീ പേരുകളിൽ അറിയപ്പെട്ട രാസായുധങ്ങൾ കണ്ടുപിടിക്കുന്നു. ജർമനി ഇവ ഫ്രാൻസിനെതിരെയോ, സോവിയറ്റ് യൂണിയനെതിരെയോ ഉപയോഗിച്ചില്ലെങ്കിലും അത്തരം രാസാക്രമണങ്ങൾ ഭയന്ന് അവർ ജർമനിയിൽ രാസായുധ ഫാക്ടറികൾക്ക് തുടക്കമിട്ടു.

1937 ചൈനയിലെത്തിയ ജപ്പാൻ സൈന്യം ചൈനക്കാർക്കു നേരെ രാസായുധം പ്രയോഗിച്ചു. ചൈന ഐക്യരാഷ്ട്ര സഭയ്ക്ക് പരാതി സമർപ്പിച്ചുവെങ്കിലും പ്രതികരണമുണ്ടായില്ല.

1939 രണ്ടാംലോക മഹായുദ്ധത്തിന്റെ തുടക്കത്തിൽ, ജപ്പാൻ സൈന്യത്തിന്റെ '731-ാം യൂണിറ്റ്' തടവുകാരായി പിടിച്ച ചൈനക്കാർക്കും റഷ്യക്കാർക്കും അമേരിക്കക്കാർക്കുമെതിരെ രാസായുധങ്ങൾ പ്രയോഗിച്ചുകൊണ്ട് മനുഷ്യത്വ രഹിതമായ പരീക്ഷണങ്ങൾ നടത്താനാരംഭിച്ചു.

1940 ജപ്പാന്റെ വ്യോമസേന, ചൈനയിലെ നിങ്ബൊ (Ningbo) യിൽ പ്ലേഗ് ബാധിച്ച എലിച്ചെള്ളുകളെ (Fleas) വർഷിച്ചു. ഈ ആക്രമണം വീഡിയോയിൽ രേഖപ്പെടുത്തി സൂക്ഷിക്കുകയും ചെയ്തു.

1941 പ്ലേഗ് പരത്തുന്ന ഷഡ്പദങ്ങളെ ഉപയോഗിക്കുന്ന രീതി അത്ര ഫലപ്രദമല്ലെന്ന് കണ്ടതിനാൽ, ജപ്പാൻ സൈന്യത്തിലെ 'യൂണിറ്റ് 731' അന്തരീക്ഷത്തിലേക്ക് അവ നേരിട്ട് പടർത്താൻ തുടങ്ങി. പച്ചക്കറികൾ തുടങ്ങിയ ഭക്ഷ്യവസ്തുക്കളിൽ രോഗാണുക്കളെ കടത്തിവിടുന്ന പുതിയ യുദ്ധതന്ത്രവും ആരംഭിച്ചു. പുഴകളിൽ ടൈഫോയ്ഡ് (typhoid) അണുക്കളെ കടത്തിവിടാനും ശ്രമം തുടങ്ങി.

1942 രാസായുധങ്ങളുടെയും ജൈവായുധങ്ങളുടെയും ആക്രമണത്തിന് വിധേയമാകാതിരിക്കാനുള്ള ശ്രമങ്ങൾക്ക് അമേരിക്ക തുടക്കമിട്ടു. 'വാർ റിസർച്ച് സർവീസി'ന് (War Research Service) ആഗസ്റ്റിൽ തുടക്കമായി. സ്കോട്ടലാൻഡിന്റെ വടക്കുപടിഞ്ഞാറൻ തീരത്തുള്ള 'ഗ്രൂയ് നാർഡ് ദ്വീപിൽ' (Gruinard Island) ബ്രിട്ടീഷുകാർ ആന്ത്രാക്സ് രോഗാണുക്കളെ വർഷിച്ചു. അൻപതുവർഷത്തോളം ഈ ദ്വീപിൽ ആൾത്താമസത്തിനു വിലക്കേർപ്പെടുത്താൻ ഇത് കാരണമായി.

1943 അമേരിക്കയിലെ മേരിലാൻഡ് (Maryland) എന്ന സ്ഥലത്ത് ജൈവായുധ ഗവേഷണത്തിനുവേണ്ടി മാത്രമായി 'ക്യാമ്പ് ഡെട്രിക്' (Camp Detrick) എന്ന ഗവേഷണശാല പ്രവർത്തനമാരംഭിച്ചു. ഇറ്റലിയിലെ ബാരി തുറമുഖ (Port of Bari) ത്തുണ്ടായിരുന്ന എസ് എസ് ജോൺ ഹാർവി (SS John Harvey) എന്ന അമേരിക്കൻ യുദ്ധക്കപ്പൽ ജർമൻ വ്യോമാക്രമണത്തിൽ തകർന്നു.

ഇതിലുണ്ടായിരുന്ന 100 ടൺ 'മസ്റ്റാർഡ് വാതകം' പുറത്തെത്തിയതിൽപ്പെട്ട് ആയിരത്തോളംപേർ മരിച്ചു.

1944 നാഡീവ്യവസ്ഥയെ ബാധിക്കുന്ന മാരകവിഷമായ 'സൊമൻ' (Soman) എന്ന ജൈവായുധം ജർമനി വികസിപ്പിച്ചു. അമേരിക്ക ഇന്ത്യാനയിലെ വിഗൊ (Vigo, Indiana) എന്ന സ്ഥലത്ത് ആന്ത്രാക്സ് ജൈവായുധത്തിനുവേണ്ടി മാത്രമായി വ്യവസായശാല സ്ഥാപിച്ചു.

1945 ജർമനി 'സൈക്ക്ളോൺ-ബി' (Zyklon- B) എന്ന ജൈവായുധം വികസിപ്പിക്കുകയും സാധാരണ ജനങ്ങൾക്കു നേരെ അത് പ്രയോഗിക്കുകയും ചെയ്തു. പോട്സ്ഡാ (Potsdam) മിലുള്ള ജർമൻ രാസായുധ ഫാക്ടറി സോവിയറ്റുകൾ കയ്യടക്കി. ജപ്പാൻ സൈന്യം യുദ്ധത്തടവുകാരിൽ ജൈവായുധങ്ങൾ പ്രയോഗിക്കുന്നു-മൂവായിരത്തിലധികം പേർ കൊല്ലപ്പെടുന്നു.

1946 അമേരിക്കൻ സെനറ്റ് രാസായുധപ്രയോഗം നേരിടാൻ വേണ്ടിയുള്ള 'കെമിക്കൽ കോർപ്സ്' (Chemical Corps) എന്ന സൈനിക വിഭാഗത്തിന് അംഗീകാരം നൽകി.

1947 അമേരിക്കയുടെ കൈവശം ജൈവായുധങ്ങളുള്ളതിനാൽ, സെനറ്റ് ജനീവാ ഉടമ്പടി പരിഗണിക്കുന്നത് പ്രസിഡന്റ് ട്രൂമാൻ വിലക്കുന്നു.

1948 ജർമനിയിൽനിന്നും പിടിച്ചെടുത്ത വിവരങ്ങളുപയോഗിച്ച് അമേരിക്ക ടാബുൻ, സാറിൻ എന്നീ രാസായുധങ്ങൾ സ്വയം നിർമിക്കുന്നു. രാസ-ജൈവായുധങ്ങൾക്കെതിരെയുള്ള സുരക്ഷാ കവചവും വൻതോതിൽ ഉൽപ്പാദിപ്പിക്കുന്നു. എം- 9 (M-9) എന്നാണ് ഈ കവചങ്ങൾ അറിയപ്പെട്ടത്. ബ്രിട്ടൻ, അവരുടെ സമുദ്രാതിർത്തിക്കുള്ളിൽ രാസായുധങ്ങൾ പരീക്ഷിക്കുന്നു.

1949 ജൈവായുധം ഉപയോഗിച്ചതടക്കമുള്ള ജപ്പാൻകാരുടെ യുദ്ധക്കുറ്റകൃത്യങ്ങളെ നിയമപരമായി നേരിടാനുള്ള സോവിയറ്റ് നീക്കം അമേരിക്ക പിന്താങ്ങിയില്ല. അമേരിക്ക, സ്വന്തം നഗരങ്ങളിൽത്തന്നെ രഹസ്യമായി രാസായുധങ്ങൾ പ്രയോഗിച്ച് പരീക്ഷണങ്ങൾ നടത്താൻ തുടങ്ങുന്നു.

1950 തീരത്തുനിന്നും രണ്ടുമൈൽ അകലെയുള്ള യുദ്ധക്കപ്പലിൽനിന്നും അമേരിക്ക സാൻഫ്രാൻസിസ്കോ (San Francisco) നഗരത്തിനുനേരെ ജൈവായുധ പരീക്ഷണം

നടത്തുന്നു. നഗരത്തിൽ രോഗങ്ങൾ പൊട്ടിപ്പുറപ്പെടുന്നു. കൊറിയൻ യുദ്ധത്തിൽ, അമേരിക്ക ജൈവായുധം പ്രയോഗിച്ചതായി ചൈനയും വടക്കൻ കൊറിയയും അരോപിക്കുന്നു.

1951 ആഫ്രിക്കൻ- അമേരിക്കൻ വംശജർ, അവരുടെ പ്രത്യേകവംശത്തെ മാത്രം ലക്ഷ്യംവച്ചുകൊണ്ടുള്ള 'വിർജീനിയ ടെസ്റ്റി' (Virginia Test) നു വിധേയരാവുന്നു. സവിശേഷമായ ഫംഗസ് ആയുധങ്ങളാണ് ഇതിനായി ഉപയോഗിച്ചത്.

1952 ബ്രിട്ടീഷ് ശാസ്ത്രജ്ഞർ നാഡീവ്യവസ്ഥയെ ബാധിക്കുന്ന 'വി-എക്സ്' (VX) എന്ന രാസായുധം കണ്ടെത്തുന്നു. ആയുധ സങ്കേതം അമേരിക്കയ്ക്കും കൈമാറുന്നു.

1953 അമേരിക്ക, പ്ലേഗ് പരത്തുന്ന എലിച്ചെള്ളുകൾ, കൊതുകുകൾ ഇവയെ ഉപയോഗിച്ച് ജൈവായുധ പരീക്ഷണങ്ങൾക്ക് തുടക്കമിടുന്നു.

1954 അമേരിക്ക, ഓപ്പറേഷൻ വൈറ്റ്കോട്ട്' (Operation Whitecoat) എന്ന സൈനിക നടപടിയിലൂടെ സെവന്ത്ഡേ പ്രതിഷേധക്കാർ (Seventhday Adventist Volunteers) ക്കെതിരെ 'ക്യൂ- ഫീവറിന്റെ (Q- Fever) രോഗാണുക്കൾ പ്രയോഗിക്കുന്നു.

1955 ഇറ്റലിയും ജർമനിയും 'വെസ്റ്റേൺ യൂറോപ്യൻ യൂണിയനിൽ' ചേരുകയും തങ്ങളുടെ അതിർത്തിക്കുള്ളിൽ രാസായുധങ്ങൾ നിർമിക്കുകയില്ല എന്ന് പ്രതിജ്ഞ ചെയ്യുകയും ചെയ്യുന്നു.

1956 അമേരിക്കയുടെ സൈനിക നയങ്ങളിൽ മാറ്റമുണ്ടാവുന്നു. യുദ്ധത്തിൽ ആദ്യം രാസായുധം പ്രയോഗിക്കാൻ അമേരിക്കയെ അനുവദിക്കുന്ന തരത്തിൽ പ്രസിഡന്റ് ജെറാൾഡ് ഫോർഡ് (Gerald Ford) അതിൽ മാറ്റമുണ്ടാക്കി.

1957 നാഡീവ്യവസ്ഥയെ ബാധിക്കുന്ന ബ്രിട്ടീഷ് രാസായുധമായ 'വി-എക്സ്' അമേരിക്ക സ്വന്തമായി നിർമിക്കുന്നു. അതിനായി ഇന്ത്യാനയിലെ ന്യൂപോർട്ടിൽ ഫാക്ടറി സ്ഥാപിക്കപ്പെട്ടു. സോവിയറ്റ് യൂണിയൻ 'വി- എക്സി'ന്റെ തനതു പതിപ്പ് സ്വയം തയാറാക്കുന്നു.

1959 അമേരിക്ക രാസായുധശേഖരം പടിഞ്ഞാറൻ ജർമനിയിലെ സൈനികകേന്ദ്രങ്ങളിലേക്ക് മാറ്റുന്നു. സോവിയറ്റ് യൂണിയനിൽനിന്നുള്ള ആക്രമണം ചെറുക്കാനുള്ള മുൻകരുതലെന്ന് വാദം.

1960 രാസായുധങ്ങൾ കുന്നുകൂടുന്നത് തടയുന്നതിനുള്ള നിർദേശങ്ങളുമായി അന്തർദേശീയ സമ്മേളനത്തിന് ജനീവയിൽ തുടക്കമാവുന്നു.

1961 അമേരിക്കൻ പ്രസിഡന്റ് ജോൺ എഫ് കെന്നഡി, രാസായുധ ഗവേഷണത്തിനായി ചെലവഴിക്കേണ്ട തുക 75 ദശലക്ഷം ഡോളറിൽനിന്നും 330 ദശലക്ഷം ഡോളറായി ഉയർത്തുന്നു.

1962 ദക്ഷിണ വിയറ്റ്നാമിന്റെ അഭ്യർഥനപ്രകാരം അമേരിക്കൻ സൈന്യം അവിടെയുള്ള നെൽപ്പാടങ്ങളിലും (Vietcong Rice Fields) പുഴയോരത്തെ കാടുകളിലും ഇലകൊഴിക്കുന്നതും സസ്യവളർച്ചയെ തടയുന്നതുമായ രാസായുധങ്ങൾ പ്രയോഗിച്ചു. 'ഏജന്റ് ഓറഞ്ച്', 'ബ്ലൂ' എന്നീ പേരുകളിലറിയുന്ന രാസവസ്തുക്കളാണ് ഉപയോഗിച്ചത്. 'ഓപ്പറേഷൻ റാഞ്ച്ഹാൻഡ്' (Operation Ranch Hand) എന്നാണ് അമേരിക്ക ഈ സൈനിക നടപടിക്ക് പേരിട്ടത്.

1963 അമേരിക്ക ഉട്ടാഹ് (Uttah) മരുഭൂമിയിൽ രാസായുധങ്ങൾ പരീക്ഷിക്കുന്നതിനും ഗവേഷണങ്ങൾ നടത്തുന്നതിനും 'പ്രോജക്ട് 112' എന്ന പദ്ധതിക്ക് തുടക്കമിട്ടു. ഇതിന്റെ ഭാഗമായി കുപ്രസിദ്ധമായ 'ഓപ്പറേഷൻ ഷാഡ്' (Operation Ship-board Hazard and Defence - SHAD) നും തുടക്കമായി.

1965 ദക്ഷിണ വിയറ്റ്നാമിലെ ഗവൺമെന്റ് സേനയെ സഹായിക്കുന്ന അമേരിക്കൻ സൈന്യം വ്യാപകമായി രാസായുധ പ്രയോഗം നടത്തുന്നു. 'സി എസ് പൗഡർ' (CS Powder) എന്ന രാസായുധവും കണ്ണീർവാതകവുമാണ് ഉപയോഗിച്ചത്.

1966 ന്യൂയോർക്ക് നഗരത്തിലെ ഭൂഗർഭപാത (Subway) കളിലും ഗ്രേഹൗണ്ട് (Greyhound) വിമാനത്താവളത്തിലും പെന്റഗണിന്റെ വ്യോമ ആസ്ഥാനത്തിലും അമേരിക്കൻ സേന ജൈവായുധ പരീക്ഷണങ്ങൾ നടത്തുന്നു.

1967 യെമൻ ഭരണനേതൃത്വത്തിനെതിരെ ഈജിപ്ഷ്യൻ കലാപകാരികൾ മസ്റ്റാർഡ് വാതകം ഉപയോഗിച്ച് ആക്രമണം നടത്തി. നാഡീവ്യവസ്ഥയെ ബാധിക്കുന്ന ആയുധങ്ങളും ഉപയോഗിക്കപ്പെട്ട യെമൻ ആഭ്യന്തര യുദ്ധത്തിൽ ആയിരത്തോളം പേർ മരിച്ചു.

1968 രാജ്യത്തിനകത്ത് പ്രക്ഷോഭം നടത്തുന്നവരെ അടിച്ചമർത്താൻ രാസായുധം ഉപയോഗിക്കുന്നതിന് പെന്റഗൺ അനുമതി തേടി. അമേരിക്കൻ സൈന്യം 'ഡങ്വേ പ്രൂവിങ് ഗ്രൗണ്ടി' (Dungway Proving Ground) ൽ നടത്തിയ രാസായുധ പരീക്ഷണങ്ങളിലൂടെ തങ്ങളുടെ ആറായിരത്തോളം ചെമ്മരിയാടുകൾ ചത്തൊടുങ്ങിയതായി ഇടയന്മാർ ആരോപണമുയർത്തി. രാസായുധങ്ങളുടെ തുറന്ന പരീക്ഷണങ്ങൾക്ക് അമേരിക്കയിൽ നിരോധനമായി.

1969 ഉപയോഗശൂന്യമായ രാസായുധങ്ങളും ആയുധ സന്നാഹങ്ങളും കടലിൽ താഴ്ത്തിക്കൊണ്ടുള്ള അമേരിക്കൻ സൈനിക നടപടി പൂർണമായി. 1967 മുതൽ തുടക്കമായ ഇത് 'ഓപ്പറേഷൻ ചേയ്സ്' (Cut Holes And Sink Em) എന്നാണ് അറിയപ്പെട്ടിരുന്നത്. യുദ്ധമേഖലയിൽ കണ്ണീർവാതകവും കളനാശിനി (Herbicides) കളും ഉപയോഗിക്കുന്നത് ഐക്യരാഷ്ട്രസഭ നിരോധിച്ചു.

1970 'ഏജന്റ് ഓറഞ്ച്' ഉപയോഗിക്കുന്നതിന് അമേരിക്കൻ പ്രതിരോധവകുപ്പ് വിലക്കേർപ്പെടുത്തി. വിയറ്റ്നാമിലെ രാസായുധ പ്രയോഗങ്ങളുടെ പരിണിതഫലങ്ങൾ പഠിക്കാൻ അമേരിക്കൻ കോൺഗ്രസ് ശാസ്ത്രജ്ഞരെ ചുമതലപ്പെടുത്തി. 'ഓപ്പറേഷൻ ടെയിൽവിൻഡ്' (Operation Tailwind) എന്ന പേരിലറിയപ്പെട്ട രഹസ്യ സൈനിക നടപടിയിലൂടെ അമേരിക്ക ലാവോസിൽ (Laos) 'സാറിൻ' എന്ന രാസായുധം പ്രയോഗിച്ചു.

1971 ക്യൂബയുടെ തെക്കൻ തീരപ്രദേശങ്ങളിൽ ഫിദൽ കാസ്ട്രോക്കെതിരായി കലാപം നടത്തിയിരുന്ന അർധസൈനികസംഘങ്ങൾക്ക് അമേരിക്കൻ രഹസ്യാന്വേഷണ വിഭാഗം പന്നിപ്പനി വൈറസുകൾ (Swine Flue Virus) നൽകുന്നു.

1972 ജൈവ-രാസായുധ ഉച്ചകോടി (Biological and Toxic Weapons Convention). അമേരിക്ക പന്നിപ്പനി വൈറസ് പടർത്തിയതുമൂലം ആറുലക്ഷം പന്നികൾ ചത്തൊടു

ങ്ങിയതായി ക്യൂബ പരാതിപ്പെട്ടു. ഏപ്രിൽ 10-ന് ഉടമ്പടി ഒപ്പിട്ടുവെങ്കിലും കളനാശിനികളും കണ്ണീർവാതകവും രാസായുധങ്ങളായി കണക്കാക്കാമോ എന്ന തർക്കം കാരണം അംഗീകാരം (Ratification) വൈകി.

1973 അമേരിക്കൻ സൈന്യം ഓക്കിനാവ (Okinawa) യിൽ സംഭരിച്ചിരുന്ന രാസായുധ ശേഖരം ജോൺസൺ ദ്വീപിലേക്ക് (Johnson Island) മാറ്റുന്നു. 'ഓപ്പറേഷൻ റെഡ് ഹാറ്റ്' എന്ന പേരിലുള്ള ഈ പദ്ധതി രാസായുധ നശീകരണവും ലക്ഷ്യമിട്ടിരുന്നതായി പറയുന്നു.

1974 ജനീവാ ഉടമ്പടി (Ganeva Protocol, 1928) അമേരിക്ക അംഗീകരിക്കുന്നു. ജൈവ- രാസായുധ ഉടമ്പടിയും ശരിവയ്ക്കുന്നു.

1975 ജൈവ-രാസായുധ ഉടമ്പടി മാർച്ച് 26-ന് ഔദ്യോഗികമായി നിലവിൽവരുന്നു. ഇൻന്തോനേഷ്യ കിഴക്കൻ തിമൂറി (East Timor) ൽ കൂട്ടിച്ചേർക്കുന്നു. വിമാനമാർഗം കളനാശിനി തളിച്ച് കൃഷിയിടങ്ങൾ നശിപ്പിക്കുന്നു.

1976 രാസായുധങ്ങൾ കൈകാര്യം ചെയ്യുന്ന സൈനിക വിഭാഗമായ 'ആർമി കെമിക്കൽ കോർപ്പ്സ്' (Army Chemical Corps) പുനഃസംഘടിപ്പിക്കപ്പെടുന്നു. (1973-ൽ ഇത് നിറുത്തലാക്കിയിരുന്നു)

1978 ജോർജി മാർഖോവ് (Georgy Markov) എന്ന ബൾഗേറിയൻ പ്രക്ഷോഭകാരിയെ 'റൈസിൻ' (Ricin) എന്ന രാസായുധം സവിശേഷമായ ഒരു യന്ത്രത്തോക്കിലൂടെ പ്രയോഗിച്ച് വധിക്കുന്നു. സെപ്തംബറിലെ ഈ കൊലപാതകത്തിനുശേഷമുള്ള മറ്റൊരു വധശ്രമം പരാജയപ്പെട്ടതിനെത്തുടർന്നാണ് സത്യം പുറത്താവുന്നത്.

1979 അമേരിക്ക, ക്യൂബയിലെ കൃഷിയിടങ്ങൾക്കെതിരെ 1962 മുതൽ ജൈവ-രാസായുധങ്ങൾ പ്രയോഗിച്ചുവരികയായിരുന്നുവെന്ന് *ന്യൂയോർക്ക് ടൈംസ്* റിപ്പോർട് ചെയ്തു. സോവിയറ്റ് യൂണിയനിലെ സ്വെർഡ്ലോവ് സ്ക് (Sverd lovsk) എന്ന സ്ഥലത്തുള്ള ജൈവായുധ ഗവേഷണസ്ഥാപനത്തിൽനിന്നും ആന്ത്രാക്സ് രോഗാണുക്കൾ പുറത്തെത്തി. നൂറോളം പേർ മരിച്ചു.

1980 സോവിയറ്റ് യൂണിയൻ അഫ്ഗാനിസ്ഥാനിൽ രാസായുധം ഉപയോഗിച്ചതായി അമേരിക്ക കുറ്റപ്പെടുത്തുന്നു. അർക്കൻസാസിലുള്ള പൈൻബ്ലഫിൽ (Pine Bluff,

Arkansas) പുതിയൊരു രാസായുധ ഫാക്ടറി തുടങ്ങാൻ അമേരിക്ക അനുമതി നൽകുന്നു. ഇറാക്ക് ഇറാനെതിരെയുള്ള എട്ടുവർഷം നീണ്ട യുദ്ധം തുടങ്ങുന്നു.

1981 ലാവോസിലും കമ്പോഡിയയിലും വിയറ്റ്നാമും സോവിയറ്റ് യൂണിയനും ജൈവായുധം പ്രയോഗിച്ചതായി അമേരിക്ക ആരോപിക്കുന്നു. ഫംഗസുകളിൽനിന്നുള്ള വിഷം (Mycotoxins) ഉപയോഗിച്ചതായിട്ടായിരുന്നു പരാതി. അഭയാർഥികൾ 'മഞ്ഞമഴ' (Yellow Rain) എന്ന പ്രതിഭാസം വെളിപ്പെടുത്തി. ഇസ്രായേൽ, ഇറാക്കിലെ ആണവ നിലയം ആക്രമിച്ചതിനെത്തുടർന്ന് അവർ രാസായുധങ്ങൾ നിർമിക്കാൻ പദ്ധതി തയാറാക്കി.

1983 ഇറാക്ക് ഇറാനെതിരെയുള്ള അതിർത്തിയുദ്ധത്തിൽ, സാധാരണ ജനങ്ങൾക്കെതിരെ രാസായുധം ഉപയോഗിക്കുന്നു. നാഡീവ്യവസ്ഥയെ ബാധിക്കുന്ന രാസവസ്തുക്കളും 'മസ്റ്റാർഡ് വാതക'വുമാണ് ഉപയോഗിച്ചത്. ഇറാന് അതേ രീതിയിൽ തിരിച്ചടിക്കാൻ കഴിഞ്ഞില്ല.

1984 ഓഷോ രജനീഷിന്റെ അനുയായികൾ അമേരിക്കയിലെ ഒറിഗോണി (Oregon) ലുള്ള ഭക്ഷണശാലകളിൽ സാൽമൊണെല്ല (Salmonella) അണുക്കളെ സ്പ്രേ ചെയ്യുന്നു. ഭോപ്പാലിൽ വാതകദുരന്തം ഉണ്ടാവുന്നു, രണ്ടായിരത്തോളം പേർ മരിക്കുന്നു. ഇറാക്ക് ഇറാനെതിരെ രാസായുധം പ്രയോഗിച്ചതായി ഐക്യരാഷ്ട്രസഭ കണ്ടെത്തുന്നു. അമേരിക്കൻ പ്രസിഡന്റ് റൊണാൾഡ് റീഗൻ, രാസായുധങ്ങൾ നിറച്ച അര ദശലക്ഷത്തോളം 'എം–55' റോക്കറ്റുകൾ തയാറാക്കാൻ സൈന്യത്തോട് ആവശ്യപ്പെടുന്നു. 'വി-എക്സ്' വാതകവും അതീവ സ്ഫോടനശേഷിയുള്ള രാസവസ്തുക്കളും നിറച്ചതായിരുന്നു ഇവ.

1985 അമേരിക്ക രാസായുധങ്ങൾ തുറസായ സ്ഥലങ്ങളിൽ പരീക്ഷിക്കുന്നത് പുനരാരംഭിക്കുന്നു. രണ്ട് രാസവസ്തുക്കൾ തമ്മിൽ ചേരുമ്പോൾ വിഷമായി മാറുന്ന തരത്തിലുള്ള 'ബൈനറി ആയുധങ്ങൾ' (Binary Weapons) വികസിപ്പിക്കാൻ തുടങ്ങുന്നു. അമേരിക്ക, നാലുവർഷക്കാലത്തേക്ക് ഇറാക്കിന് രാസായുധം നൽകാനുള്ള കരാറിലേർപ്പെടുന്നു.

1986 ഇറാക്കിന്റെ രാസായുധ പരിപാടികൾ ശക്തമാവുന്നു. ജൈവയുദ്ധത്തിനാവശ്യമായ തയാറെടുപ്പുകളിലേക്കും ഇറാക്ക് നീങ്ങുന്നു.

1987 ലിബിയ, ചാഡ് (Chad) റിപ്പബ്ലിക്കിനുനേരെ രാസായുധം ഉപയോഗിക്കുന്നതായി അമേരിക്ക കുറ്റപ്പെടുത്തുന്നു. സുരക്ഷാ കവചങ്ങളുമായി ഒരു കപ്പൽ അവിടേക്ക് അയയ്ക്കുന്നു.

1988 സോവിയറ്റ് യൂണിയൻ തങ്ങളുടെ കൈവശം രാസായുധമുണ്ടെന്ന് വെളിപ്പെടുത്തിയതിനെത്തുടർന്ന് അമേരിക്ക തങ്ങളുടെ രാസായുധ സംഭരണം വിപുലപ്പെടുത്താനും പരിഷ്കരിക്കാനും തീരുമാനമെടുക്കുന്നു. 'CSEPP പദ്ധതി'യാണ് ഇതിൽ പ്രധാനം. (Chemical Stockpile Emergency Preparedness Program-CSEPP)

1989 പാരീസ് സമ്മേളന (Paris Conference) ത്തിൽ ഒത്തുകൂടിയ 149 രാജ്യങ്ങൾ രാസായുധങ്ങളുടെ വ്യാപനത്തെ വിമർശിക്കുന്നു. ജനീവാ ഉടമ്പടിയുടെ പാലനം ആവശ്യപ്പെടുന്നു. അമേരിക്കയും സോവിയറ്റ് യൂണിയനും രാസായുധങ്ങൾ സംബന്ധിച്ച വിവരങ്ങൾ പരസ്പരം കൈമാറാനുള്ള 'വ്യോമിങ് മെമ്മോറാണ്ട' (Wyoming Memorandum of Understanding) ത്തിൽ ഒപ്പുവയ്ക്കുന്നു. രാസായുധശേഖരം കുറവുചെയ്യാനുള്ള ഉടമ്പടി (Bilateral Destruction Agreement) യിലും ഏർപ്പെടുന്നു.

1990 യൂറോപ്പിലാകമാനമുള്ള രാസായുധശേഖരമെല്ലാം അമേരിക്ക 'ജോൺസ്റ്റൺ ദ്വീപി' (Johnston) ലേക്ക് മാറ്റുന്നു. 'ഓപ്പറേഷൻ സ്റ്റീൽബോക്സ്' (Operation Steel Box) എന്നാണ് ഈ സൈനിക നടപടി അറിയപ്പെട്ടത്. ഇസ്രായേൽ തങ്ങളുടെ കൈവശം രാസായുധമുണ്ടെന്ന് വെളിപ്പെടുത്തി.

1991 ഇറാക്ക് 1990 ആഗസ്തിൽ കുവൈറ്റിനെ ആക്രമിച്ചതിനെത്തുടർന്നുള്ള സ്ഥിതിവിശേഷം നേരിടാൻ അമേരിക്ക രംഗത്തിറങ്ങി. രാസായുധ ശേഖരങ്ങൾ നശിപ്പിക്കുന്നതിന്റെ കൂട്ടത്തിൽ ജനവാസ കേന്ദ്രങ്ങളിലും വളം ഫാക്ടറികളിലും ബോംബിട്ടു. 'സാറിൻ' (Sarin) എന്ന രാസായുധം പ്രയോഗിക്കപ്പെട്ടതായി ചെക്കോസ്ലോവാക്യയിലെ നിരീക്ഷണകേന്ദ്രം കണ്ടെത്തി.

1992 ഇറാക്കുമായുള്ള ഗൾഫ് യുദ്ധത്തിൽ പങ്കെടുത്ത അമേരിക്കയുടെയും സഖ്യകക്ഷികളുടെയും സേനാംഗങ്ങൾക്ക് സവിശേഷലക്ഷണങ്ങളോടുകൂടിയ ഒരുതരം

അപൂർവരോഗാവസ്ഥ (Gulf War Syndrome) പിടിപെട്ടതായി കണ്ടെത്തി. അമേരിക്കയും സോവിയറ്റ് യൂണിയനും തങ്ങളുടെ രാസായുധശേഖരത്തിന്റെ വ്യാപ്തി വെളിപ്പെടുത്തി.

1993 അന്തർദേശീയ രാസായുധ ഉടമ്പടി (Chemical Weapons Convention- CWC) ജനുവരി 13-ന് പാരീസിൽ ഒപ്പുവെച്ചു. രാസായുധങ്ങളുടെ നിർമാണം, സംഭരണം, വിതരണം ഇവ തടയുന്നതായിരുന്നു ഉടമ്പടി. നിലവിലുള്ള രാസായുധശേഖരം നശിപ്പിക്കാനും വ്യവസ്ഥയുണ്ടായിരുന്നു.

1994 'ഓം ഷിൻറിക്വ' (Aum Shinrikyo) എന്ന പേരിലറിയപ്പെടുന്ന വിശ്വാസി സമൂഹം ജപ്പാനിലെ മാസുമോട്ടോ (Masumoto) യിൽ 'സാറിൻ' (Sarin) എന്ന രാസായുധം പ്രയോഗിക്കുകയും നൂറുകണക്കിനാളുകൾക്ക് പരിക്കേൽപ്പിക്കുകയും ചെയ്തു. ഏഴുപേർ മരിച്ചു.

1995 'ഓം ഷിൻറിക്വ' വിശ്വാസി സമൂഹം ടോക്കിയോയിലെ ഭൂഗർഭ പാതയിൽ 'സാറിൻ' രാസായുധം പ്രയോഗിച്ചതിന്റെ ഫലമായി ആയിരക്കണക്കിന് ആൾക്കാർക്ക് പരിക്കുപറ്റി. പന്ത്രണ്ടുപേർ മരിച്ചു. ആന്ത്രാക്സ് വൈറസും ബോട്ടുലിനം വിഷവും ഉപയോഗിച്ചുകൊണ്ട് പിന്നെയും പലതവണ ടോക്കിയോ നഗരത്തിന്റെ വിവിധ ഭാഗങ്ങളിൽ 'ഓം ഷിൻറിക്വ' ആക്രമണം നടത്തുകയുണ്ടായി.

1996 ഗൾഫ് യുദ്ധത്തിന്റെ സമയത്ത് ഇറാക്കിന്റെ രാസായുധ ബങ്കർ തകർത്തതിൽനിന്നും ഏതാണ്ട് 20,000 സേനാംഗങ്ങൾക്ക് നാഡീവ്യവസ്ഥയുമായി ബന്ധപ്പെട്ട കുഴപ്പങ്ങളുണ്ടായതായി അമേരിക്കൻ പ്രതിരോധ വകുപ്പ് ധവളപത്രം പുറപ്പെടുവിച്ചു.

1997 തങ്ങളുടെ കൃഷിപ്പാടങ്ങളിൽ അമേരിക്ക ജൈവായുധം പ്രയോഗിക്കുന്നതായി ക്യൂബ പരാതിപ്പെട്ടു. രാസായുധ ഉച്ചകോടിയുടെ നിർദേശങ്ങൾ അമേരിക്കൻ സെനറ്റ് അംഗീകരിച്ചു. ദക്ഷിണകൊറിയയും ഇന്ത്യയും തങ്ങളുടെ കൈവശം രാസായുധങ്ങൾ ഉണ്ടെന്ന കാര്യം വെളിപ്പെടുത്തുന്നു.

1998 തങ്ങളുടെ രാസായുധശേഖരം പരിശോധിക്കാനെത്തിയ ഐക്യരാഷ്ട്രസഭാ പ്രതിനിധിസംഘത്തിൽനിന്നും ഇറാക്ക്, അമേരിക്കൻ പൗരന്മാരെ പുറത്താക്കി. ഇതേത്തുടർന്ന് അമേരിക്ക ഇറാക്കിനെതിരെ വ്യോമാക്രമണം

തുടങ്ങി. സുഡാനിലെ ഒരു മരുന്നു കമ്പനിയിൽ ബിൻ ലാദന്റെ സാമ്പത്തികസഹായത്തോടെ രാസായുധ നിർമാണം നടക്കുന്നുണ്ട് എന്നാരോപിച്ചുകൊണ്ട് അമേരിക്ക അവിടേക്ക് മിസൈലാക്രമണം നടത്തി.

1999 അമേരിക്കയിലെ ഗർഭഛിദ്രക്ലിനിക്കുകളിലും കുടുംബാസൂത്രണ കേന്ദ്രങ്ങളിലും ആന്ത്രാക്സ് രോഗാണുക്കൾ അടങ്ങിയ കത്തുകൾ തപാലിൽ ലഭിക്കുന്നു. ഇത്തരത്തിലുള്ള ആദ്യ ആക്രമണം അമേരിക്കയിലുണ്ടാവുന്നത് 1997-ലായിരുന്നു. അമേരിക്ക തങ്ങളുടെ കൈവശമുള്ള വസൂരിരോഗാണുക്കൾ അടങ്ങിയ രാസായുധങ്ങൾ നശിപ്പിക്കില്ല എന്ന് പ്രസിഡന്റ് ക്ലിന്റൺ പ്രസ്താവിക്കുന്നു. ലോകാരോഗ്യ സംഘടനയുടെ അഭ്യർഥനയ്ക്ക് മറുപടിയായിട്ടായിരുന്നു ഇത്.

2000 രാസായുധങ്ങളുടെ നശീകരണത്തിനായി അമേരിക്ക ജോൺസ്റ്റൺ ദ്വീപിൽ ആരംഭിച്ച ഗവേഷണകേന്ദ്രം അടച്ചുപൂട്ടി. നാലുദശലക്ഷം പൗണ്ട് രാസായുധങ്ങൾ നശിപ്പിച്ചു എന്നായിരുന്നു റിപ്പോർട്ട്.

2001 ആന്ത്രാക്സ് രോഗാണുക്കളടങ്ങിയ നാല് കത്തുകൾ അമേരിക്കയിലെത്തുന്നു. രണ്ടെണ്ണം അമേരിക്കൻ സെനറ്റിലെ ഡെമോക്രാറ്റിക് അംഗങ്ങളുടെ പേരിലും മറ്റ് രണ്ടെണ്ണം മാധ്യമപ്രവർത്തകരുടെ പേരിലുമായിരുന്നു. അഞ്ചുപേർ മരിച്ചു. ആയിരക്കണക്കിന് തപാൽ ജീവനക്കാർ പ്രതിരോധവൽക്കരണത്തിന് വിധേയരായി. സെപ്തംബർ 11-ലെ വേൾഡ് ട്രേഡ് സെന്റർ ആക്രമണത്തിന്റെ പശ്ചാത്തലത്തിൽ, രാസായുധശേഖരങ്ങൾ ആക്രമിക്കപ്പെട്ടേക്കാം എന്ന സാധ്യത കണക്കിലെടുത്ത്, രാസായുധങ്ങൾ വേഗത്തിൽ നിർവീര്യമാക്കാനുള്ള ഒരു പദ്ധതിക്ക് അമേരിക്കൻ സേന തുടക്കമിടുന്നു. 'ഓപ്പറേഷൻ സ്പീഡി ന്യൂട്ട്' (Operation Speedy Neut) എന്നായിരുന്നു ഇതിന്റെ പേര്.

2002 മോസ്കോയിൽ നൂറുകണക്കിന് ആൾക്കാർ ബന്ദികളാക്കിയ ചെചൻ (Chechan) തീവ്രവാദികളെ കീഴടക്കാനായി റഷ്യൻ സൈന്യം രാസായുധം പ്രയോഗിച്ചു. നൂറോളം ബന്ദികളും മരണമടഞ്ഞെങ്കിലും സൈനിക നടപടി വിജയമായിരുന്നു.

2003 ബ്രിട്ടീഷ് പൊലീസ് ലബാൻ നഗരത്തിൽനിന്നും ആറ് അൽകായിദാ അംഗങ്ങളെ അറസ്റ്റ് ചെയ്യുന്നു. ഇവരുടെ

വാസസ്ഥാനത്തുനിന്നും 'റൈസിൻ' (Ricin) എന്ന രാസായുധം നിർമിക്കാനുള്ള അസംസ്കൃതവസ്തുക്കൾ കണ്ടെടുക്കുന്നു. യൂഗോസ്ലാവ്യ രാസായുധങ്ങൾ എല്ലാം നശിപ്പിക്കുന്നു. ലിബിയ രാസായുധശേഖരം പരിശോധനയ്ക്കു വിധേയമാക്കുന്നു.

2004 അമേരിക്കൻ രഹസ്യാന്വേഷണ സംഘടന (CIA), ഇറാക്കിലെ രാസായുധ പരിശോധനാസംഘത്തിന്റെ റിപ്പോർട്ട് മൂന്ന് വാല്യങ്ങളായി പ്രസിദ്ധപ്പെടുത്തി. ആധുനിക രാസായുധ സങ്കേതങ്ങളൊന്നും കണ്ടെത്താനായില്ലെങ്കിലും സദ്ദാംഹുസൈൻ അതിനു ശ്രമിച്ചുകൂടാതെയില്ല എന്ന് ചൂണ്ടിക്കാട്ടുന്നതായിരുന്നു റിപ്പോർട്ട്.

2005 അമേരിക്കൻ പ്രതിരോധ വകുപ്പ്, അഫ്ഗാനിസ്ഥാന്റെ അതിർത്തിക്കുള്ളിലുള്ള അൽക്വയിദാ കേന്ദ്രങ്ങളിൽ ജൈവായുധങ്ങൾ നിർമിക്കുന്നതിനുള്ള ഒരു ഗവേഷണശാല പ്രവർത്തിക്കുന്നതായി സൂചിപ്പിക്കുന്ന ഒരു കത്ത് പ്രസിദ്ധപ്പെടുത്തി.

അനുബന്ധം 2

സാങ്കേതിക പദാവലി

അസറ്റൈൽകോളിൻ എസ്റ്ററേസ് (Acetylcholin esterase):

നാഡികളിലൂടെയുള്ള സന്ദേശവിനിമയം സാധ്യമാക്കുന്ന 'അസറ്റൈൽകോളിൻ' എന്ന ജൈവതന്മാത്രയെ നശിപ്പിക്കുന്ന രാസാഗ്നി. ശരീരത്തിലെ ഏതെങ്കിലും അവയവത്തിൽ ഇത് പ്രയോഗിച്ചാൽ, തുടർച്ചയായ നാഡീയഉദ്ദീപനം (continuous stimulation) കാരണം, ആ അവയവം ശരീരത്തിലെ മൊത്തം നാഡീവ്യവസ്ഥയുടെ നിയന്ത്രണത്തിന് വിധേമാവാതെ വരും. ഇക്കാരണത്താൽ ജൈവായുധമായി ഉപയോഗിക്കുന്നു.

എയ്റോസോൾ (Aerosol):

ഒരു വാതകമാധ്യമത്തിൽ വിലയിപ്പിച്ചിരിക്കുന്ന തരത്തിലുള്ള, ദ്രാവകത്തിന്റെയോ ഖരപദാർഥത്തിന്റെയോ സൂക്ഷ്മകണികകൾ. ഇത്തരം കണികകളുടെ വലുപ്പം 0.01 മൈക്രോമീറ്റർ മുതൽ 100 മൈക്രോമീറ്റർ (1 മൈക്രോ മീറ്റർ = ഒരു മില്ലീമീറ്ററിന്റെ ഒരുകോടിയിൽ ഒരംശം.) പുക, മൂടൽമഞ്ഞ് (Fog/Mist), അന്തരീക്ഷത്തിൽ തങ്ങിനിൽക്കുന്ന പൊടിപടലങ്ങൾ എന്നിവ ഉദാഹരണങ്ങൾ.

ആന്ത്രാക്സ് വാക്സിൻ (Anthrax Vaccine):

ബാക്ടീരിയയുടെ പ്രജനനരേണുക്കൾ (Spores) ശ്വസിക്കുന്നതിലൂടെയുണ്ടാവുന്ന ആന്ത്രാക്സ്ബാധയെ പ്രതിരോധിക്കുന്നതിനുള്ള പ്രത്യൗഷധം. എന്നാൽ, അമിതമായ തരത്തിൽ ഇവയുടെ ആക്രമണം നേരിടേണ്ടിവരികയാണെങ്കിൽ (ജൈവായുധമായി ആന്ത്രാക്സ് രേണുക്കൾ ഉപ

യോഗിക്കപ്പെടുകയാണെങ്കിൽ), ഈ വാക്സിൻ പരാജയപ്പെടുന്നതായാണ് കണ്ടെത്തിയിട്ടുള്ളത്. 1970 മുതൽ അമേരിക്കയിൽ ഈ വാക്സിൻ നിയമപരമായി ഉപയോഗിച്ചുവരുന്നു.

അട്രോപൈൻ (Atropie):

നാഡീവ്യവസ്ഥയെ ലക്ഷ്യമാക്കുന്ന ജൈവായുധങ്ങളുടെ പ്രവർത്തനത്തിനെതിരെ പ്രത്യൗഷധമായി ഉപയോഗിക്കപ്പെടുന്ന ജൈവ സംയുക്തം വഴി അസറ്റൈൽ കോളിൻ (Acetyle Choline) കൂടുതലായി അടിഞ്ഞുകൂടുന്നതിനെയും അതിലൂടെയുണ്ടാവുന്ന കുഴപ്പങ്ങളെയും തടയുന്നതിലൂടെയാണ് അട്രോപ്പിൻ പ്രവർത്തിക്കുന്നത്.

ബൈനറി കെമിക്കൽ മ്യൂണിഷൻ (Binary Chemical Munition):

തമ്മിൽ കലരുമ്പോൾ വിനാശകാരിയായി മാറുന്നതരത്തിലുള്ള രണ്ട് രാസസംയുക്തങ്ങൾ. താരതമ്യേന ദോഷകരമല്ലാത്ത ഇവയെ വിമാനത്തിൽനിന്നും ലക്ഷ്യസ്ഥാനത്തേക്ക് പ്രയോഗിക്കുമ്പോഴോ, അതിനു തൊട്ടുമുമ്പോ മാത്രമാണ് തമ്മിൽ ചേരാനനുവദിക്കുന്നത്. അമേരിക്കയുടെ കൈവശമുള്ള 'ബിഗ്ഐ' (Bigeye) ബോംബുകൾ ഇതിന് ഉദാഹരണമാണ്.

ബ്ലിസ്റ്റർ ഏജന്റ് (Blister Agent):

കണ്ണ്, ശ്വാസകോശം, ത്വക്ക് എന്നിവിടങ്ങളിൽ നീറ്റലോ, ഗുരുതരമായ പൊള്ളലോ ഏൽപ്പിക്കാൻ കഴിയുന്ന രാസപദാർഥം. എതിരാളികളെ താൽക്കാലികമായി കീഴടക്കാനാണ് ഇവ ഉപയോഗിക്കുന്നതെങ്കിലും, ഉയർന്ന അളവിൽ ഇവ മരണത്തിന് കാരണമായേക്കാം. 'വെസിക്കന്റ് ഏജന്റുകൾ' (Vesicant Agents) എന്നും ഇവ അറിയപ്പെടാറുണ്ട്. മസ്റ്റാർഡ് ഗ്യാസ് (Mustard Gas), ലെവിസൈറ്റ് (Lewisite) എന്നിവ ഉദാഹരണങ്ങൾ.

ബ്ലഡ് ഏജന്റ് (Blood Agent):

ശരീരകലകൾ ഓക്സിജൻ ഉപയോഗിക്കുന്നതിനെ തടയുന്ന രാസപദാർഥം. ഇത് മരണത്തിനു കാരണമാവുന്നു. പ്രയോഗത്തിനുശേഷം തങ്ങിനിൽക്കുന്നില്ല എന്ന മേന്മയുമുണ്ട്. സയനോജെൻ ക്ലോറൈഡ് (Cynogen chloride) എന്നിവ ഉദാഹരണങ്ങൾ.

കെമിക്കൽ ഡീമിലിറ്ററൈസേഷൻ (Chemical demilitarization):

വീണ്ടും ഉപയോഗിക്കാൻ കഴിയാത്തതരത്തിൽ രാസായുധങ്ങളെ നിർവീര്യമാക്കുന്ന പ്രവർത്തനം.

രാസായുധം (Chemical Warfare Agent):

യുദ്ധാവശ്യങ്ങൾക്കായി ഉപയോഗിക്കപ്പെടുന്ന വിഷപദാർഥം. താൽക്കാലികമായ അടിച്ചമർത്തലോ നിരായുധീകരണമോ മരണമോ ഇത് ലക്ഷ്യമാക്കാം. ശരീരത്തിന്റെ ആന്തരിക സ്ഥിതി (Physiology) യുമായി ബന്ധപ്പെട്ടിട്ടാണ് ഇവയുടെ പ്രവർത്തനം. എന്നാൽ, കലാപം അടിച്ചമർത്താനായി ഉപയോഗിക്കുന്ന പദാർഥങ്ങൾ (Riot Control Agents), ഇതിന്റെ പരിധിയിൽ വരുന്നില്ല.

ചോക്കിങ് ഏജന്റുകൾ (Choking Agents):

ശ്വസനവ്യവസ്ഥയുമായി ബന്ധപ്പെട്ട് പ്രവർത്തിക്കുന്ന രാസായുധങ്ങൾ. ശ്വാസകോശത്തിന്റെ പ്രവർത്തനം തകരാറിലാക്കുന്നതിലൂടെ മരണത്തിലേക്ക് നയിക്കാനും ഇവയ്ക്ക് കഴിയും. ഉദാ: ക്ലോറിൻ, ഫോസ്ജീൻ (Phosgene), ഡൈഫോസ്ജീൻ (Diphosgene).

സിപ്രൊഫ്ളോക്സാസിൻ (CiproFloxacin):

ആന്ത്രാക്സ് രോഗാണുക്കൾ ജൈവായുധമായി ഉപയോഗിച്ചതിലൂടെയുണ്ടാവുന്ന അപകടങ്ങൾ പരിഹരിക്കാൻ ഉപയോഗിക്കുന്ന ആന്റിബയോട്ടിക്. ഡോക്സിസൈലിൻ (Doxicyline) ആണ് ഇതേരീതിയിൽ ഉപയോഗിക്കുന്ന മറ്റൊരു ആന്റിബയോട്ടിക്.

ഡിസ്പേർഷൻ (Dispersion):

രാസായുധങ്ങളോ ജൈവായുധങ്ങളോ എയ്റോസോൾ ആയോ ദ്രാവകരൂപത്തിലോ പ്രസരിപ്പിക്കുന്ന രീതി. നശീകരണം സംഭവിക്കുന്ന ഇടത്തിന്റെ വ്യാപ്തി ഈ തരത്തിലുള്ള പ്രയോഗത്തിൽ കൂടുതലാണ്.

ഫാൾസ് പോസിറ്റീവ് (False Positive):

ജൈവായുധത്തിന്റെയോ രാസായുധത്തിന്റെയോ സാന്നിധ്യം തെറ്റായി രേഖപ്പെടുത്തപ്പെടുക. നിരീക്ഷണത്തിനായി ഉപയോഗിക്കുന്ന ഉപകരണത്തിന്റെ കുഴപ്പംകൊണ്ടോ മറ്റ് കാരണങ്ങളാലോ ഇത് സംഭവിക്കാം. ഇതേ കാരണങ്ങളാൽ, ഒരു ജൈവായുധമോ രാസായുധമോ കണ്ടെത്താൻ കഴിയാതെ പോവുകയാണെങ്കിൽ, അത് 'ഫാൾസ് നെഗറ്റീവ്' (False Negative) എന്നാണറിയപ്പെടുക.

ഇംപ്രൊവൈസ്ഡ് ന്യൂക്ലിയാർ ഡിവൈസ് (Improvised Nuclear Device)

അനധികൃതമായി കടത്തിക്കൊണ്ടുവരപ്പെട്ടതോ നിർമിക്കപ്പെട്ടതോ ആയ ആണവായുധം. സാധാരണയായി ഭീകരസംഘടനകളിൽപ്പെട്ടവരായിരിക്കും ഇത് കൈവശപ്പെടുത്തുക. വൻതോതിലുള്ള ആൾനാ

ശത്തിനും കെട്ടിടങ്ങൾ, പാലങ്ങൾ തുടങ്ങിയവ തകർക്കുന്നതിനും ഇവ ഉപയോഗപ്പെടുത്തിയെന്നുവരാം. അല്ലെങ്കിൽ ആണവമാലിന്യം എന്ന തരത്തിൽ വിതരണം ചെയ്യപ്പെടുകയുമാവാം. ('റേഡിയോആക്ടീവ് ഡിസ്പേഴ്സൽ ഡിവൈസ്' നോക്കുക).

ഇൻകപ്പാസിറ്റന്റുകൾ (Incapacitants):

പ്രയോഗിക്കപ്പെടുന്ന സമയത്തിനുശേഷവും അതിനു വിധേയരാവുന്ന ആൾക്കാരെ പ്രവർത്തനശേഷിയില്ലാത്തവരായി നിലനിർത്താൻ കഴിയുന്ന രാസപദാർഥങ്ങൾ. ആവശ്യമായ അളവിൽ മാത്രം ഉപയോഗിച്ചാലാണ് ഇത് സാധ്യമാവുന്നത്. മസ്റ്റാർഡ് ഗ്യാസ് (Mustard Gas), സെബ്ടോക്സിൻ (SEB Toxin), മയക്കുമരുന്നുകൾ (Psychochemicals) എന്നിവ ഇതിന് ഉദാഹരണങ്ങളാണ്.

എൽ ഡി 50 (LD 50):

ശ്വസനത്തിലൂടെയല്ലാതെ ശരീരത്തിലേക്ക് കടത്തപ്പെടുന്ന വിഷപദാർഥം എത്ര അളവിൽ നൽകിയാൽ പ്രയോഗിക്കപ്പെടുന്ന ജീവസമൂഹത്തിലെ 50 ശതമാനം ആൾക്കാർ (ജീവികൾ) മരിക്കും എന്നതിനെ സൂചിപ്പിക്കുന്നത്. ഒരു കിലോഗ്രാം ശരീരഭാരത്തിന് എത്ര മില്ലീഗ്രാം എന്ന കണക്കിലാണ് സാധാരണയായി ഇത് രേഖപ്പെടുത്തുന്നത്. എന്നാൽ, പ്രയോഗിക്കപ്പെടുന്നത് വാതകരൂപത്തിലോ, എയ്റോസോൾ രൂപത്തിലോ ഉള്ളതാണെങ്കിൽ ഒരു ഘനമീറ്ററിന് എത്ര മില്ലീഗ്രാം എന്ന കണക്കിലാണ് രേഖപ്പെടുത്തുക. അല്ലെങ്കിൽ എത്ര മിനിട്ടുനേരത്തേക്ക് എന്ന തരത്തിൽ. ഇത് 'എൽ സി റ്റി 50' (LCt 50) എന്ന പേരിലാണ് അറിയപ്പെടുന്നത്. 50 ശതമാനം എന്നതുകൂടാതെ 5 ശതമാനം, 25 ശതമാനം എന്നീ മാത്രകളിലും ഇവ കണക്കാക്കാറുണ്ട്.

മിയോസിസ് (Miosis):

കണ്ണിലെ കൃഷ്ണമണി (Pupil) യുടെ വികാസം നിയന്ത്രിക്കുന്ന നാഡികളുടെ പ്രവർത്തനം താൽക്കാലികമായി തകരാറിലാവുന്ന കാരണം എപ്പോഴും ചുറ്റിലും മങ്ങിയവെളിച്ചമാണെന്ന് തോന്നുക. ചില പ്രത്യേകതരം രാസായുധങ്ങളുടെ പ്രയോഗത്തിലൂടെയാണ് ഇത് സാധ്യമാക്കുന്നത്. പ്രയോഗിക്കപ്പെടുന്ന രാസവസ്തുവിന്റെ അളവിനനുസരിച്ച് ഈ പ്രഭാവം ദിവസങ്ങളോളമോ ആഴ്ചകളോളമോ നീണ്ടുനിൽക്കാം.

നെർവ് ഏജന്റ് (Nerve Agent):

നാഡീയ ആവേഗങ്ങളുടെ പ്രവാഹത്തെ നിയന്ത്രിക്കുകയും അതുവഴി നാഡീവ്യവസ്ഥയെ തകരാറിലാക്കുകയും ചെയ്യുന്ന രാസപദാർഥം. കോളിൻ എസ്റ്ററേസ് (Cholinesterase) എന്ന രാസാഗ്നിയുടെ പ്രവർത്തനം

തടയുന്നതിലൂടെയും അസെറ്റൈൽകോളി (Acetyle choline) ന്റെ അളവ് ശരീരത്തിൽ വർധിപ്പിക്കുന്നതിലൂടെയുമാണ് ഇത് പ്രവർത്തിക്കുന്നത്. ഇവ പ്രധാനമായും രണ്ടുതരത്തിലാണുള്ളത്. 1930-40 കാലഘട്ടത്തിൽ വികസിപ്പിക്കപ്പെട്ടവ 'ജി-സീരീസ്' (G- Series) എന്നറിയപ്പെടുന്നു. 1950 -60 കളിലേത് 'വി- സീരീസ്' (V-Series) എന്ന പേരിലും.

നോൺപെർസിസ്റ്റന്റ് ഏജന്റ് (Non Persistent Agent):

പ്രയോഗിക്കപ്പെട്ട കുറച്ചുസമയത്തിനുള്ളിൽ തന്നെ പരമാവധി അപായമുണ്ടാക്കുകയും എന്നാൽ, കുറഞ്ഞ സമയത്തിനുള്ളിൽതന്നെ അപായരഹിതമായി മാറുകയും ചെയ്യുന്ന രാസായുധം. ഇത്തരത്തിൽപ്പെട്ടവയിൽ മിക്കവയും ശ്വസിക്കപ്പെടുന്നതിലൂടെ അപകടമുണ്ടാക്കുന്നവയാണ്. മിനിട്ടുകൾ മുതൽ മണിക്കൂറുകൾ മാത്രമേ ഇവയുടെ പ്രഭാവം നിലനിൽക്കുകയുള്ളൂ.

പെർസിസ്റ്റന്റ് ഏജന്റ് (Persistent Agent):

പ്രയോഗിക്കപ്പെട്ടതിനുശേഷം, മണിക്കൂറുകളോ ദിവസങ്ങളോ അതിന്റെ പ്രഭാവം നിലനിർത്തുന്ന തരത്തിലുള്ള രാസായുധം. ഇവയിൽ മിക്കവയും ശരീരവുമായി സമ്പർക്കത്തിലേർപ്പെടുന്നതിലൂടെയാണ് പ്രവർത്തിക്കുന്നത്.

പ്രികർസർ (Precursor):

മറ്റൊരു വസ്തുവുമായി സംയോജിപ്പിക്കുന്നതിലൂടെ രാസായുധമായി മാറ്റാൻ കഴിയുന്ന രാസവസ്തുക്കൾ. ഇവ ചിലപ്പോൾ, സാധാരണവിപണിയിൽ ലഭ്യമാകുന്നതും ദോഷരഹിതവുമായ രാസവസ്തുക്കളായിരിക്കും. എങ്കിലും, അന്തർദേശീയ വിപണിയിലൂടെയുള്ള ഇവയുടെ വൻതോതിലുള്ള സ്ഥാനാന്തരണം നിരീക്ഷണവിധേയമാവാറുണ്ട്.

പ്രോഫൈലാക്സിസ് (Prophylaxis):

രോഗാക്രമണം പ്രതീക്ഷിക്കുന്ന സാഹചര്യങ്ങളിൽ, അതിനെതിരായി സ്വീകരിക്കപ്പെടുന്ന മുൻകരുതലുകൾ. രാസായുധത്തിന്റെ കാര്യത്തിലാണെങ്കിൽ, ആക്രമണത്തിനു വിധേയമായ ഉടനെ, ലക്ഷണങ്ങൾ പ്രകടമാവുന്നതിനുമുമ്പായി നടപ്പിലാക്കുന്ന ശുശ്രൂഷാ/ ചികിത്സാ പ്രവൃത്തികൾ.

സൈക്കോകെമിക്കലുകൾ (Psychochemicals):

നാഡീവ്യവസ്ഥയെ ബാധിക്കുന്നതിലൂടെ വിഭ്രമാവസ്ഥയ്ക്കോ അയഥാർഥമായ ബോധതലത്തിനോ കാരണമാവുന്ന രാസവസ്തുക്കൾ. ഒരു വ്യക്തിയുടെ ചിന്തയിലോ പെരുമാറ്റത്തിലോ വ്യതിയാനമുണ്ടാക്കാൻ ഇത്തരം രാസവസ്തുക്കൾക്ക് കഴിയും.

ക്വാരന്റൈൻ (Quarantine):

പകർച്ചവ്യാധികൾ ബാധിച്ചിട്ടുണ്ടോ എന്ന് സംശയിക്കപ്പെടുന്ന മനുഷ്യരെയോ ജീവികളെയോ മറ്റുള്ളവരിൽനിന്ന് മാറ്റിത്താമസിപ്പിക്കുകയോ അവരുടെ പ്രവർത്തനങ്ങൾക്ക് നിയന്ത്രണമേർപ്പെടുത്തുകയോ ചെയ്യുന്ന രീതി. രോഗാവസ്ഥ പുറത്ത് പ്രകടമായിട്ടില്ലെങ്കിലും, രോഗം പെട്ടെന്ന് പടർന്നുപിടിക്കാൻ സാധ്യതയേറിയ ഘട്ടത്തിലാണ് (Incubation Period) ഇത് നടപ്പിലാക്കുന്നത്.

റേഡിയോ ആക്ടീവ് ഡിസ്പേഴ്സൽ ഡിവൈസ് (Radioactive Dispersal Device- RDD):

ആണവ മലിനീകരണം കൃത്രിമമായി സൃഷ്ടിക്കൽ. ആണവ മാലിന്യം കലർന്ന ദ്രാവകങ്ങൾ, എയ്റോസോളുകൾ, പൊടികൾ മുതലായവയിലൂടെയാണ് ഇത് പടർത്തുന്നത്. വായുവിലൂടെയും ജലസേചനമാർഗങ്ങളിലൂടെയും ഇത് കടത്തിവിടാറുണ്ട്. അണുവായുധത്തിലൂടെയല്ലാതെയുള്ള ഏതൊരുതരം ആണവമലിനീകരണവും ഇതിൽ ഉൾപ്പെടുത്താറുണ്ട്.

റെസിഡ്യുവൽ കണ്ടാമിനേഷൻ (Residual Contamination):

മാലിന്യങ്ങളെ നീക്കം ചെയ്യാനുള്ള പ്രവർത്തനങ്ങൾക്കുശേഷവും നിലനിൽക്കുന്ന ഘടകങ്ങൾ മൂലമുള്ള മലിനീകരണം.

സൈമുലന്റ് (Simulant):

രാസായുധത്തിനോ ജൈവായുധത്തിനോ അടിസ്ഥാനമാവുന്ന രാസവസ്തുവിന്റെ പ്രവർത്തനത്തിനു സമാനമായ ഫലം ഉളവാക്കുന്ന രാസപദാർഥം. അല്ലെങ്കിൽ, ഭൗതികപരമായി അതിനോടു സാമ്യമുള്ള പദാർഥം. രാസായുധങ്ങളോ ജൈവായുധങ്ങളോ ഉപയോഗിച്ചുള്ള ആക്രമണം ചെറുക്കാനുള്ള പരിശീലനത്തിൽ ഇവ ഉപയോഗിക്കുന്നു.

തിക്കെനിങ് ഏജന്റ് (Tickening Agent):

ബാഷ്പീകരണം മൂലമുള്ള പ്രസരണനഷ്ടം തടയുന്നതിനും പ്രതലങ്ങളിൽ കൂടുതൽ നന്നായി ഒട്ടിച്ചേരുന്നതിനും പടരുന്നതിനുമായി രാസ-ജൈവ സംയുക്തങ്ങളിൽ കലർത്തുന്ന പദാർഥങ്ങൾ.

ത്രെഷ്ഹോൾഡ് ഡോസ് (Threshold Dose):

വിഷസാന്നിധ്യം തിരിച്ചറിയാവുന്ന വിധത്തിൽ, ആദ്യലക്ഷണം പ്രകടമാക്കാൻ പര്യാപ്തമാവുന്ന തരത്തിലുള്ള ഏറ്റവും താഴ്ന്ന അളവ്. ദോഷഫലങ്ങൾ ഉളവാക്കാത്ത തരത്തിൽ, ഒരു വിഷപദാർഥം എത്ര അളവിൽ ഉപയോഗിക്കാം എന്നുള്ളതിന്റെ സൂചനയായും ഇത് ഉപയോഗിക്കാറുണ്ട്.

ടോക്സിൻ (Toxin):

ജീവസ്രോതസിൽനിന്നും ലഭിക്കുന്ന വിഷപദാർഥം. ഉദാ: ആവണക്കിൽനിന്നും ലഭിക്കുന്ന 'റൈസിൻ' (Ricin), ക്ലോസ്റ്റിറിഡിയം ബോട്ടുലിനം (*Clostridium botulinum*) എന്ന ബാക്ടീരിയയിൽനിന്നു ലഭിക്കുന്ന ബോട്ടുലിനം (Botulinum) എന്നിവ.

വൊമിറ്റിങ് ഏജന്റ് (Vomiting Agent):

ശ്വാസനാളിയിൽ എരിച്ചിലുണ്ടാക്കുന്നതിലൂടെ ശക്തമായ ചുമ, തുമ്മൽ മുതലായവയും ഛർദിയുമുണ്ടാക്കുന്ന രാസവസ്തു. ചിലപ്പോൾ ബോധക്ഷയവുമുണ്ടാകാം. ഇത്തരം അസ്വസ്ഥതകൾ മിനിട്ടുകൾ മുതൽ മണിക്കൂറുകൾ വരെ നീണ്ടുനിൽക്കുന്നതാവാം.

അനുബന്ധം 3

ചുരുക്കെഴുത്തുകൾ

ABM	-	Anti- Ballistic Missile Treaty
ASF	-	African Swine Flue
BDO	-	Battle Dress Overgarment
BG	-	*Bacillus globigii*
BW	-	Biological Weapons, Biological Warfare
BWC	-	Biological Weapons Convention
BWS	-	Biological Warfare Sub-committee
BZ-3	-	Quinuclidiny benzilate
CAI	-	Command, Communications, Control, Computers and Information
CB	-	Chemical and Biolgical
CBR	-	Chemical, Biological and Radiological
CBRN	-	Chemical, Biological, Radiological and Nuclear Hazards
CBW	-	Chemical and Biological Weapons, Chemical and Biological Warfare
CDC	-	Centers for Disease Control and Prevention
CIA	-	Central Intelligence Agency
CW	-	Chemical Weapons, Chemical Warfare
CWC	-	Chemical Weapons Convention
CWS	-	Chemical Warfare Service
EPA	-	Environmental Protection Agency

FBI	-	Federal Bureau of Investigation
FDA	-	Food and Drug Administration
FMD	-	Food and Mouth Disease
GABA	-	Gamma AminoButyric Acid
ICRC	-	International Committee of the Red Cross
IND	-	Improvised Nuclear Device
ISC	-	International Scientific Commission
ISG	-	Iraq Survey Group
ISSBW	-	Inter- Services Sub-committee on Biological Warfare
KGB	-	Committee for State Security
IPE	-	Individual Protective Equipment
IND	-	Investigational New Drug
JSLIST	-	Joint Service Light weight Integrated Suit Technology
LSD	-	Lysergic Acid Diethylamide
LTBT	-	Limited Test Ban Treaty
NBC	-	Nuclear, Biological and Chemical
ND	-	Newcastle Disease
NPT	-	Nuclear Non- Proliferation Treaty
SALT	-	Strategic Arms Limitation Treaty
OPCW	-	Organization for the Prohibition of Chemical Weapons
SHAD	-	Shipboard Hazard and Defence
SIPRI	-	Stockholm International Peace Research Institute
PB	-	Pyridostigmine Bromide
TD	-	Threshold Dose
THC	-	Tetra Hydro Cannabinol
TIC	-	Toxic Industrial Chemical
UAV	-	Unmanned Aerial Vehicle
UNMOVIC	-	United Nations Monitoring, Verification and Inspection Commission
UNSCOM	-	United Nations Special Commission
VEE	-	Venezuelan Equine Encephalomyelitis
WMD	-	Weapons of Mass Destruction
WP	-	Warsaw Pact Treaty

അധികവായനയ്ക്കുള്ള പുസ്തകങ്ങൾ

1 *Chemical Warfare : A study in Restraints*- Frederic J Brown (Greenwood press, West Port, 1981)
(1968 ൽ ആദ്യം പ്രസിദ്ധീകരിക്കപ്പെട്ട ഈ പുസ്തകം, ഒന്നാം ലോകമഹായുദ്ധകാലത്തും രണ്ടാംലോകമഹായുദ്ധകാലത്തും വികസിപ്പിക്കപ്പെട്ട രാസായുധങ്ങളെക്കുറിച്ചും അവയുടെ ഉപയോഗത്തെ സംബന്ധിച്ച് നിലനിന്ന തർക്കങ്ങളെക്കുറിച്ചുമുള്ള വിശകലനമാണ്. അമേരിക്കൻ നയങ്ങൾക്കാണ് പ്രധാന ഊന്നൽ)

2 *The Silent Weapons: The Realities of Chemical and Biological Warfare* - Robin Clarke. (David McKay, New York, 1968)
(രാസായുധങ്ങളുടെ വികാസവും പരിണാമവും അനാവരണം ചെയ്യുന്ന പുസ്തകമാണിത്. രാസായുധങ്ങൾക്കെതിരെ ലോകവ്യാപകമായി പ്രതിഷേധം ഉയർത്തിക്കൊണ്ടുവരാൻ സഹായകമായ പ്രശസ്തമായ പുസ്തകങ്ങളിലൊന്ന്).

3 *The Eleventh Plague: The Politics of Biological and Chemical Warfare*- Leonard A Cole. (W H Freeman, New York, 1997)
(ആധുനികലോകത്തിലെ ജൈവായുധശേഖരങ്ങളെക്കുറിച്ചും പദ്ധതികളെക്കുറിച്ചും ജീവീയഭീകരവാദ (Bioterrorism) ത്തെക്കുറിച്ചുള്ള അവലോകനവും).

4 *Chemical and Biological Warfare: A Comprehensive Survey for the Concerned Citizen*- Erid Coddy, Clarisa- Perez-Armendariz and John Hart. (Copernicus Books, 2002)

(രാസായുധങ്ങളുടെ ചരിത്രം അന്വേഷിക്കുന്നവർക്ക് ഏറ്റവും സഹായകമായ പുസ്തകം. സാങ്കേതികത കഴിവതും ഒഴിവാക്കിക്കൊണ്ടുള്ള പ്രതിപാദനം).

5 *Biological Warfare in the 21st Century:Biotechnology and the Proliferation of Biological Weapons*- Malcolm Dando (Brassey's, London, 1994)
(ജൈവായുധങ്ങളുടെ വികാസവും ചരിത്രവും വിശദമാക്കുന്ന പുസ്തകം. ജൈവായുധങ്ങളുടെ നിർവ്യാപനം സംബന്ധിച്ച് ലോകവ്യാപകമായി നടന്നുവന്ന പരിശ്രമങ്ങളുടെ പരിഛേദനം)

6 *The New Terror: Facing the Threat of Biological and Chemical Weapons*- Sidney Drell, Abraham Sofaer and George D Wilson (editors). (Hoover Institution Press, Stanford, 1999)
(ജൈവായുധങ്ങളെയും രാസായുധങ്ങളെയും സംബന്ധിക്കുന്ന സാങ്കേതികവും സാമൂഹികവും നിയമപരവുമായ കാര്യങ്ങൾ ചർച്ച ചെയ്യുന്ന പുസ്തകം. ഇരുപതോളം ലേഖകൻമാരുടേതായ വ്യത്യസ്തമായ വിശകലനങ്ങൾ).

7 *The Poisonous Cloud: Chemical Warfare in the First World War*- Ludwing Fritz Haber. (Oxford University Press, New York, 1986).
(പേര് സൂചിപ്പിക്കുന്നതുപോലെ, ഒന്നാംലോകമഹായുദ്ധകാലത്തെ രാസായുധ പ്രയോഗങ്ങളുടെ ചരിത്രമാണ് പ്രതിപാദ്യവിഷയം. ജർമനിയുടെ രാസായുധപദ്ധതികളിൽ പങ്കെടുത്തിരുന്ന ശാസ്ത്രജ്ഞനും നൊബേൽസമ്മാനജേതാവുമായ ഫ്രിറ്റ്സ് ഹാബറിന്റെ (Fritz Haber) മകനാണ് ഗ്രന്ഥകാരൻ)

8 *A Higher Form of Killing: The Secret Story of Chemical and Biological Warfare* - Robert Harris and Jeremy Paxman. (Hill and Wang, New York, 1982)
(രണ്ടാംലോകമഹായുദ്ധത്തിൽ, ബ്രിട്ടനും അമേരിക്കയും നടത്തിയ രാസായുധ പരീക്ഷണങ്ങളെക്കുറിച്ചുള്ള പുസ്തകം. ഒന്നാം അധ്യായത്തിൽ ഒന്നാംലോകമഹായുദ്ധത്തിലെ രാസായുധ പ്രയോഗങ്ങളുടെ ഒരു ചുരുങ്ങിയ വിവരണവും വായിച്ചറിയാം).

9 *Biological Weapons: Limiting the Threat* - Joshua Lederberg, (MIT Press, Cambridge, MA, 1999).
(ജൈവായുധങ്ങളുടെ ചരിത്രം, സാങ്കേതികത, പ്രവർത്തനതലം എന്നിവ വിശദമാക്കുന്ന പുസ്തകം. രാജ്യങ്ങളും ഭീകരസംഘടനകളും ജൈവായുധങ്ങൾ പ്രയോഗിക്കുന്നതിനുള്ള ആസന്ന സാധ്യതകളെക്കുറിച്ചും പുസ്തകം ചർച്ചചെയ്യുന്നു).

10 *Deadly Cultures: Biological Weapons Since 1945*- Mark Wheelis, Lajos Rozae and Malcolm Dando (Ed.)- Harvard University Press, Cambridge, 2006).
(അമേരിക്ക മുതൽ ദക്ഷിണാഫ്രിക്ക വരെയുള്ള രാജ്യങ്ങളുടെ ജൈവായുധ പരിപാടികളെക്കുറിച്ചുള്ള സുദീർഘമായ വിവരണങ്ങൾ. ജൈവയുദ്ധത്തിന്റെ രാഷ്ട്രീയ പശ്ചാത്തലവും ഭാവിദൗത്യങ്ങളും ചർച്ചാവിഷയങ്ങളിൽ ഉൾപ്പെടുന്നു).

അനുബന്ധം 5

വെബ്സൈറ്റുകൾ

I പ്രസിദ്ധീകരണങ്ങൾ

1 Armed Forces Journal: http://www. afji.com
(സൈനികരംഗത്ത്, ലോകമെമ്പാടുമായി രാസായുധങ്ങളെയും ജൈവായുധങ്ങളെയും സംബന്ധിച്ച് പുതുതായുണ്ടാകുന്ന സംഭവ വികാസങ്ങളെ ഇതിലൂടെ അറിയാം).

2 Army Chemical Review: http://www. wood.army.mil/dmdsd/
(ആർമി കെമിക്കൽ കോർപ്സി (Army Chemical Corps) ന്റെ പ്രസിദ്ധീകരണം. രാസായുധങ്ങളെയും ജൈവായുധങ്ങളെയും കുറിച്ചുള്ള ലേഖനങ്ങൾ).

3 Bulletin of Atomic Scientists: http:// www. thebulletin.org/index.htm
(പ്രധാനമായും ആണവ നിർവ്യാപനമാണ് ചർച്ചാവിഷയമെങ്കിലും ഇടയ്ക്കിടയെങ്കിലും രാസായുധങ്ങളെയും ജൈവായുധങ്ങളെയും കുറിച്ചുള്ള വിവരങ്ങളും ഉൾപ്പെടുത്താറുണ്ട്).

4 The CBIAC News letter: http://www.cbiac.apgea.army.mil/intro.html
(ജൈവായുധ-രാസായുധ മേഖലയെ സംബന്ധിക്കുന്ന അന്തർദേശീയ സമ്മേളനങ്ങൾ, കൂടിക്കാഴ്ചകൾ തുടങ്ങിയവ ഇതിലൂടെ അറിയാം. പഴയ വാല്യങ്ങൾ വായിക്കാനുള്ള സൗകര്യവുമുണ്ട്).

5 The CBW Chronicle: http://www.stimson.org/cbw/?sn=cb20011221166
(ഇപ്പോൾ പ്രസിദ്ധീകരിക്കുന്നില്ലെങ്കിലും, രാസായുധങ്ങളെയും ജൈവായുധങ്ങളെയും സംബന്ധിച്ച വിവരങ്ങൾ, മുൻലക്കങ്ങളിലായി വായിക്കാം).

6 The CBW Conventions Bulletin: http://www.sussex.ac.uk/Units/spru/hsp/
(ജൈവായുധങ്ങളെയും രാസായുധങ്ങളെയും സംബന്ധിച്ച് പത്രങ്ങളിൽ വന്ന വാർത്തകൾ സമാഹരിച്ച് പ്രസിദ്ധീകരിക്കുന്നു. വർഷത്തിൽ നാലുതവണയാണ് പ്രസിദ്ധീകരണം. പഴയ ലക്കങ്ങൾ വായിക്കാം).

7 NBC International: http://www.defenceinternational.co.uk/nbc/
(ജൈവായുധങ്ങൾ, രാസായുധങ്ങൾ, ആണവായുധങ്ങൾ എന്നിവ സംബന്ധിച്ച വിഷയങ്ങൾ. വർഷത്തിൽ നാലുതവണ പ്രസിദ്ധീകരിക്കുന്ന ഇതിലെ വാല്യങ്ങൾ സൗജന്യമായി വായിക്കാനാവും).

II സ്ഥാപനങ്ങൾ

1 Chemical- Biological Incident Response Force (CBIRF): http://www.cloirf.usmc.mil/
2 Chemical and Biological Defence Information Analysis Centre (CBIAC)
3 Edgewood Chemical Biological Centre (ECBC): http://www.ecbc.army.mil/index.htm
4 Organization for the Prevention of Chemical Weapons (OPCW): http://www.opcw.org/
5 Arms Control Association: http://www.armscontrol.org/
6 Centre for Biosecurity of University of Pittsburgh Medical Centre: http://www.upmc-biosecurity.org/
7 Chemical Weapons Working Group (CWWG): http:/www.cwwg.org/
8 Harward- Sussex Program (HSP) on CB Weapons: http://www.susx.ac.uk/spru/hsp/index.html
9 NBC Industry Group: http://www.nbcindustrygroup.com/
10 Nuclear Threat Initiative (NTI): http://www.nti.org

മറ്റുവിവരങ്ങൾ

1 http://www.fas.org/nuke/index.html/
(അമേരിക്കൻ ശാസ്ത്രജ്ഞരുടെ സംഘടനയായ FAS (Federation of American Scientists) ന്റെ വെബ്സൈറ്റാണിത്. ജൈവായുധവും രാസായുധവുമടക്കം പുതിയ ആയുധങ്ങളെക്കുറിച്ചുള്ള വിവരങ്ങൾ ഇതിൽനിന്നും ലഭിക്കും).

2 http://cns.miis.edu/research/cbw/index.htm/

(സെന്റർ ഫോർ നോൺ പ്രോലിഫെറേഷൻ സ്റ്റഡീസ് (Center for Nonproliferation Studies) എന്ന സംഘടനയുടെ ഈ വെബ്സൈറ്റിൽ ഓരോ രാജ്യത്തിന്റെയും ജൈവായുധ/രാസായുധ സംഭരണത്തെക്കുറിച്ചും ഓരോ ആയുധ സങ്കേതത്തിന്റെയും സവിശേഷതകളെക്കുറിച്ചും വിവരിക്കുന്നു).

3 http://www.cdi.org/issues/cbw/
(സെന്റർ ഫോർ ഡിഫൻസ് ഇൻഫർമേഷന്റെ (Center for Defence Information) വെബ്സൈറ്റാണിത്. രാസായുധ/ജൈവായുധ കൺവെൻഷനെക്കുറിച്ചുള്ള വിവരങ്ങൾ ഇതിലുണ്ട്. രാസായുധങ്ങളാണ് മുഖ്യ പ്രതിപാദ്യം).

4 http://chppm-www.apgea.army.mil/hrarcp/CAW/
(രാസായുധങ്ങളുടെ ഭൗതികവും രാസപരവുമായ സ്വഭാവങ്ങളെക്കുറിച്ചും പ്രത്യൗഷധങ്ങളെക്കുറിച്ചും പ്രതിപാദിക്കുന്ന ഈ വെബ്സൈറ്റിൽ മെഡിക്കൽ സംബന്ധമായ ഒട്ടനവധി സാങ്കേതിക സംജ്ഞകളുടെ വിശദീകരണവുമുണ്ട്).

5 http://www.howstuffwork.com/biochem-war.htm
(രാസായുധങ്ങളെക്കുറിച്ചും അവയുടെ പ്രയോഗത്തെക്കുറിച്ചും ലളിതമായി വിവരിക്കുന്ന വെബ്സൈറ്റ്. പ്രധാനമായും കുട്ടികൾക്ക് വേണ്ടിയാണ് ഇത് തയാറാക്കപ്പെട്ടിട്ടുള്ളത്).

6 http://www.brad.ac.uk/acad.sbtwc/
(ജൈവായുധങ്ങളെക്കുറിച്ചും അവയെ സംബന്ധിച്ചുള്ള സമകാലിക പ്രശ്നങ്ങളെക്കുറിച്ചുമുള്ള വിവരണം. ബ്രിട്ടനിലെ ബ്രാഡ്ഫോർഡ് സർവകലാശാല (University of Bradford) യാണ് ഈ വെബ്സൈറ്റ് സംവിധാനം ചെയ്തിരിക്കുന്നത്).

www.ingramcontent.com/pod-product-compliance
Lightning Source LLC
LaVergne TN
LVHW090415051026
849518LV00006B/2346
* 9 7 8 8 1 2 6 2 0 5 8 6 8 *